નિધિ દેનહારી શ્રીયમુને

AF745714

: સંકલન :

નયના એન. પટેલ

Become Shakespeare .com

Published in 2026
Becomeshakespeare.com

One Point Six Technologies Private Limited,
Unit No. 26, Ground Floor,
A1, Shram Safalya, Wadala Truck Terminal Road,
Near Post Office, Antop Hill,
Mumbai - 400037

Copyright @ 2026, Nayana N Patel

All rights reserved. Any unauthorized reprint or use of this material is prohibited. No part of this book may be reproduced or transmitted in any form or by any means, electronic or mechanical, including photocopying, recording, or by any information storage and retrieval system without express written permission from the author/publisher.

Please do not participate in or encourage piracy of copyrighted materials in violation of the author's rights. Purchase only authorized editions.

ISBN – 978-93-5883-510-6

નયના નવિનચંદ્ર પટેલ

નયના એન. પટેલ
૨૦૨ શીતલ ફ્લેટ,
આવીચલ બાગની સામે,
દિવાળીપુરા, વડોદરા–૩૯૦૦૦૭.
ગુજરાત, ભારત
✆ : ૯૪૦ ૯૬૪ ૧૪૫૦

વ્હાલા વૈષ્ણવો,

જય શ્રીકૃષ્ણ, હું નયના એન. પટેલ, વડોદરા આ વિષય માટે સાવ અજાણ, અબુધ હતી. પણ શ્રીઠાકોરજી અને શ્રીવલ્લભ શ્રીગુંસાઇજી તથા શ્રીયમુનાજીની કૃપાથી આ માર્ગમાં આગળ વધી, પછી થોડો ઘણો પ્રયત્ન શ્રીવલ્લભકુળની આજ્ઞાથી પુસ્તક રૂપે રચવા કર્યો હતો. આમાં થોડા પુસ્તકો એવા છે કે નાના બાળકો તેમજ નવા વૈષ્ણવો કે જેમણે શરૂઆતમાં એ બી સી ડી શીખવાની હોય તેઓને એકદમ સરળ ભાષામાં અને ટૂંકમાં કંઇક સમજણ પડે એ હેતુથી પુસ્તક લખવાની શરુઆત કરી હતી. મોટા પુસ્તકોમાં પહેલું પુસ્તક **"પુષ્ટિ રથ"** તે પુષ્ટિ માર્ગનું સંકલન સ્વરૂપે છે, તેમાં આપણા બધા નિધિ સ્વરૂપોના ચિત્રજી તેમજ કોના માથે બિરાજે છે, કયાં બિરાજે છે, ક્યારે પાટોત્સવ થયેલો વગેરે પુરી માહિતી તેમજ બેઠકજીના સરનામું વગેરે આપેલ છે, શ્રીયમુનાજીના સ્મરણ ચિંતન માટે પણ ઘણાખરા વિષય શ્રીયમુનાજીની પુસ્તક **"નિધિ દેનહારી શ્રીયમુને"** માં છે. તેમજ **"અમરવાણી"** માં સૂરદાસજી, શ્રીગુંસાઇજી અને શ્રીગોકુલનાથજીની વાણી છે. પુષ્ટિ માર્ગનું હાર્દ **"દિનતા"** માં શ્રીહરિરાય મહાપ્રભુજીના તેર ગ્રંથો ભાવાર્થ સાથે તેમજ દિનતા માટે પુરી માહિતી છે. પુસ્તકોના પૈસા હું આપણા માર્ગની સેવા માટે જેમકે ગાયની સેવા (ગૌશાળા), બેઠકજી, વ્રજ ની બેઠક, હવેલી ના નિર્માણ– નવનિર્માણ તથા પુષ્ટિમાર્ગી ઉત્સવો અને બાળકોને ભણવા ચોપડા લાવી આપવા વગેરેમાં વાપરૂ છું. બસ એજ, આપ સર્વે વૈષ્ણવોને મારા ખૂબ ખૂબ "જયશ્રી કૃષ્ણ".

૧) પુષ્ટિરથ :

માનવ જીવનમાં સત્સંગનો મહિમા અપરંપાર છે. સત્સંગ માટે ચિત્તશુધ્ધિ અવશ્યક છે. ચિત્તશુધ્ધિ માટે ભક્તિરૂપી જળનું નિત્યસિંચન થતું રહે એ

જરૂરી છે. જ્યારે જ્યારે અમો સત્સંગ માટે ભેગાં મળતાં ત્યારે આવા કોઈ પુસ્તકના અભાવે પડતી મુશકેલી સમજાતી માટે સંકલન કરવાની પ્રેરણા થઈ. તેમજ ઘણા વૈષ્ણવો ઈચ્છા હોવા છતાં અનુકુળતાના અભાવે સત્સંગમાં આવી શકતા નહીં, તો તેઓ પણ પોતાના યથાયોગ્ય સમયે પ્રભુ સ્મરણ કરી શકે માટે સંકલન કરવાનું ઉચિત બન્યું. આ પુસ્તકમાં પુષ્ટિમાર્ગીય લગભગ બધા સ્તોત્ર તેમજ શ્રીમહાપ્રભુજી, શ્રીયમુનાજી તથા શ્રીજીબાવાના સ્મરણ માટે જરૂરી લગભગ ઘણા ખરા ટોપીક લેવા પ્રયાસ કર્યો છે. તેમજ શ્રી વલ્લભપ્રેમી વૈષ્ણવો જે સેવાકાર્યમાં જોડ્યા છે. તેમના માટે સેવાક્રમ પણ આપ્યો છે.

૨) અમરવાણી :

આ પુસ્તિકામાં અષ્ટછાપ–શિરોમણી મહાકવિ સૂરદાસજીની વાણી,

અનહદ કૃપા કરી તેને સૂર, હરિરસ સ્વાદ ચખાવન મેં
દાસભાવસોં અર્પન હૈ યા, ગ્રંથ તિહારે ચરનન મેં

પરમદયાળ પ્રભુચરણ શ્રીગુંસાઈજીની વાણી,

દવાદશનિકુંજવાર્તા યા યૈઃ સંપાદિતાદ્દ્ભૂતા,
વંન્દે તં વૈષ્ણવાધીશ ગોસ્વામી શ્રીવિઠ્ઠલેશ્વરમ્

તેમજ માલા તિલક રક્ષક શ્રીગોકુલનાથજીની વાણી

પ્રણિતા ખટ્ચ્રતુવાર્તા દિવ્યાનુભવ દાયિકા ગોકુલેશ નમામિ તં માલાતિલકમ્ રક્ષકમ્ આપવામાં આવી છે.

''હરિરસ તબહી તો જાય પૈયે''–(સૂરદાસજીની વાણી) સૂરદાસજીના પદનું ખૂબ સુંદરતાથી અદ્ભૂત વિવરણ શ્રીવલ્લભપાદપદ્મમિલિનજીએ તેમના વિવેચનમાં કર્યું છે. સાથે સર્વોત્તમજીના અચિંત્ય મહિમાનો સુંદર ફોડ પાડ્યો છે.

૩) નિધિ દેનહારી શ્રીયમુને :

જીવ શ્રીયમુનાજીના જેટલા પ્રમાણમાં ગુણગાન કરે તેટલાં શ્રીયમુનાજી તે જીવ ઉપર પ્રસન્ન થાય છે. તેમજ કૃપા કરી આપણા દોષોને દૂર કરે છે અને

શ્રીઠાકોરજીને પધારવાનું મન થાય એવું આપણું હૃદય એક બગીચા સમાન બનાવે છે. આમ જ્યાં જ્યાં શ્રીયમુનાજીના ગુણગાન થાય છે, ત્યાં ત્યાં શ્રીઠાકોરજી અવશ્ય પધારે છ, અને ઘણી કૃપા કરે છે.

જે કૃપા કરે છે એજ ભક્તિનું દાન કરી શકે છે. આ પુસ્તકમાં શ્રીયમુનાજીના ગુણગાન, તેમજ સ્તુતિ, સ્મરણ માટે શકય તેટલાં ટોપીક સમાવવાનો અને વર્ણન કરવાનો પ્રયત્ન કરેલ છે. શ્રીયમુનાજીની કૃપાથી વૈષ્ણવોને ભક્તિનું દાન થાય એજ પ્રાર્થના.

૪) ષોડશગ્રંથ સાર :

આ પુસ્તિકાં નિત્ય નિયમના પાઠનું સરળ ગુજરાતીમાં સમજ આપી છે. તેમાં સોળે સોળે ગ્રંથ ઉપરાંત **''જનમવૈફલ્ય નિરૂપણાષ્ટકમ''** **''પંચશ્લોકી''** અને **''શીક્ષાશ્લોકા''** ગુજરાતી સાર રૂપે છે.

૫) રહસ્ય ભાવના :

આમાં મંદિરની ભાવનાથી માંડી સેવામાં વપરાતી બધી જ વસ્તુઓની ભાવના રાજભોગની સેવા સુધીની આપી છે. કારણ કે વૈષ્ણવોને ત્યાં ઘણું ખરૂં રાજભોગ સુધી સેવા બિરાજે છે. પૂ. બાવાશ્રીની આજ્ઞાથી આખા દિવસની રહસ્ય ભાવના લખીને તે આપને પધરાવી દીધી હતી. પ્રિન્ટ કરાવી ન હતી.

૬) પુષ્ટિમાર્ગનું હાર્દ દિનતા :

દિનતા પુષ્ટિમાર્ગનું હાર્દ છે. તે માટે આપણે પ્રયત્ન ન કરીએ તો કેમ ચાલે? કરવોજ જોઇએ. આ કળિયુગમાં લોકોને અહં એટલી બધી જાતના હોય છે કે જે ના છૂટે તો જીવ ગર્તામાં જઇને પડે છે. અને ધર્મ–ભક્તિ માટે એની કાંઇ જ પ્રગતિ થઇ શકતી નથી. એ માટે આપણે પ્રભુનું અને ગુરૂનું અનન્ય શરણ સ્વીકારી દાસત્વ મેળવવું જોઇએ. **''શ્રી હરિરાય મહાપ્રભુ''** એ શરણ અને દાસભાવ માટે ઘણા બધા ગ્રંથો લખ્યા છે. જેનું સ્મરણ ચિંતન અને મનન સમજપૂર્વક આર્ત હૃદયથી કરીએ તો જીવ જરૂર શરણ સ્વિકારી દાસત્વ મેળવી

''દિનતા'' પ્રાપ્ત કરી શકે છે. એ માટે શું કરવું તે સમજાવવા આ પુસ્તકમાં પ્રયત્ન કર્યો છે. ''દિનતા'' વગર જીવનો ઉધ્ધાર નથી.

૭) ભાવપોષકમ ગ્રંથ :

આ ગ્રંથમાં વૈષ્ણવોનો ભકિતમાં કેવી રીતે વધે તે માટે શ્રીહરિરાયજીએ ૧૫ શ્લોકનો ગ્રંથ લખ્યો છે. તેમાં લગભગ ૪૫ પોઇન્ટ છે. જે ગુજરાતી સરળ ભાષામાં સમજાવ્યા છે.

૮) પુષ્ટિમાર્ગીય તત્વ દર્શન :

આ પુસ્તકમાં ૧૦૪ ટોપીક શોર્ટમાં સમજાવવામાં આવ્યા છે કે પુષ્ટિમાર્ગીય વૈષ્ણવે કેવી રીતે સમજ પૂર્વક વર્તવું જોઇએ. શું કરવું જોઇએ વગેરે સમજાવ્યું છે.

૯) પુષ્ટિ-સાર તથા શ્રી વલ્લભાખ્યાન સાર :

પુષ્ટિમાર્ગના નિતિ નિયમો, શ્રીવલ્લભકુળના વચનામૃતો તેમજ શ્રીવલ્લભ, શ્રીગુંસાઇ વગેરે ધ્વારા પ્રકટ કરવામાં આવેલા પુસ્તકો તથા ગ્રંથોના નામ પણ આપવામાં આવ્યા છે.

આમાં શ્રીવલ્લભ–શ્રીગુંસાઇજીનું પ્રાગટય, સ્વરૂપ, લીલા વગેરેનું વર્ણન શ્રીગોપાલદાસે કર્યું છે. ગુજરાતી સાર રૂપે છે. શ્રીવલ્લભાખ્યાન નવ છે.

એજ – નયનાના ભગવદ સ્મરણ્

નયના પટેલ અમારા જીવન નો શ્વાસ

ગુજરાતના ભાદરણ ગામમાં જશુબેન મધુભાઈ પટેલને ત્યાં લક્ષ્મી આવી. ન ામકરણ થયું નયના. નયના મોટી થવા લાગી. નિશાળ માં જવા લાગી સાથે સાથે જીવનમાં સંસ્કાર નું ઘડતર થયું. નીડર, અડીખમ, પરોપકારી, દયાળુ સેવાભાવી એટલે નયના.

નયનમાં સ્વપ્ના ભરી આશા ઉમંગ સાથે જીવન માં પા પા પગલી ભરતી આગળ ને આગળ વધવા લાગી નયના. અમદાવાદ ની ફાર્મસી કોલેજ જે એશિયાની બેસ્ટ કોલેજ કહેવાય તેમાં ગ્રજ્યુએશન કર્યું પણ ઈતર પ્રવૃત્તિ રમતગમત, ડાંસિંગ, સિંગિંગ, વાંચન, વક્તુત્વ સ્પર્ધામાં પણ એટલા જ રસ ખીલવ્યો. પોસ્ટ ગ્રજ્યુએશન કરતા કરતા સહપાઠી નવીનચંદ્ર સાથે આંખ મળતાં લગ્ન કર્યા. આટલેથી ના અટકતા દ્રઢ નિશ્ચયી નયનાએ પતિ સાથે કંધે કંધો મિલાવી નવી દુનિયા માં પદાર્પણ કરતા વડોદરામાં ફાર્મસી ચાલુ કરી. આખો દિવસ પ્રવૃતિમય રહેતા રેહતા રાજીવ, સોનલ ના નામે સંસારબાગ માં બે કુસુમ ખીલવ્યા, સંસ્કારનું સિંચન કર્યું. કુટુંબને તો ભુલાય જ કેમ? ફરજને સંપૂર્ણ પ્રધાન્ય આપ્યું. દાદા ગોરધનભાઈ ને દાદી કાંતાબેનની ખુબ સેવા કરી તેમના આશીર્વાદ પામ્યા.

પરિવર્તન એ જ જીવન

પરિવર્તન દરેકના જીવનમાં આવે. કોસ્મોપોલિટિન વાતાવરણમાં રહ્યા છતાં જીવન માં સદ્દગુણો અપનાવી સતત પ્રવૃતિશીલ નયનાએ એક તબબકે આત્મસંશોધન આદર્યુ. ખુબ ખુબ ધાર્મિક પુસ્તકો નું વાંચન શરુ કર્યું . પુષ્ટિ માર્ગ વિષે જાણકારી મેળવાનો પ્રયાસ કર્યો. પુષ્ટિ માર્ગ ને પૂરો સમજ્યા, આત્મસાત કર્યો, તેના દરેક નિયમો, ધારાધોરણ અપનાવી જીવનમાં ઉતાર્યા.

પછી વિચાર આવ્યો કે દેરક જણ પુષ્ટિ માર્ગ સમજી શકે ને અપનાવી શકે તે માટે કંઈક પ્રયત્ન કરવો રહ્યો. એટલે અપનાવ્યો સંશોધન માર્ગ. જેનો નિચોડ કહો કે પરિણામ મળ્યા પુષ્ટિ માર્ગ ના આચર વિચાર નું સરળ નાનું બાળક પણ સમજે તેવું આલેખન એટલે વિવધતા સભર પુસ્તકો.

"અંતિમ શ્વાસે પણ અનેક શારીરિક કષ્ટે સહન કરી દરેક સાથે ક્ષમાયાચના કરી હસતા હસતા પ્રભુમય થઇ મોક્ષ માર્ગે ગમન કર્યું"

રાજીવ પટેલ – સોનલ પટેલ

જય શ્રીકૃષ્ણ

શ્રી મહાપ્રભુજી, શ્રીનાથજી, શ્રીયમુનાજી

॥ Shri Hari ॥
॥ Shri Dwarkesho Jayati ॥

Goswami Vagishkumarji
(Kankroli)

શ્રી જયવાળોત,

આપના દ્વારા "નિધિ છેમ હાજી" શ્રી યમુનાજીના મંદિરમાં સાહિત્યના વૈષ્ણવ માટેની ખૂબ સુંદર પુસ્તિકા તૈયાર કરવામાં આવી છે. આ પ્રકારની સંપૂર્ણ માહિતી સભર સાહિત્યની આ સમાજને અને વૈષ્ણવ સમુદાયને તાતી જરૂર છે એમ સ્પષ્ટ પણે લાગે છે. આ પ્રકારના સુંદર કાર્યોમાં વૈષ્ણવોના હિતને વિચાર કરીને જે સુંદર કાર્ય આપે કર્યું છે તે બદલ અત્યધિક આનંદની અનુભૂતિ કરી રહ્યો છું. અને પ્રભુ આપને આ પ્રકારના કાર્યોમાં સતત પ્રેરણા આપતા રહે એવી શુભકામના કરી મંગલ કામના પાઠવું છું.

ભગવદીય,

ગો. વાગીશ કુમાર
(કાંકરોલી)

Shri Bethak Mandir
Kavda Baug, Jayratna Bldg.
Baroda - 390 001
Tel : (0265) 434955, 435543

Shri Dwarkadhish Mandir
Kankroli, Dist. Rajsamand
Rajasthan - 313 324
Tel : (02952) 20001, 20641, 22256

શ્રીયમુનાજી

શ્રીયમુનાજીના લોટીજી

વિષય-સૂચિ

પ્રાકકથન

પ્રાણીમાત્ર સુખ ઈચ્છે છે. સુખનું મુળ ધર્મ છે. વિષયોમાં વૈરાગ્ય કરી,રખડતી ચિત્તની વૃતિઓને ચિંતન-ભકિત દ્વારા સંપૂર્ણ એકાગ્ર કરી નિરંતર શ્રીજીબાવામાં જોડવી તેનું નામ જ સેવા. ચેતસ્તત્પ્રવણં સેવા.

આ ઘોર કલિયુગમાં સંસારમાં (લૌકિકમાં) આસકત થવાથી, પ્રાણીમાત્ર આત્મતત્વના સુખનો(ઉદ્ધારનો)વિચાર કરતા જ નથી.અને આપણું આયુષ્ય ખાવા.પીવા,મોજશોખ,અને ઉંઘવામાં જ વહી જાય છે. આપણા પરિવારજનો, ઘર, સંપતિ,બધું જ નાશવંત હોવા છતાં આપણે લૌકિક-વૈદિક,ગડમથલમાં આપણો સમય બરબાદ કરીએ છીએ. આમ ભૌતિકવાદનું ભૂત ભકિત ભૂલાવે છે,કારણ આપણે સત્સંગ માટે સમય ફાળવી શકતાં જ નથી. તો શું આપણને નથી લાગતું કે સત્સંગ દ્વારા(સત્સંગ તાદ્દશી વૈષ્ણવોનો કે પુસ્તકોનો કરવો.) ચિત્તશુદ્ધિ કરી જીવનને સન્માર્ગે વાળી ભકિત દ્વારા આત્માનો ઉદ્ધાર કરવો જોઈએ. ચિત્તશુદ્ધિ માટે ભકિતરૂપી જળનું નિત્યસિંચન થતું રહે એ જરૂરી છે.

પહેલાં તો ભકિતરૂપી બીજનું રોપણ થવું જોઈએ. એમાટે લૌકિક આસકિતઓ અને અહંતામમતાનો ત્યાગ કરવો જરૂરી છે.સાથે ભગવદ્દકથાનું શ્રવણ અને ભગવદ્-ગુણગાન કરવાથી ભકિતનો બીજભાવ દઢ થાય છે. અને પછી ધીમે ધીમે પ્રેમપૂર્ણ પરિચય દ્વારા ભાવ વિકસાવવો જોઈએ. અને એ માટે પ્રેમીના ગુણો પ્રેમને સુદ્રઢ કરવા વધુ મહત્વના ગણાય છે. અને જેમ જેમ પ્રેમ વધતો જાય તેમ આસકિત અને છેલ્લે વ્યસન દશા પ્રાપ્ત થાય છે જે ખૂબ દૂરની વાત છે. અને એમાં પ્રભુકૃપા ખૂબ જ આવશ્યક છે. આમ પ્રેમને ઉત્કટ બનાવવા (વધારવા)માટે શ્રીઠાકોરજીના ગુણોનું ગુણગાન ખૂબ જરૂરી છે. આ બાબત જેમ શ્રીઠાકોરજીને લાગુ પડે છે,તેમ શ્રીયમુનાજીને પણ લાગુ પડે છે.

શ્રી હરિરાયજી પોતાના પદમાં સમજાવે છે કે શ્રીયમુનાજીનાં અનેક નામોરૂપી રત્નોનો હાર બનાવી હૈયે ધારણ કરવાથી શ્રીઠાકોરજી પ્રસન્ન થાય છે.(હાર બનાવી હૈયે ધારણ કરવાથી અર્થાત એને હૃદયમાં આત્મસાત્ કરવાથી એટલે કે શ્રીયમુનાજીના નામો રૂપી રત્નોનું એકાગ્રતાથી રટણ કરવાથી -સ્મરણ કરવાથી)

જીવ પુષ્ટિમાર્ગમાં શરણે આવે કે તરત જ શ્રીયમુનાજી એજીવનો સ્વીકાર કરે છે અને લીલાધામમાં બિરાજતા શ્રીયમુનાજીની ડાબી ભૂજા ફરકે છે. તરત જ પોતે આતુરતાથી દોડી જઈ આનંદ ભર્યા હૈયે શ્રીઠાકોરજીને વધામણી આપે છે કે, કૃપાનાથ ભૂતલ ઉપર એક વધુ દૈવી જીવ આપના શરણે આવ્યો છે. કૃપા કરી તેનો અંગીકાર કરો- સેવાનું સુખ આપો. એ જીવ શ્રીયમુનાજીનું જેટલા પ્રમાણમાં ગુણગાન કરે,તેટલા શ્રીયમુનાજી તે જીવ પર પ્રસન્ન થાય છે. જયાં જયાં યમુનાજીનાં ગુણગાન થાય છે, ત્યાં ત્યાંશ્રીઠકોરજી અવશ્ય બિરાજે છે. એ જીવો ઉપર શ્રી ઠાકોરજી ઘણી કૃપા કરે છે. શ્રીઠાકોરજી એ જીવોનાં હૃદયમાં બિરાજી અલૌકિક સુખની વર્ષા કરે છે.

આમ, શ્રીકૃષ્ણના ચતુર્થ પ્રિયા શ્રીયમુના-મહારાણીજીની નિજભકતો પ્રત્યેની તેમની ભાવના અદ્ભૂત અને અલૌકિક છે. શ્રીયમુનાજી ભગવદ્સ્વરૂપ છે. શ્રીઠાકોરજીની કૃપાશકિતનું પ્રાગટય શ્રીયમુના-મહારાણીજી સ્વરૂપે ગોલોકધામમાં થયું. તેમજ શ્રીઠાકોરજીના લીલાવિહાર માટે અને લીલા પરિકરના સુખદાન માટે શ્રીયમુનાજી અલૌકિક રાસસરિતા સ્વરૂપ બન્યા અને શ્રીગિરિરાજની તળેટીમાં વહેવા લાગ્યા.

શ્રીયમુનાજી કૃપા કરી આપણા દોષોને દૂર કરે છે અને શ્રીઠાકારજીને પધારવાનું મન થાય એવું આપણું હૃદય એક બગીચા સમાન બનાવે છે. આમ શ્રીયમુનાજી આપણી ઉપર ખૂબ કૃપા કરે છે, અને જે કૃપા કરે છે એ જ ભકિતનું દાન કરી શકે છે.

કૃપાશકિત શ્રીયમુનાજીના ગુણગાન ગાવા માટે વૈષ્ણવોને સુવિધા રહે માટે વ્યવસ્થિત સંલકન કરવાની ઈચ્છા ઘણા વખતથી હતી. પણ શ્રીવલ્લભકૃપા વિના તે શકય બનતું નથી. શ્રીવલ્લભકૃપા કરે તો જ આપણે ‘મા’ ના ગુણગાન ગાઈ શકીએ છીએ.

પૂ.પા.ગો. ૧૦૮ શ્રીવાગીશકુમારજીએ શ્રીયમુનાજી ઉપર પુસ્તક પ્રગટ કરવા મારામાં પ્રેરણાનો દીપક પ્રગટાવ્યોઅને આ શુભ કાર્ય ત્રણેવ નિધિ સ્વરૂપોની કૃપાથી પાર ઉતર્યુ. આમ વૈષ્ણવસૃષ્ટિ સમક્ષ “નિધિદેનહારી શ્રીયમુને” રજૂ કરતાં અનહદ આનંદ અનુભવું છું.

બીજું મારાં બધાં જ પુસ્તકો સેવા અર્થે વાપરવાનો મારો નિશ્ચય મક્કમ છે. તે પણ શ્રીજીબાવાની પ્રેરણા જ છે. આ કાર્ય પણ શ્રીજીબાવા જ પાર પાડશે. અને પાડે એજ પ્રાર્થના.

-નયનાના ભગવદ્ સ્મરણ.

દૈન્ય - સ્તુતિ

કૃષ્ણં નમામિ દાસો(ઙ) હં કૃષ્ણ -તૂર્ય-પ્રિયાં હિતામ્ ।
કૃષ્ણાસ્યમગ્નિપુત્રં ચ કૃષ્ણા-રસ-પ્રસાદતઃ ॥

વલ્લભાચાર્યરચિતં વિવેચ્મિ યમુનાષ્ટકમ્ ।
તદર્થ દીયતાં જ્ઞાનં પ્રસન્ન-પુરૂષોત્તમ ॥

નમસ્તુભ્યં ભગવતે કૃષ્ણાયાકુણ્ઠમેધસે ।
ત્વમેવ ભગવાન્ સાક્ષાદ્ વિષ્ણુર્યોગેશ્વરેશ્વર : ॥

નનુ સ્વાર્થવિમૂઢાનાં પ્રમત્તાનાં ગૃહેહયા ।
પ્રીતિઃ સ્યાદ્ યમુનાભકત્યા મમેયં નિશ્ચિતા હરૌ ॥

"શ્રી યમુને માતકી જય"
"શ્રીયમુને શરણં મમઃ"

ૐ નમો ભગવત્યૈ, કલિન્દનંદિન્યૈ, સૂર્યકન્યાયૈ, ચમભગિન્યૈ,

શ્રી કૃષ્ણ પ્રિયાયૈ નમઃ ।

શ્રી યમુનાજીનું પ્રાકટય

શ્રી કૃષ્ણના ચતુર્થપ્રિયા શ્રીયમુના માહારાણીનું પ્રાકટય તેમનું સ્વરૂપ, નામ, ગુણ અને લીલા તથા નિજભકતોના પ્રત્યેની તેમની ભાવના અદ્‌ભૂત અને અલૌકિક છે.

જેમ શ્રીઠાકોરજી ભગવદ્‌સ્વરૂપ છે,તેમ શ્રી રાધિકાજી,શ્રીયમુનાજી વગેરે સ્વામિનીજીઓ પણ ભગવદ્‌સ્વરૂપ છે. ભગવદ્ સ્વરૂપનું પ્રાકટય થાય છે,જન્મ થતો નથી.

શ્રીઠાકોરજી અનાદિ અને અનંત છે. તેઓ સચ્ચિદાનંદ છે, પૂર્ણ આનંદસ્વરૂપ છે. શ્રીઠાકોરજી સૃષ્ટિ પૂર્વે એકલા હતા. શ્રીઠાકોરજીને પોતાનો જ આનંદ માણવાની ઈચ્છા થઈ. તેમણે વિચાર કર્યો કે આનંદ એકલાથી માણી શકતો નથી. આથી શ્રીઠાકોરજી એકમાંથી અનેક થયા. વેદોમાં શ્રીઠાકોરજીની આ લીલાને'એકોઽહં બહુસ્યામ' શબ્દોમાં વર્ણવેલી છે.

શ્રીઠાકોરજીએ પોતના જ સ્વરૂપમાંથી રમણ માટે ગોલોકધામ પ્રકટ કર્યુ. ત્યાર પછી પોતાના હ્રદયમાંથી પોતાનું જ બીજું સ્વરૂપ પ્રકટ કર્યું તે આહ્‌લાદિની શકિતનું સ્વરૂપ હતું. શ્રીઠાકોરજી શકિતમાન હોવાથી સ્વામિ છે અને શકિતસ્વરૂપ એમના સ્વામિની કહેવાયા. શ્રી સ્વામિનીજીનું પ્રાકટય શ્રીઠાકોરજીના લીલાવિહારમાં શ્રીઠાકોરજીને પ્રસન્ન કરવા માટે આનંદ પમાડવા માટે હતું તેથી તેમનું નામ શ્રીરાધાજી (જે આરાધના કરે તે રાધા) પડયું. શ્રીરાધાજીએ શ્રીઠાકોરજીને વિનંતી કરી, મહારાજ, આપની સેવા માટે હું પ્રકટ તો થઈ, પરંતુ રસ-આનંદ ત્યારેજ પ્રગટ થાય જયારે તેને અનુરૂપ સ્થળ અને વાતાવરણ હોય. આ સુંદર ગોલોકધામમાં લીલાવિહારને અનુરૂપ સ્થળો નથી અને પરિકર નથી. આપણે બંન્ને એકલાં છીએ એટલે આનંદ-રસ કેવીરીતે પ્રગટ થાય?

શ્રીઠાકોરજીએ કહ્યું તમારી વાત સાચી છે. એટલે શ્રીઠાકોરજીએ પોતાના હૃદયમાંથી પ્રેમનો અત્યંત દિવ્ય પ્રકાશયુકત પુંજ પ્રકટ કર્યો. જે લાંબા પહોળા વિસ્તારમાં ઘણો વિસ્તર્યો, એ જ શ્રીગિરિરાજજી. ત્યાર પછી શ્રીઠાકોરજીએ હૃદય પ્રદેશમાંથી પોતાનું જ બીજું સ્વરૂ પ્રકટ કર્યુ. આલ્હાદ એટલે કે આનંદ માટે કૃપા અતિશય જરૂરી છે. શ્રીઠકોરજીની કૃપાશકિતનું પ્રાકટય શ્રીયમુનાજી સ્વરૂપે થયું. આમ **આહલદિની શકિત-શ્રીરાધાજી સ્વરૂપે** અને **કૃપાશકિત - શ્રી યમુનાજી સ્વરૂપે પ્રકટ થઇ**. અને શ્રીગિરિરાજ પ્રકટ થયા તેઓ પર્વત સ્વરૂપે બિરાજયા.પણ સરિતા વિના પર્વતની રમણીયતા અપૂર્ણ રહે, માટે શ્રીઠાકોરજીના લીલાવિહાર માટેઅને લીલાપરિકરના સુખદાન માટે શ્રીયમુનાજી અલૌકિક રસસરિતા સ્વરૂપ બન્યા, અને શ્રીગિરિરાજની તળેટીમાં વહેવા લાગ્યા. તેમના બંન્ને કિનારે અનેક લીલાસ્થળો રચાયાં. શ્રીઠાકોરજી લીલાપરિકર સાથે શ્રીયમુનાજીના કિનારે રાસવિલાસ કરવા લાગ્યા. તેઓ સ્થળ લીલા પછી.શ્રમનિવારણ (થાક ઉતારવા) માટે શ્રીયમુનાજળમાં જલવિહાર કરવા લાગ્યા. **આમ ગોલોકમાં શ્રીયમુનાજી સ્વામિની અને સરિતા એમ બંન્ને સ્વરૂપે બિરાજયાં.** આમ બાહ્સ્વરૂપે શ્રી ઠાકોરજી અને શ્રી યમુનાજી રસઘન છે.કોઇ ભેદ નથી પણ શ્રીઠાકોરજીના સુખ અને સેવા માટે પૂર્ણ પ્રેમલક્ષણા ભકિતથી દ્રવિભૂત થયેલાં શ્રીયમુનાજી સરિતા સ્વરૂપ બન્યાં. આમ સ્વામિની સ્વરૂપ યમુનાજીની પાછળ(ભીતર) સરિતા સ્વરૂપ શ્રીયમુનાજી બિરાજે છે. એવી રીતે સરિતા સ્વરૂપ શ્રીયમુનાજીની પાછળ શ્રીસ્વામિની સ્વરૂપ શ્રીયમુનાજી બિરાજમાન છે. માટે શ્રીમહાપ્રભુજીએ 'શ્રીયમુનાષ્ટક જાના પ્રત્યેક શ્લોકમાં એક સાથે જ સરિતા સ્વરૂપ શ્રીયમુનાજી અને સ્વામિની સ્વરૂપ શ્રીયમુનાજી ની સ્તુતિ કરી છે જેમ કે "તરંગભુજ કંકણ" એ તરંગો તરંગો નથી પણ મોતીના કંકણછે,જે સાક્ષાત શ્રીયમુનાજીએ ધારણ કર્યા છે. પણ એ તો અલૌકિક દ્રષ્ટિ પ્રાપ્ત થાય તો જ નિરખાય.(દેખાય)

ગોલોકધામમાં શ્રીઠાકોરજી લીલાપરિકર સાથે અનંત વર્ષો સુધી લીલાવિહાર કરતા રહ્યા. તે વખતે લિલાપરિકરના કેટલાક જીવોથી જાણે-અજાણે અપરાધ થયા તે ભોગવવા માટે તે જીવોને પૃથ્વીલોક પર જન્મ લેવો પડયો. આમ નિત્યલીલાના ઘણા જીવો મનુષ્યયોનિ ધારણ કરીને સારસસ્વત કલ્પમાં વ્રજમંડળમાં પ્રગટ થયા તે **નિત્ય સિદ્ધા.**

વેદની શ્રુતિઓએ શ્રીઠાકોરજીના જે ગુણગાન ગાયા હતા તેના ફળરૂપે તેમનો શ્રીઠાકોરજીમાં અલૌકિક સ્નેહ જાગ્યો. તેમને શ્રીઠાકોરજીના સ્વરૂપાનંદનું સુખ પ્રાપ્ત થયું નહતું, તે પ્રાપ્ત કરવા શ્રીઠાકોરજીને વિનંતી કરી અને શ્રીઠકોરજીએ

કૃપા કરી તેમને પૃથ્વી પર સારસ્વત કલ્પના દ્વાપરયુગમાં વ્રજમંડળમાં ગોપીજનો સ્રૂપે પ્રગટ થવાની આજ્ઞા કરી તે **શ્રુતિરૂપા ગોપીજનો**.

રામાવતારમાં દંડકારણ્યમાં સોળહજાર ઋષિકુમારોએ જયારે શ્રીરામચંદ્રજીનું લાવણ્યયુકત સ્વરૂપ નીરખ્યું ત્યારે તેમને પતિ સ્વરૂપે મેળવવાની ઈચ્છા જાગી ત્યારે શ્રીરામચંદ્રજીએ આજ્ઞા કરી કે સારસ્વત કલ્પના દ્વાપરયુગમાં વ્રજમાં તમારો મનોરથ પૂર્ણ થશે અને આ **ઋષિરૂપા ગોપીજનો**.

આમ, સારસ્વત કલ્પના **દ્વાપરયુગમાં ત્રણ પ્રકારે ભકતો વ્રજમાં પ્રકટ થયા. (૧) નિત્યલીલામાથી વિખૂટા પડેલા નિત્યસિદ્ધા (૨) શ્રુતિરૂપા અને (૩) ઋષિ રૂપા**. આ ભકતોને આપેલું વચન પૂર્ણ કરવા માટે શ્રીઠાકોરજીએ પૃથ્વી ઉપર વ્રજમંડળમાં પધારવાનું નક્કી કર્યું. તેથી સમસ્ત ગોલોકધામને વ્રજમંડળમાં પ્રકટ થવાની આજ્ઞા કરી. તે આજ્ઞાને અનુસરીને શ્રીયમુનાજીનું પણ પૃથ્વી ઉપર સ્વામિની અને સરિતા સ્વરૂપે પ્રાગટય થયું.

શ્રીયમુનાજી શ્રીઠાકોરજીનું જ ભગવદ્સ્વરૂપ હોવાથી ગમે ત્યાં પ્રકટ થતાં નથી. તેમના સ્વરૂપને અનુરૂપ સ્થળમાં અને વંશમાં પ્રકટ થાય છે. શ્રીયમુનાજીએ સરિતા સ્વરૂપે પ્રકટ થવા સર્વપર્વતોમાં શ્રેષ્ઠ "કલિંદ" પર્વતને પસંદ કર્યો. "કલિંદ" એટલે કલિયુગના દોષોનો નાશ કરનાર. "કલિંદ" પર્વત પર સરિતા સ્વરૂપે ગોલોકધામાંથી શ્રીયમુનાજી ચૈત્રસુદ-૬ના દિવસે પધાર્યા. એટલે આપણા સંપ્રદાયમાં ચૈત્ર સુદ - ૬ના દિવસને શ્રીયમુનાજીના પ્રાગટય દિન તરીકે ઉજવવામાં આવે છે. "કલિંદ" પર્વત પરથી શ્રીયમુનાજી આગળ વધતાં વધતાં યમનોત્રી સુધી પહોંચ્યા. યાત્રિકો ત્યાં શ્રીયમુનાજીની નજીક જઇ શકે છે. યમનોત્રીથી આગળ વધતાં વધતાં તીર્થરાજ પ્રયાગ સુધી પધાર્યા જયાં ગંગાજી સાથે તેમનો સંગમ થયો. ચૈત્ર સુદ - ૬ થી જેઠ સુદ - ૧૦ સુધી શ્રીયમુનાજી પૃથ્વીને પાવન કરતાં રહ્યાં. શ્રીયમુનાજી તીર્થરાજ પ્રયાગ પાસે થંભી ગયા, ત્યાંથી આગળ જઇને સમુદ્ર સાથે મળ્યાં નથી.

શ્રીયમુનાજી યમનોત્રીથી તીર્થરાજ પ્રયાગ સુધી વહેતાં રહ્યાં હોવા છતાં, **એમનું અલૌકિક સ્વરૂપ તો કેવળ વ્રજમંડળમાં જ બિરાજયું છે**. આમ મથૂરામાં વિશ્રામઘાટ, ગોકુળમાં ગોવિંદઘાટ, ઠકરાણીઘાટ અને વ્રજમંડળમાં જયાં જયાં બિરાજયાં એ સર્વ સ્થાનોમાં શ્રીયમુનાજી અલૌકિક ભગવદ્સ્વામિની સ્વરૂપે બિરાજમાન છે. અન્યત્ર તેઓ ભગવદ્અંશ રૂપ દેવી સ્વરૂપે (મર્યાદા સ્વરૂપે) બિરાજે છે. આમ સરિતા સ્વરૂપે શ્રીયમુનાજીનું પૃથ્વી પર પ્રાકટય થયું, સારસ્વત કલ્પના દ્વાપરયુગમાં શ્રીયમુનાજી વ્રજમાં બે ધારાઓથી બિરાજતા હતા. આજે

એક ધારાના આપણને દર્શન થાય છે. બીજી ધારાના આજે દર્શન થતાં નથી. એ બીજી ધારા શ્રીગિરિરાજની તળેટીમાં આવેલા જમુનાવતા ગામ પાસે થઈને, શ્રી ગિરિરાજની તળેટીમાંથી વહેતી વહેતી સીધી આગ્રા પાસે બન્ને ધારાઓ એક થઈ જતી. આજે પણ શ્રીગિરિરાજની તળેટીમાં યમુનાજીના કિનારા જેવી મુલાયમ વાલુકાના (રજના) દર્શન થાય છે.

શ્રીઠાકોરજી બે સ્વરૂપે અનુભવ આપે છે. ધર્મી અને ધર્મ સ્વરૂપે તેમ શ્રીયમુનાજી તેમના ધર્મી સ્વરૂપ-સ્વામિની સ્વરૂપે જમુનાવતા ગામમાં ભાનુગોપને ત્યાં ચૈત્ર સુદ-૬ના દિવસે પુત્રી રૂપે પ્રકટ થયાં. તેથી તેઓ **"ભાનુતનયા"** કહેવાયા. તેમજ શ્રીઠાકોરજી અલૌકિક, રસાત્મક, આધિદૈવિક, સૂર્યસ્વરૂપ છે. - એમના હૃદયમાંથી શ્રીયમુનાજીનું પ્રાકટય થયું તેથી **"રવિતનયા"** અથવા **"ભાનુતનયા"** કહેવાયા. આમ સરિતાસ્વરૂપ અને સ્વામિનીસ્વરૂપ શ્રીયમુનાજી પૃથ્વી ઉપર પ્રકટ થયાં. આમ એમની પ્રાકટ્યલીલા અલૌકિક અને અદ્‌ભૂત છે. શ્રીયમુનાજી રવિતનયા કહેવાય છે. તેઓ વેદત્રયી આદિત્યના પુત્રી છે. ઋગ્વેદ, યજુર્વેદ અને સામવેદ એ વેદત્રયીને આદિત્ય કહેવાયમાં આવે છે. આદિત્ય એટલે સૂર્ય. પરંતુ આ સૂર્ય એટલે આપણને આકાશમાં દેખાય છે તે નહીં પરંતુ એ તો રવિમંડળનું આધ્યાત્મિક સ્વરૂપ જે વેદત્રયી છે તે સ્વરૂપે સૂર્ય છે. **વેદત્રયીમાં આનંદમય પરમાત્મા નારાયણ બિરાજે છે. તેથી તે સ્વયમ્ પરમાત્માનું સ્વરૂપ છે.** એ રવિમંડળમાં શ્રીયમુનાજી રસાત્મક સ્વરૂપે રહેલાં છે. **વિવસ્વાન આદિત્ય શ્રીયમુનાજીના પિતા છે** અને સંજ્ઞા માતા છે. વેદત્રયીમાં જણાવેલ બધા કર્મો (યજ્ઞો) નું જે જ્ઞાન છે તેને સંજ્ઞા કહેવાય. અને એ જ્ઞાન અને પ્રમાણને સ્વીકારીને આપણે આપણા કર્તવ્યોનો જે નિર્ણય લઈએ તે સંજ્ઞા. એ સંજ્ઞા તે પોતે આદિત્યની પત્ની અને શ્રીયમુનાજીના માતા છે. **વેદત્રયીમાં જે કર્મો સૂચવેલાં છે તે કર્મો કરવાં તે મનુષ્યનો ધર્મ છે. અને એ ધર્મોમાંથી જે ધર્મ ઉત્પન્ન થાય તે ધર્મરાજ અનેએ કર્મો અથવા ધર્મ કરવાથી જે બ્રહ્મરસ પ્રકટયો તે શ્રીયમુના.** આમ શ્રીયમુનાજીના પિતા સૂર્ય (આદિત્ય-વેદત્રયી) માતા સંજ્ઞા અને ભાઈ ધર્મરાજ છે. પદ્મપુરાણમાં શ્રીયમુનાજીના પ્રાગટય અને સ્વરૂપ વિશે આ પ્રમાણે બતાવ્યું છે.

સમુદ્રમંથન વખતે જે મોહિની રૂપ પ્રગટ થયું હતું તે પણ શ્રીયુમનાજીનું સ્વરૂપ હતું.

શ્રી યમુનાજીનું સ્વરૂપ અને મહાત્મ્ય

શ્રી યમુનાજીનું સ્વરૂપ

શ્રીયમુનાજી ગોલોકધામ અને પૃથ્વી ઉપર સ્વામિની અને સરિતા સ્વરૂપે બિરાજે છે. શ્રીમહાપ્રભુજીએ સમજાવ્યા પ્રમાણે દરેકના ત્રણ ત્રણ સ્વરૂપ છે. (૧) આધિદૈવકિ સ્વરૂપ (૨) આધ્યાત્મિક સ્વરૂપ (૩) આધિભોતિક સ્વરૂપ.

(૧) આધિદૈવિક સ્વરૂપ : એટલે સાક્ષાત **અલૌકિક ભગવદ્ સ્વરૂપ.** શ્રીયમુનાજીનું સ્વામિની સ્વરૂપ એ આધિદૈવિક સ્વરૂપ છે. એ સ્વરૂપને આપણે શ્રીમહારાણીમાંના નામથી ઓળખીએ છીએ. શ્રીઠાકોરજીની જેમ જ શ્રીયમુનાજી પણ મેઘશ્યામ વર્ણના છે. એમનું શ્રીઅંગ દિવ્ય, પ્રકાશિત, મધુર છે. સદા સોળ વર્ષની વય ધારણ કરી લીલામાં બિરાજે છે. તેઓ શ્યામ વર્ણના હોવાથી એમના દર્શન કરતાં શ્રીઠાકોરજીના સ્વરૂપની યાદ આવી જાય છે. તેથી તેઓ **"કૃષ્ણા"** ના નામથી પણ સુવિખ્યાત છે. શ્રીઠાકોરજીએ તેમને પોતાનું સૂથન, કાછની, પટકા અને મુકુટનો શૃંગાર ધારણ કરવા આપ્યા હતા અને હમેશાં ધારણ કરવાની આજ્ઞા આપી હતી. (રાસલીલાના પ્રસંગ વખતે) શ્રીઠાકોરજીનો એ શૃંગાર સદા ધારણ કરવાની શ્રીરાધાજીએ પણ આજ્ઞા આપી હતી. (માનલીલાના પ્રસંગ વખતે) આ આદિદૈવિક સ્વરૂપે શ્રીયમુનાજી હમેશાં શ્રીઠાકોરજી સાથે લીલામાં બિરાજે છે અને શ્રીઠાકોરજીને અને ભકતોને અલૌકિક સુખનું દાન કરે છે.

(૨) આધ્યાત્મિક સ્વરૂપ : એટલે ગુણાત્મક સ્વરૂપ : સ્વરૂપના અલૌકિક ગુણોનો અનુભવ થાય. પરંતુ તે ગુણાત્મક સ્વરૂપના દર્શન થાય નહીં. એનો તો આપણને અહેસાસ થાય, અનુભવ થાય.શ્રીયમુનાજી શ્રીઠાકોરજીની "કૃપાશકિત"

નું સ્વરૂપ છે. વળી તેઓ ભકિતનું સ્વરૂપ છે, તેથી જીવો પર કૃપા કરી ભકિતનું દાન કરવાનું સામર્થ્ય તેમનામાં છે. તેઓ શ્રીઠાકોરજીને પણ મુકિતને બદલે ભકિત આપવા સંમત કરી લે છે. શ્રીયમુનાજળનું પય:પાન કરનારને યમયાતના ભોગવવી પડતી નથી.શ્રીયમુનાજીનું આ સામર્થ્ય-ગુણ એ એમનું આધ્યાત્મિક સ્વ રૂ પ છે. એનો આપણે અનુભવ કરી શકીએ છીએ.

(૩) આધિભૌતિક સ્વરૂપ : સરિતા સ્વરૂપે શ્રીયમુનાજીનું દર્શન,સ્પર્શ,સેવા કરી શકીએ છીએ તે શ્રીયમુનાજીનું આધિભૌતિક સ્વરૂપ છે. અને એ સ્વરૂપની અંદર જ આધિદૈવિક અને આધ્યાત્મિક સ્વરૂપે શ્રીયમુનાજી બિરાજે છે. ગોલોકધામમાં અને વ્રજમંડળમાં શ્રીયમુનાજીનું આધિભૌતિક સ્વરૂપ અલૌકિક છે. ઘણા ભગવદીયોને એમના એ અલૌકિક સ્વરૂપનાં દર્શન થયા છે. જેમ કે શ્રીગોપાલદાસભાઈને શ્રીયમુનાજીના કિનારા સોનાના પતરાથી મઢેલા અને એમાં કિમતી રત્નો જડેલા છે એવા દર્શન થતા હતા.

શ્રીયમુનાજીનું જળ ભૌતિકજળ નથી. **શ્રીઠાકોરજીનું સ્મરશ્રમ** જળ છે. તરંગો-ભુજાઓનું સ્વરૂપ છે. કિનારે ચમકતી રેતીનો વિશાળ પટ છે તે મોતી તણાં કંકણ છે.આવાં શ્રીયમુનાજી ગોલોકમાં અને વ્રજમંડળમાં શ્રીઠાકોરજીને સુખદાન માટે બિરાજે છે. કૃપાપાત્ર ભગવદીયોને શ્રીયમુનાજીનાં આવાં દિવ્ય સરિતા સ્વરૂપનાં દર્શન આજે પણ થાય છે.

શ્રી યમુનાજીનો મહિમા

શ્રીયમુનાજી ભૂતળ ઉપર પહેલાં પધાર્યા, શ્રીઠાકોરજીની સાથે ન પધાર્યા, એનુ કારણ છે, કેવળ તેમની ભકતો માટેની પ્રીતિ. આવાં શ્રીયમુનાજીનું પુષ્ટિ મહાત્મ્ય શ્રીમહાપ્રભુજી, શ્રીગુંસાઈજી, શ્રીહરિરાયજી, શ્રીદેવકીનંદજી, શ્રીજીવણજી આદિ આચાર્યોએ પ્રકટ કર્યુંછે. ઘણા મહાનુભાવોએ સમજાવ્યું છે,ગંગાબાઈ જેવા ઘણા વૈષ્ણવોએ પદો પણ રચ્યાં અને એ રીતે શ્રીયમુનાજીનું મહાત્મય પ્રગટ કર્યું છે.

પુષ્ટિ જગતના જીવોના જનક એટલે કે **પિતા શ્રીગોવર્ધનનાથજી** છે **અને જનની શ્રીયમુનામાતાજી છે**. તેઓ આપણું જીવન છે,પ્રાણ છે, ધન છે, સર્વસ્વ છે. શ્રીયમુનામા વિના પુષ્ટિજીવન અસંભવ છે.પુષ્ટિજીવને શ્રીયમુનામા તેના માટે સર્વસ્વ છે,કારણ કે તેઓ શ્રીજીબાવાના ચરણ મેળવી આપે છે,શ્રીજીબાવાનું સુખ પમાડે છે. આપણે ત્યાં શ્રીમહાપ્રભુજીથી લઈને આજ સુધી બધાંએ શ્રીજીબાવાના જેટલા યશ ગાયા છે અને જેટલી સેવા કરી છે એટલા જ યશ શ્રીયમુનાજીના ગાયા

છે એટલી જ સેવા શ્રીયમુનાજીની કરી છે.સેવામાં દરેક વૈષ્ણવ પહેલાં **"યમુનાષ્ટક"** બોલતાં બોલતાં શ્રીયમુનાજીના જળનાં ઝારીજી ભરી સિંહાસન પાસે પધરાવે છે. પછી શ્રીઠાકોરજીને જગાડે છે. જપ-પાઠ કરતાંય પહેલું સ્મરણ **"શ્રીયમુનાષ્ટક"** દ્વારા શ્રીયમુનાજીનું કરે છે.

શ્રીઠાકોરજી ભકતને પરાધીન છે, તે પ્રેમની પરાધીનતા છે. તેમ શ્રીયમુનાજી પણ ભકતોને પરાધીન છે.શ્રીયમુનાજીમાં એક બીજી વિશેષતા એ છે કે તેઓ ભકતોને વશ રહે પણ શ્રીઠાકોરજીને પણ ભકતોને પરવશ કરી દે છે. શ્રીગોવિંદસ્વામી કહે છે કે શ્રીયમુનાજીનું ગુણગાન કરો ને શ્રીઠાકોરજીને પામો અને વશ કરો.

બીજું શ્રીયમુનાજીના ગુણ ગાવાથી, અલૌકિક સ્મરશ્રમજળયુકત **શ્રીયમુનાજળ જે ગોકુળમાં શ્રીઠકુરાણી ઘાટે બીરાજે છે, જે સાક્ષાત પ્રેમરસ છે** તે ભકતોના નેત્રમાં પધારે છે. તેમજ ભકતોની વાણીમાં પણ એજ દિવ્ય પ્રેમરસ બિરાજે છે. આવાં **'નિધિ દેનહારી'** શ્રીયમુનાજી ભકતો માટે જનની બનીને જગતમાં પધાર્યાં છે.(પુષ્ટિમાં બે મૈયા છે. શ્રીકૃષ્ણના જશોદામૈયા અને વૈષ્ણવોના શ્રીયમુનામૈયા)

શ્રીયમુનાજીની પ્રેમરૂપા ભકિતનો ગુણગાન અને સેવનનો અધિક મહિમા છે. શ્રીયમુના નામ ભકતોનું મોટું ધન છે.શ્રીયમુનાજીમાં પ્રેમરૂપા ભકિત દઢ થાય તે માટે શ્રીયમુનાજીનો મહિમા જાણવો જરૂરી છે. શ્રીયમુનાજીનો મહિમા વેદો,પદ્મપુરાણ, ગર્ગસંહિતા તથા ભાગવતજીએ પણ ગાયો છે. શ્રીયમુનાજીનું નામ તો **"અમૃતરસ"** છે.શ્રીયમુનાજીમાં શ્રીઠાકોરજીના(ભગવાનના) છ યે દિવ્ય ગુણો (ઐશ્વર્ય,વીર્ય, યશ શ્રી, જ્ઞાન અને વૈરાગ્ય)છે. તેથી તેઓ ભગવતી છે. તેમનું નામ પણ સ્વરૂપાત્મક હોવાથી અમૃતરસ રૂપ છે. શ્રીયમુનાજી શ્રીઠાકોરજીની જેમ અલૌકિક પ્રેમ-આનંદરસનું ઘનીભૂત સાકાર સ્વરૂપ છે. એમનું નામ એ જ અલૌકિક પ્રેમ-આનંદરસનુ ંદ્રવિભૂત (પિગળેલું,ઓગળેલું)સ્વરૂપ છે. જયાં સુધી શ્રીયમુનાજીની કૃપાથી આપણને દિવ્ય ચક્ષુ મળ્યાં નથી ત્યાં સુધી શ્રયમુનાજીના દિવ્ય સ્વરૂપના દર્શન શકય નથી. ત્યાં સુધી તો શ્રીયમુનાજીના નામરસ અમૃતનો જ અનુભવ કરવાનો છે. આ નામામૃત - રૂપામૃતનું પાન અવશ્ય કરાવશે. શ્રીયમુનાજી પોતાની દિવ્ય શકિતથી જીવોનેખેંચીને શ્રીઠાકોરજીના ચરણકમલમાં લાવે છે અને ત્યાં સદા રાખે છે માટે તે યમુના છે. (યમથી દૂર રાખે છે.)

યમુના એટલે યમ+ઊના. ઊન એટલે નાનું. યમથી નાની માટે યમુના. ધર્મદેવ યમરાજાના નાના બ્હેન યમુના, શ્રીયમુનાજીનું બીજું નામ છે"કાલિંદિ". શ્રીયમુનાજી ગોલોકમાંથી પૃથ્વી ઉપર પધાર્યા ત્યારે સૌ પહેલાં હિમાલયની ગિરિમાળામાં આવેલ કાલિંદ પર્વતના શિખર પર પધાર્યા તેથી તેમનું નામ

"કાલિંદિ" પડયું. તેનો બીજો અર્થ એમ છે કે કલિયુગના દોષોનો નાશ કરે છે તે "કાલિંદિ". શ્રીમહાપ્રભુજી જણાવે છે કે જે મનુષ્ય શ્રીયમુના પાન કરે છે તેના સર્વદોષો નાશ પામે છે અને તેને યમયાતના પણ ભોગવવી પડતી નથી. આ શ્રીયમુનાજીનું અલૌકિક સામર્થ્ય છે.

શ્રી યમુનાજીના નામનો મહિમા શ્રીમહાપ્રભુજીએ 'યમુનાષ્ટક' ના છેલ્લા શ્લોકમાં બતાવ્યો છે. જે કોઈ હંમેશા પ્રસન્ન ચિત્તથી 'શ્રીયમુનાષ્ટક' નો પાઠ કરે છે તેમને નીચેના ફળ ચોક્કસ પ્રાપ્ત થાય છે. (૧) સૌ પ્રથમ તેના સર્વદોષો-પાપ-અપરાધ નાશ પામે છે. "સમસ્તદુરિતક્ષયો ભવતિ" (૨) તનમન વિશુદ્ધ થતાં ભગવાન શ્રીકૃષ્ણમાં સાચો સ્નેહ થાય છે. "મુકુન્દે ભવતિ રતિઃ" (૩) એ ભગવદ્ભકિતથી અષ્ટસિદ્ધિ પ્રાપ્ત થાય છે. "સકલસિદ્ધિદા ભવતિ" (૪) દોષનું નિવારણ કરનાર પ્રભુ પ્રસન્ન થાય છે. "મુરારિપુશ્ચ સંતુષ્યતિ" (૫) સ્વભાવ સમૂળો બદલાઈ જાય છે એટલે કે સ્વભાવનો વિજય થાય છે "સ્વભાવવિજયો ભવેત્".

આથી છીતસ્વામી કહે છે કે,

"તજો સાધન ભજો નામ શ્રીયમુનાજીકો
લાલ ગિરિધરનવર તબહી પૈયે"

જેમ કે કિશોરીબાઈને ત્યાં લૌકિક સ્વરૂપ ધારણ કરી પધારી તેમની સારવાર કરીને શ્રીગુંસાઈજી દ્વારા કિશોરીબાઈને તનુનવત્વનું દાન અપાવ્યું.

જે ભાવથી તમે શ્રીયમુનાજીનું નામ રટો તે પ્રમાણેનું ફળ શ્રીયમુનામા તમને આપે છે. મર્યાદા ભાવ વાળાને લૌકિક સુખ અને પુષ્ટિભાવ વાળાને પુષ્ટિફળ આપે છે. આપણે પુષ્ટિજીવો છીએ તો શ્રીયમુનાજીનું નામ શ્રીઠાકોરજીને પ્રસન્ન કરવાના અને પામવાના હેતુથી જ રટવું.

શ્રીયમુનાજી સ્વામિની સ્વરૂ પે નિકુંજેશ્વરી છે. અને રાસેશ્વરી છે, નિર્ગુણ ભાવના સ્વામિની છે. શ્રીઠાકોરજીમાટે તમના હૃદયમાં તત્સુખનો નિષ્કામભાવ સદા પ્રકટ છે. આથી તેઓ સદા નિકુંજલીલામાં શ્રીઠાકોરજીની સાથે બિરાજે છે. રાસલીલામાં પણ તેઓ હંમેશા શ્રીઠાકોરજીની સાથે રાસવિલાસ કરે છે.તેમના કિનારા પર રાસલિલા થાય છે અને રાસલીલાના અંતે તેમના જ જળમાં જલવિહારની લીલા પણ થાય છે. શ્રીઠાકોરજી વિના શ્રીયમુના એક ઘડી પણ રહી શકતા નથી.

શ્રીયમુનાજીની શ્રઠાકોરજીના સુખ માટેની (તત્સુખની) અનેક લીલાઓ છે. જેમ કે, શ્રીઠાકોજીએ જયારે પહેલી વખત શરદપૂર્ણિમાની રાતે આદિવૃંદાવન-

પરાસોલિમાં રાસ કરવાનો મનોરથ કર્યો અને વેણુનાદ કરી ભકતો ને બોલાવ્યા ત્યારે શ્રીઠાકોરજીએ એક વાત કરી કે રાસ એવી લીલા છે કે જે સરખે સરખા વચ્ચે જ સંભવે. નાના-મોટાનો ભેદ હોય તો રાસમાં આનંદ આવે નહીં. મારામાં અલૌકિક ઐશ્વર્ય છે ત્યાં સુધી ભકતોને રાસમાં સાચું સુખ મળશે નહી. મારૂ અલૌકિક ઐશ્વર્ય મારા વસ્ત્ર-આભૂષણમાં છે. એ મારે મારા સ્વરૂપ ઉપરથી અલગ કરવાં જોઈએ અને તે નીચે પણ ના મૂકાય. તો તમારામાંથી કોઈ પોતાની પાસે સાચવી રાખે તો હું રાસમાં જોડાઈને તમને મારા સ્વરૂપાનંદનું દાન કરી શકું. આમ કહી શ્રીઠાકોરજી એ જોવા માગતા હતા કે કોઈ એવો ભકત છે જે પોતાના સુખનો વિચાર છોડીને શ્રીઠાકોરજીના અને બીજા ભકતોના સુખનો વિચાર કરે. બધા ભકતો વિચારમાં પડી ગયા. જે ક્ષણની વર્ષોથી રાહ જોતા હતા તે આવેલી ક્ષણ કોણ જતી કરે? બધા એકબીજાની સામે જોવા લાગ્યા, કોઈએ તૈયારી બતાવી નહી,શ્રીયમુનાજીએ વિચાર કર્યો કે સાચુ સુખ જાતે ભોગવવામાં નથી, પણ ભકતો અને શ્રીઠાકોરજીને સુખ મળે તેમ તેમની સેવા કરવામાં છે અને પોતે અલૌકિક ઐશ્વર્યયુકત વસ્ત્ર-આભૂષણ સાચવવા તૈયાર થઈ ગયા. આ એમની તત્સુખની ભાવના છે. તેવી જ રીતે માન-લીલા વખતે પણ શ્રીરાધિકાજી માટે શ્રીઠાકોરજીના વસ્ત્ર આભૂષણ ધારણ કર્યા હતા. રાસલીલા વખતે શ્રીઠાકોરજીએ સ્વહસ્તે એજ વસ્ત્ર-આભૂષણ ધારણ કરાવ્યા હતા. અને રાધિકાજીએ આજ્ઞા કરી હતી કે હવે હરહંમેશ આ વસ્ત્ર-આભૂષણ ધારણ કરી રાખશો. (શ્રીયમુનાજી કોઈપણ ભકતનું મુખ અને દિલ દુઃખી થયેલુંજોઇ શકતા નથી.) અને ત્યારથી શ્રીયમુનાજી આ શણગાર નિત્ય ધારણ કરે છે.

રાસલીલાનું દાન નિત્યલીલાના જે ભકતોને નહોતું મળ્યું તેનો તેમને ખૂબ જ તાપ હતો. અને એ દાન તો શ્રીરાધાજીના જ હાથમાં છે પણ શ્રીયમુનાજીના વિશુદ્ધ પ્રેમને પરવશ શ્રીઠાકોરજી એ ભકતો સાથે રાસ કરવા તત્પર થયા. અને યમુનાપુલિન પર રાસ રચાયો. તે વખતે જ શ્રીરાધાજી પધાર્યા અને રાસ જોઈ ખૂબ ગુસ્સે થયા. શ્રીયમુનાજીને થયું શ્રીરાધાજી આ ભકતોને શ્રાપ આપશે. એટલે શ્રીયમુનાજીએ તરત તે ભકતોને કમળ બનાવી દીધા અને એમની માળા ગૂંથી શ્રીહસ્તમાં ધારણ કરી. શ્રીયમુનાજીના શ્રીહસ્તમાં જે કમળની માળાના દર્શન થાય છે તે આ ભકતોરૂપી કમળની માળા છે. શ્રીયમુનાજી આવાં ભકતવત્સલ અને ભકતરક્ષક છે.

શ્રીયમુનાજીનાકિનારેશ્રીઠાકોરજીએવ્રજભકતોસાથેપનઘટલીલા,ઉષ્ણકાળમાં જલવિહાર, નાવલીલા, વગેરે કરી છે.શ્રીયમુનાજીની નિકુંજોમાં બપોરે છાક પણ અનેક વખત આરોગ્યાં છે.

શ્રીયમુનાજીએ પુષ્ટિ અને મર્યાદા બન્ને પ્રકારના ભકતો પર અનહદ કૃપા કરવાની લીલા કરી છે. શ્રીયમુનાજી જેમ **કૃપાસાગર, ગુણસાગર** અને **ભકિતસાગર** છે તેમ તેઓ **લીલાસાગર** પણ છે.

શ્રીયમુનાજીમાં શ્રીઠાકોરજીની જેમ છ મુખ્ય ગુણ છે. (ઐશ્વર્ય, વીર્ય, યશ, શ્રી, જ્ઞાન, વૈરાગ્ય) આથી તેઓ ભગવદ્‌સ્વરૂપા છે. સાથે સાથે શ્રીયમુનાજીમાંઆઠ ઐશ્વર્યો બિરાજમાન છે. તે શ્રીમહાપ્રભુજીએ 'યમુનાષ્ટક'માં બતાવ્યા છે.

(૧) **ભકતોને સર્વ પ્રકારની સિદ્ધિઓ પ્રાપ્ત કરાવવી :** યોગથી કે વેદમાં બતાવેલ ધર્મના સાધનોથી જે સિદ્ધિ નથી મળતી એવી અલભ્ય અલૌકિક સિદ્ધિઓ શ્રીયમુનાજીની કૃપાથી પ્રપ્ત થાય છે. આ **અલૌકિક સામર્થ્ય એ એમનું પહેલું ઐશ્વર્ય છે**. શ્રીયમુનાજી ભકિતમાર્ગની આઠ પ્રકારની જે મુખ્ય સિદ્ધિ ઓ છે તેનાં દાન કરે છે.

૧. સાક્ષાત્ **ઠાકોરજીની સેવાકરવા લાયક દેહને બનાવનારી** પ્રથમ સિદ્ધિ છે, જે સિદ્ધિ દ્વારા લીલામાં આપણે જઇ શકીએ અને સાક્ષાત સેવા કરી શકીએ છીએ.
૨. **ભગવાનની લીલાઓનું દર્શન** કરવાનારી બીજી સિદ્ધિ.
૩. ગોપીજનનોની માફક **ભગવદ્‌રસનો અનુભવ**.
૪. **ભગવાનમાં સર્વાત્મભાવ થયો**. જે રાસલીલામાં ગોપીજનોને થયો અને સર્વને ત્યજી ભગવાનને સર્વ સ્વરૂપે સમજીને ભજયા.
૫. વિયોગમાં પણ **ભગવાનના આવેશવાળી દેહની સ્થિતિ** રહ્યા કરે. રાસલીલામાં શ્રીકૃષ્ણ વિયોગમાં કોઇ ગોપી કાલીયનાગ બને છે, ત્યારે કોઇ ગોપી કૃષ્ણ બની તેના ઉપર નૃત્ય કરે છે. તે ભગવાનના આવેશ વિના બની શકે નહિ.
૬. આંખ બંધ હોય ત્યારે પણ **ભીતરની આંખને લીલાનાં દર્શન થાય.**
૭. ભગવાનના **ભાવાત્મક સ્વરૂપ સાથે પણ સાક્ષાત્ સ્વરૂપના જેવા જ રસોનો અનુભવ થવો,**
૮. ભગવાનના **વિયોગમાં ભગવાનનો સર્વાત્મ સ્વરૂપે અનુભવ થવો.**

(૨) **ભકતોમાં ભગવદ્‌ભાવ વધારવો :** ભકિત અને ભગવદ્‌ભાવ ભગવદ્‌કૃપાથી જ પ્રાપ્ત થાય છે. **શ્રીયમુનાજી** ભકિતમહારાણી છે એટલે **તેમના શરણે ગયેલા જીવોને** મુકિતનું તુચ્છ ફળ ન આપતાં, **પુષ્ટિભકિત અને અલૌકિક**

ભગવદ્ ભાવરૂપી દુર્લભ ફળનું દાન કરે છે. શ્રીયમુનાજી એવા કૃપાસાગર છે કે જીવની લાયકાત અને અધિકાર જોયા વિના જ તેઓ ભગવદ્ભાવ વધારે છે. આ અલૌકિક સામર્થ્ય શ્રીયમુનાજી સિવાય બીજા કોઈમાં નથી. શ્રીઠાકોરજી મુકિતનું દાન કરે છે પણ બધાને ભકિતનું દાન કરતા નથી.

(૩) **ભકતોનો ભગવાન સાથે સબંધ થવામાં પ્રતિબંધ કરનારાં તત્વોને દૂર કરવાં અને શુદ્ધિ કરાવવી :** સદોષ જીવોનો ભગવાન સાથે સબંધ શકય નથી. તો એવા જીવો જો સંપૂર્ણ શરણાગત બનીને શ્રીયમુનાજીનું શરણ સ્વીકારે તો કૃપાસાગર શ્રીયમુનાજી જીવોની અવિદ્યા અને અપરાધોને દૂર કરી, વિશુદ્ધ બનાવી, તેનો ફરીથી શ્રીઠાકોરજી સાથે સંબંધ જોડી આપે છે.

શ્રીયમુનાજીના કિનારે વાસ કરવાથી, શ્રીયમુનાજીના જળનું સ્નાન-પાન કરવાથી અને શ્રીયમુનાજીના ગુણગાન કરવાથી ભગવદ્ અનુભવ માટે તન-મન શુદ્ધ અને પવિત્ર બને છે. આ શ્રીયમુનાજીનું અપૂર્વ અલૌકિક સામ્થર્ય છે. શ્રીગુંસાઈજીના સેવક રૂપમુરારીદાસ જે થાક ઉતારવા યમુનાજીમાં નાહ્યા અને તેમનામાં અદ્ભૂત પરિર્વતન આવ્યું હતું.

(૪) **ભગવાન સાથે લીલામાટે યોગ્ય ધર્મત્વ પ્રાપ્ત કરાવવું અને ભગવત્સેવાના સુખનું દાન કરવું :** શ્રીયમુનાજી શરણાગત જીવો પર કૃપા કરી, તેમને ભગવદીયતાનું દાન કરે છે, પછી જ શ્રીઠાકોરજી નિત્યલીલામાં એ જીવોની સેવા અંગીકાર કરે છે અને પોતાના લીલારસનું દાન કરે છે.

(૫) **પ્રભુને પ્રિય બનવામાં અડચણરૂપ કલિયુગનો દોષો નાશ કરવા : 'કલિનિવારકત્વ'** : કલિયુગ-જીવને પ્રભુથી બહિર્મુખ કરનારો છે. કલિયુગના દોષોનું નિવારણ કરવાનું સામર્થ્ય કેવળ યમુનાજીમાં જ છે માટે તેમનું નામ 'કાલિંદિ' પણ છે.

(૬) **ભગવદિયત્વનો ઉત્કર્ષ કરવો :** શ્રીયમુનાજી ભકતોના ઉત્કર્ષને સાધનારા છે, જેમ કે કિશોરીબાઇ, ઋષિ પરાશર, ધ્રુવજી વગેરે.

(૭) **તનુનવત્વ :** એટલે સેવા યોગ્ય શરીરનું નિર્માણ. આપણા પંચભૌતિક શરીર અને ઈંદ્રિયો તથા તેમાં રહેલ અંતઃકરણ ભૌતિક અને લૌકિક છે. શ્રીયમુનાજીની કૃપા થતાં તે અલૌકિક બની શકે છે. બહારથી શરીર અને ઈંદ્રિયો એનાં એજ દેખાય, પરંતુ અંદરથી તેમનામાં અલૌકિક સામર્થ્ય પ્રવેશે છે. સર્વ ઈંદ્રિયો અલૌકિક બનતાં આજન્મમાં જ અલૌકિક ભગવદ્લીલાનો સતત અનુભવ થવા લાગે છે. આવી અલૌકિક સિદ્ધિને તનુનવત્વ કહેવામાં આવે છે. આવું તનુનવત્વ શેઠ પુરૂષોતમદાસને શ્રીમહાપ્રભુજીની અસીમ

કૃપાથી અને કિશોરીબાઈને શ્રીયમુનાજીની તથા શ્રીગુંસાઈજીની કૃપાથી મલ્યું હતું. શરીર છૂટયા પછી આત્મા દિવ્ય સેવાલાયક સ્વરૂપ ધારણ કરી ભગવત્સેવા માટે ગોલોકની નિત્યલીલામાં જાય ત્યારે તે અલૌકિક સ્વરૂપને નવતનુનવત્વ કહેવામાં આવે છે.

(૮) **ભકતોને પ્રભુને પ્રિય બનાવવા :** ભકતો શ્રીઠાકોરજીને કેમ કરીને પ્રિય બને આવો મનોરથ શ્રીયમુનાજી સદા સેવે છે. ભકતો દોષોર્ણવ છે જયારે પ્રભુ પ્રેમાર્ણવ અને કરૂણાર્ણવ છે. છતાં પ્રભુ ભકતોમાં પ્રેમ સાધે છે તે શ્રીયમુનાજીના નામની ઉદારતાનું જ પરિણામ છે. સર્વે પોતે પ્રિયતમને પ્રિય બને એમ ઈચ્છે છે. પણ શ્રીયમુનાજીતો પોતે એકલાં નહીં પણ બધા ભકતો શ્રીઠાકોરજીને કેમ કરીને વધુને વધુ પ્રિય બને અને શ્રીઠાકોરજી તેમને રસાનંદનું દાન કરે આવો મનોરથ સેવે છે. આવી **દુર્લભ ઉદારતાનું ઐશ્વર્ય** શ્રીયમુનાજીમાં છે.

ઉપર જણાવેલ આઠેય અલૌકિક ઐશ્વર્યો શ્રીયમુનાજી લીલાસુષ્ટિના પુષ્ટિજીવો માટે પ્રકટ કરે છે અને તેનું દાન કરે છે. તેમજ સામાન્ય ભકતોના સર્વે પાપનો શ્રીયમુનાજી નાશ કરે છે. પાપનો નાશ થતાં ભકતનું હૃદય વિશુદ્ધ અને પવિત્ર બને છે. ભકતના હૃદયને વિશુદ્ધ બનાવીને શ્રીયમુનાજી તેવા હૃદયમાં ભગવાન પ્રત્યેનો પ્રેમ પ્રકટાવે છે. અને આવા ભકતની ભકિતથી ભગવાનને સંતોષ કરાવવમાં શ્રીયમુનાજી સહાયક બને છે. ભગવાનની ભકિત માટે ઉપયોગી સકલસિદ્ધિઓનું દાન કરે છે, અને જે ભકતો ભોગમાં આસકત છે તેમને ભગવાનમાં આસકત બનાવી સ્વભાવનું પરિવર્તન કરે છે. આમ શ્રીયમુનાજી દીનબંધુ છે, કૃપાળું છે. શ્રીયમુનાજીના ગુણો અને તેમનો મહિમા અપરંપાર છે.

જીવો મુખ્યત્વે ત્રણ પ્રકારના છે. (૧) પુષ્ટિ (૨) મર્યાદા (૩) પ્રવાહી. આ ત્રણેય પ્રકારના જીવો પોતપોતાની મનોકામના પૂર્ણ કરવા શ્રીયમુનાજીને આરાધે છે અને શ્રીયમુનાજી તેઓને તેમની ઈચ્છા અને અધિકાર પ્રમાણે ફળ આપે છે. પુષ્ટિજીવો આ દેહથી જ ભગવદ્ પ્રાપ્તિ ઈચ્છે છે. શ્રીપ્રભુનો મૂળ સ્વભાવ મુકિત આપવાનો છે. તેથી પ્રભુને આપણે **'મુકુંદ'** કહીએ છીએ. પ્રભુને ભકિત અત્યંત પ્રિય હોવાથી પ્રભુ પોતાના ભકતોને જલદીથી ભકિતનું દાન કરતા નથી. શ્રીયમુનાજી પ્રભુ દ્વારા ભકતોને ભકિતનું દાન કરાવે છે. શ્રીયમુનાજી ભકતોના સ્વભાવને બદલે છે પરંતુ પ્રભુના સ્વભાવને બદલવાની સિદ્ધિ પણ તેમને પ્રાપ્ત થઇ છે. અને પ્રભુની પોતાના ભકતોમાં

રતિ-પ્રેમ વધારે છે. આમ શ્રીયમુનાજીનો પ્રાદુર્ભાવ નિ:સાધન જીવોને ભગવત્સબંધ કરાવવા માટે જ છે. તેથી શ્રીમહાપ્રભુજીએ યમુનાષ્ટકમાં કહ્યું છે કે **'તવ ચરિત્રમત્યદ્‌ભૂતમ્'** તમારૂં ચરિત્ર અતિ અદ્‌ભૂત છે. હું તમને નમન કરું છું.

શ્રી યમુનાજીમાં બે અલૌકિક ગુણો પ્રકટ છે. (૧) **કૃપાનો ગુણ** અને (૨) **ભકિતનો ગુણ.** શ્રીયમુનાજી કૃપાશકિત અને ભકિતમહારાણી છે. નિજલીલાના જીવોને કૃપાનું દાન શ્રીયમુનાજી સિવાય કોઈ કરી શકતું નથી. પુષ્ટિજીવોને શ્રીમહાપ્રભુજી અને શ્રીયમુનાજી કૃપાનું દાન કરે છે માટે જ શ્રીયમુનાજીને કૃપાસાગર કહ્યાં છે. ભકિતનું દાન પણ શ્રીમહાપ્રભુજી અને શ્રીયમુનાજી જ કરે છે. કૃપાવિના ભકિત પ્રાપ્ત થતી નથી. જે કૃપા કરે તે જ ભકિતનું દાન કરી શકે માટે જ **શ્રીયમુનાજી સાક્ષાત પ્રેમલક્ષણા ભકિતનું સ્વરૂપ છે.**

શ્રીઠાકોરજીને શ્રીયમુનાજીના ગુણગાન ખૂબ પ્રિય છે. ખુદ શ્રીયમુનાજી સ્વામીને બહુ વ્હાલાં છે. તેથી તો મથુરામાં પ્રકટ થયેલ શ્રીકૃષ્ણે સૌથી પહેલાં પોતાના ચરણ સ્પર્શ કરવાનું સૌભાગ્ય શ્રીયુમનાજીને આપ્યું હતું. કંસને મારી શ્રમિત થયેલ કૃષ્ણબલરામ યમુના કિનારે જયાં વિશ્રામ કર્યો તે સ્થળ તે આજનો વિશ્રામઘાટ. તે સ્થળે શ્રીસ્વામિનિજીની અને શ્રીયુમનાજીની નિકુંજપણ હોય અને એ ઘાટ ઉપર શ્રીકૃષ્ણની નિત્યલીલાઓ અને રહસ્ય લીલાઓ સદા ચાલતી હોય પરિણામે વિશ્રામઘાટનું મહત્વ ઘણું વધી ગયું છે. ત્યાં રોજ સવાર સાંજ શ્રીયમુનાજીની આરતી થાય છે.

પુષ્ટિ માર્ગની સેવા પ્રણાલિમાં યમુનાજળનું સંપૂર્ણ આધિપત્ય છે. સેવાની શરૂઆતથી સેવાના અંત સુધી ડગલે ને પગલે યમુનાજળની જરૂરત રહે છે. તે મેળવવા વૈષ્ણવો **"યમુનાષ્ટક"** ના પાઠ દ્વારા શ્રીયમુનાજીનું આવાહન કરે છે, તેમ કરતાં શ્રીયમુનાજી તરત જ ત્યાં પધારે છે, કારણ ભગવાનની ભકતવત્સલતા તેમની પ્રિયામાં હોય જ. આપણે શ્રીઠાકોરજી સમક્ષ ઝારીજી ભરીએ છીએ તે પણ યમુનાજળના ભાવથી ભરીએ છીએ માટે **"યમુના ષ્ટક"** નો પાઠ તે વખતે કરીએ છીએ. પછી યમુનાજળ ભરેલ ઝારીજી સ્વયં યમુનાજીનું સ્ત્રીરૂપ બની જાય છે. તેથી આપણે જે સફેદ કે લાલ વસ્ત્ર પહેરાવી (વીંટીએ) છીએ એમાં શ્રીયમુનાજીની સાડીનો ભાવ છે. વૈષ્ણવોને ત્યાં શ્રીયમુનાજી લોટી સ્વરૂપે કંતાનથી લપેટીને બિરાજે છે. કેટલાક વૈષ્ણવો લોટી ઉત્સાવ (લોટીજીને પોતાના ઘરે પધરાવવાનો

(ઉત્સવ) ખૂબ ધામધૂમથી ઉજવે છે. આમ શ્રીયમુનાજીનું આપણી રોજની સેવામાં પણ ખૂબ મહત્વ છે. શ્રીયમુનાજીના દર્શનથી, શ્રીજીની તમામ લીલાઓની અને વ્રજમંડળની સ્મૃતિ થતાં તન-મન આનંદથી ઉભરાઇ જાય છે. શ્રીમહારાણીમાના દર્શનથી તાપ-કલેશ શાંત થઇ જાય છે.

શ્રીયમુનાજીની કૃપાથી ભગવદીયો વ્રજમંડળમાં પ્રવેશ મેળવી શકે છે અને નિર્વિઘ્ને સુંદર સ્વાથ્ય સાથે વ્રજમંડળના દર્શન કરી શકે છે. (એટલે કે વ્રજપક્રિમા નિર્વિઘ્ને પાર પડે છે.) માટે પરિક્રમા વખતે ચાલતાં 'યમુનાષ્ટક'નું સ્મરણ ચાલું જ રાખવું.

શ્રીયમુનાજી આધિદૈવિક સ્વરૂ પથી શ્રીઠાકોરજીની પાસે આપશ્રીની ડાબી બાજુએ બિરાજે છે. કેમ કે શ્રીયમુનાજીનું પ્રાકટય શ્રીઠાકોરજીના ડાબા શ્રીઅંગથી આધિદૈવિક સ્વરૂપે થયું છે.

સેવા, સત્સંગ, ભજન કિર્તનમાં શ્રીયમુનાજી ભકતોને રૂ ચિ કરાવી આપે છે. નવરત્નગ્રંથમાં શ્રીમહાપ્રભુજીએ કહ્યું છે કે તાદ્રશી વૈષ્ણવનો સંગ કરવો. તો તેવા વૈષ્ણવને કયાં શોધવા ? એનો જવાબ એ છે કે જો તમને ખરા દિલથી તાલાવેલી લાગી હશે તો મા જરૂર અનુકૂળ સંજોગ કરી આપશે.

જો શ્રીયમુનાજીનું પ્રાકટય ન થયું હોત તો શ્રીકૃષ્ણરસ અને સ્વરૂપાનંદનું દાન ન થાત. શ્રીયમુનાજીતો ભગવદ્રસની ખાણ છે, માટે તેમાંથી અગાધ ભગવદ્રસની પ્રાપ્તિ થાય છે. આથી જ ભગવદીયોએ ગાયું છે કે "મુખ એક ગુણ અપાર કહાલો કહીએ!"

શ્રીયમુનાજીનાં ગુણો સંપૂર્ણ રીતે વર્ણવવા જીવ બુધ્ધિથી શકય નથી. આવાં શ્રીયમુનાજી આપણાં પર કૃપા કરી આપણને પ્રાપ્ત થયાં છે, તો એમનાં ચરણાવિંદમાં મારૂં મસ્તક નમાવી દીનતાપૂર્વક ભકિતની, કૃપાની યાચના કરતાં વિરમું છું.

"જયશ્રી યમુને"
"શ્યામસુંદર શ્રીયમુને મહારાણી કી જય"

-નયનાના ભગવદ્ સ્મરણ.

શ્રી યમુનાષ્ટકમ્
- શ્રીમદ્ વલ્લભાચાર્ય વિરચિતં

"શ્રીયમુનાષ્ટક" ભગવદીય જનોને સેવામાં અંગિકાર કરવા માટે જ આચાર્યશ્રીએ રચેલ છે. સ્વાનુભવ અનેક ભગવદીયજનોને થયેલ છે. જેમ કે કિશોરબાઈ.

"યમુનાકષ્ટક" ના નવ શ્લોક છે. શ્રીયમુનાજી ભકિતનું સ્વરૂપ છે. ભકિતના પ્રકાર નવ માન્યા છે. પહેલા આઠ શ્લોક સ્તુતિના અને એક શ્લોક ફળશ્રુતિનો છે. દરેક શ્લોકમાં એક એક ઐશ્વર્યનું વર્ણન છે. આમ આઠ ઐશ્વર્યોનું નિરૂપણ કર્યું છે. એ આઠ ઐશ્વર્યો શ્રીઠાકોરજીએ શ્રીમહારાણીને જીવોને આપવા આપ્યાં છે.

આ જીવ દોષોથી ભરેલો છે અને આવા સ્વભાવગત દોષોથી ભકિતમાં વિઘ્ન આવે છે, જે શ્રીયમુનાજીનો આશ્રય લેવાથી દૂર થાય છે. તેમજ વિઘ્નોનો નાશ થાય છે, માટે શ્રીમહાપ્રભુજીએ "ષોડશગ્રંથ" માં પ્રથમ "શ્રીયમુનાષ્ટક" ની રચના કરી છે.

"શ્રીયમુનાટક" નો નિત્ય પ્રસન્ન હૃદયથી પાઠ કરવાથી શ્રીકૃષ્ણસેવામાં રતિ-પ્રિતિની વૃદ્ધિ થાય છે, દુરિત - પાપોની નિવૃત્તિ થાય છે. સ્વભાવનો વિજય થાય છે, મુરારિ પ્રસન્ન થાય છે, પરિણામે જીવ સેવાનો અધિકારી બને છે. સ્વભાવ ઉપર કાબુ લાવવો ઘણો જ કઠનિ છે પણ તે શ્રીયમુનાષ્ટકના આરાધનથી (કરવાથી) સુધારી શકાય છે.

પાઠ કરતાં અવશ્ય અનુસંધાન રાખવું કે શ્રીયમુનાજી આપ મારા પર કૃપા કરી મારા સ્વભાવને સુધારો અને મારો સેવામાં વિનિયોગ કરો. શ્રીયમુનાષ્ટકના પાઠથી કામી-ભકત, લોભી-સંતોષી, કૃપણ-ઉદાર, ક્રોધી-પ્રેમાળ, નિંદક-ગુણવાહક, વિષયાસકત-હરિસેવા પરાયણ બને છે. વળી ચિત્ત સદા પ્રસન્ન રહે છે, તેમજ

વિષયમાં રસ લેતા જીવને હરિચરણમાં લઈ જાય છે. શ્રીયમુનાજીએ જલપાન દ્વારા જીવોને હરિચરણમાં લાવીને, ભગવાને લીલા દ્વારા અને શ્રીમહાપ્રભુજીએ બ્રહ્મસંબંધ દ્વારા ઉદ્ધાર કર્યો છે.

નવમાં શ્લોકમાં ફળશ્રુતિ છે. તેમાં "મુદા" નો ખાસ ઉલ્લેખ છે, "મુદા" એટલે પ્રસદતા, હર્ષથી પાઠ કરવો. ફળશ્રુતિમાં (૧) **સમસ્ત દુરિત ક્ષયઃ - સકલ પાપોનો - પ્રતિબંધોનો નાશ થાય છે. (૨) મુકયન્દે રતિઃ - શ્રીકૃષ્ણભગવાનમાંભકિત પ્રેમ પ્રાપ્ત થાય છે. (૩) સકલસિદ્ધય : - સર્વપ્રકારની એટલે કે આઠેય મુખ્ય સિદ્ધિઓ પ્રાપ્ત થાય છે. (૪) મુરરિપુઃ સન્તુષ્યતિ - ભગવાન સ્વયં પ્રસન્ન થઈ જીવના સર્વ દોષોનું નિવારણ કરી પ્રતિબંધો આવતા હોય તેને હરે છે. (૫) સ્વભાવવિજયઃ - જીવનો સર્વથી મોટો દોષ જે દુષ્ટ સ્વભાવ નામનો છે - તે ઉત્તમ સ્વભાવ બની જાય છે.** રાસલીલા વખતે ગોપીજનોને જે મદ અને માન થાય છે તેનું નિવારણ કરીને ભગવત્સેવા યોગ **"દૈન્ય"** - દીનતા પ્રાપ્ત થાય છે તે સ્વભાવનો વિજય છે. આમ આ પાંચ ફળનો ઉલ્લેખ ફળશ્રુતિનાં નવમાં શ્લોકમાં છે.

શ્રી મહાપ્રભુજી અનન્ય વિશ્વાસ શ્રધ્ધા રાખી પાઠ કરવાનું બળ આપે એજ પ્રાર્થના સહ.

નમામિ યમુનામંહ સકલસિદ્ધિહેતું મુદા
મુરારિ પદપકંજસ્ફુરદમન્દ રેણુત્કટામ્
તટસ્થનવકાનનપ્રકટમોદપુષ્પામ્બુના
સુરાસુરસુપૂજિત સ્મરપિતુઃ શ્રિયં બ્રિભતીમ્ ॥૧॥

ભાવાર્થ : સર્વપ્રકારની સિદ્ધિઓનાં કારણરૂપ શ્રી મુરારિ કૃષ્ણચંદ્રના ચરણકમલમાં શોભતાં તેજસ્વી પુષ્કળ રેણુઓથી ભરેલાં, બંને કિનારે આવેલાં નવાં વનોમાં વિકસેલાં સુવાસમય પુષ્પોના સંગથી સુવાસિત જલ વડે, સુર-અસૂરથી સારી રીતે પૂજાયેલાં, શ્રીકૃષ્ણ ભગવાનના જેવી શ્યામસુંદર ક્રાંતિ ધરાવતાં શ્રીયમુનામહારાણીજીને હું આનંદપૂર્વક નમસ્કાર કરૂં છું. (૧)

કલિન્દ ગિરિમસ્તકે પતદમન્દપૂરોજજવલા
વિસાલગમનોલ્લસત્ - પ્રકટગંડશૈલોન્નતા
સઘોષગતિદન્તુરા સમધિરૂઢદોલોત્તમા
મૂકુન્દરતિ વર્ધની જયતિ પદ્મબન્ધોઃ સુતા ॥૨॥

ભાવાર્થ : કલિન્દ પર્વતના શિખર ઉપર પડતા મોટા પ્રવાહને લીધે અત્યંત શ્વેત જણાતાં, વિલાસપૂર્વકની વાંકીચૂકી પ્રવાહની ગતિથી શોભતાં, તેમજ પર્વતનાં ઊંચા નીચાં શિખરો ઉપરથી વહેતાં હોવાથી ઊંચા નીચાં દેખાતાં, ખળખળ શબ્દ પૂર્વકના વહેણથી વિકારવાળાં લાગતાં, જાણે ઉત્તમ પ્રકારના ઝૂલે ઝૂલતાં હોય એવાં, શ્રીમુકુન્દ ભગવાનના ચરણકમલમની પ્રીતિ વધારનારાં, શ્રીસૂર્યતનયા, શ્રીયમુનાજી જય પામે છે. (૨)

ભુવં ભુવનપાવની મધિગતાનેકસ્વનૈઃ
પ્રિયાભિરિવ સેવિતાં શુકમયૂરહંસાદિભિઃ
તરંગભુજ કંકણ પ્રકટ મુકતિકા વાલુકા
નિતમ્બતટસુન્દરી નમત કૃષ્ણતુર્ય પ્રિયામ્ ॥૩॥

ભાવાર્થ : સમસ્ત ભૂમંડલને પવિત્ર કરનારાં, પૃથ્વી ઉપર પધારેલાં, પોતાની સખીજનોના જેવા શબ્દો કરતા, શુક, મયુર, હંસ વગેરે પક્ષીઓથી સેવાતા, તરંગરૂપી કરકમલમાં ધારણ કરેલાં કંકણો ઉપર જડેલાં મોતીઓ જેવી ચળકતી રેતીવાળા, બન્ને બાજુના નિતંબ તટથી સુંદર દેખાતા, શ્રીકૃષ્ણ ભગવાનનાં ચતર્થપ્રિયા શ્રીયમુનાજીને નમસ્કાર હો. (૩)

અનન્તગુણ ભૂષિતે શિવવિરંચિ દેવસ્તુતે
ઘનાઘનનિભે સદા ધરુવપરાશરાભિષ્ટદે
વિશુદ્ધમથુરાતટે સકલગોપ ગોપી-વૃતે
કૃપાજલધિસંશ્રિતે મમ મનઃસુખંભાવય ॥૪॥

ભાવાર્થ : અસંખ્ય ગુણોથી વિભૂષિત, શ્રી શિવજી-બ્રહ્માજી વગેરે દેવોથી સ્તુતિ કરાયેલાં, ખીચોખીચ મેઘના જેવી ક્રાન્તિ ધરાવતાં, ધ્રુવ પરાશર વગેરે મુનિઓને અભિવાંછિત ફલને આપનારાં, વિશુદ્ધ મથુરાજી જેમના કિનારા ઉપર બિરાજે છે એવાં, સર્વગોપ ગોપીજનોથી વીટળાયેલા, કૃપાસાગર શ્રીકૃષ્ણના અનન્ય આશ્રયને ધરાવતાં, શ્રીયમુનામહારાણીજી, આપ મારા મનને સુખ મળે એવું કૃપા કરીને વિચારો. (૪)

યયા ચરણપદ્મજા મુરરિપોઃ પ્રિયં ભાવુકા
સમાગમનતોઽભવત્ સકલસિદ્ધિા સેવતામ્
તયા સદ્રશ્યતામિયાત્ કમલજા સપત્નીવ યત્
હરિપ્રિયકલિન્દયા મનસિ મે સદા સ્થિયતામ્ ॥૫॥

ભાવાર્થ : જે શ્રીયમુના મહારાણીજીના સંગમથી શ્રીગંગાજી શ્રીકૃષ્ણ ભગવાનનાં પ્રિય કરનારાં થયાં, તેમજ ભકતજનોને સકલ સિદ્ધિઓને આપનારાં થયાં છે, તે શ્રીયમુનાજીની તોલે કોણ આવી શકે.? જો કદાચ કોઈ તુલનામાં આવી શકે તો સરખાં કોઈ તુલનમાં આવી શકે તો સરખાં સૌભાગ્યશાળી કેવળ શ્રીલક્ષ્મીજી. એવાં પ્રભાવશાળી, શ્રી હરિના પ્રિય, ભકતોના કલિને કાપનારાં - શ્રીકાલિન્દીજી મારા મનમાં નિરંતર બિરાજો. (૫)

નમોસ્તુ યમુને સદા તવ ચરિત્રમત્ય દ્ભુતં
ન જાતુ યમાયાતના ભવતિ તે પયઃપાનતઃ
યમોઽપિ ભગિનીસુતાન કથમુ હન્તિ દુષ્ટાનપિ
પ્રિયો ભવતિ સેવનાત્ તવ હરેર્યથા ગોપિકાઃ ॥૬॥

ભાવાર્થ : હે શ્રીયમુનાજી! આપને મારા નિત્ય નમન હો. આપનું ચરિત્ર અત્યંત અલૌકિક છે. આપના જલપાનથી કયારે પણ યમ-પીડા ભોગવવી પડતી નથી. યમરાજા પણ, દુષ્ટ પોતાના ભાણેજોને, અરે, કેમ મારે ? આપના સેવનથી ગોપીજનોની માફક ભકતજનો પણ શ્રીહરિનાં પ્રિય બને છે. (૬)

મમાસ્તુ તવ સદિઘો તનુનવત્વમેતાવતા
ન દુલર્ભતમા રતિર્મુરરિપૌ મુકુન્દપ્રિયે
અતોઽસ્તુ તવ લાલના સુરધુની પરં સંગમાત્
તવૈવ ભુવિ કિર્તિતા નતુ કદાપિ પુષ્ટિસ્થિતૈઃ ॥૭॥

ભાવાર્થ : શ્રીયમુનાજી, આપના સાનિધ્યથી મારો દેહ સેવોપયોગી બને એવી કૃપા કારો. એને લીધે ભગવાનમાં પ્રીતિ સુલભ થશે. આ કારણથી આપનાં સ્તુતિરૂપી લાડ હો. શ્રીગંગાજી આપના સંગમથી પૃથ્વીમાં ખ્યાતિને પામ્યાં છે. પુષ્ટિ ભકતોએ નિત્ય આપના સંગમવાળાં જ શ્રી ગંગાજીની કિર્તિ ગાઈ છે. (૭)

સ્તુતિં તવ કરોતિ કઃ કમલજા સપત્નિ પ્રિયે
હરેર્યદનુસેવયા ભવતિ સૌખ્યમા મોક્ષતઃ
ઈચં તવ કથાધિકા સકલગોપિકા સંગમ-
સ્મરશ્રમજલાણુભિઃ સકલગાત્રજૈઃ સંગમઃ ॥૮॥

ભાવાર્થ : શ્રીલક્ષ્મીજીનાં સમાન સૌભાગયશાળી હે શ્રીયમુનાજી! આપની સ્તુતિ તો કોણ કરી શકે ? કારણ કે શ્રીહરિની સેવા સાથે શ્રીલક્ષ્મીની સેવા કરવાથી મોક્ષ

પર્યન્તના સુખની પ્રાપ્તિ થાય છે. પરંતુ આપની ખ્યાતિ તો આથી પણ વિશેષ છે. કારણ કે સકલ ગોપીજનોના સમાગમથી થયેલ કેલિશ્રમના જલકણોવાળા આપના સર્વ શ્રીઅંગોના જલકણોથી સંગમ થાય છે. (૮)

તવાષ્ટકમિદં મુદા પઠતિ સૂરસુતે સદા
સમસ્તદુરિતક્ષયો ભવતિ વૈ મુકુન્દે રતિઃ
તયા સકલસિદ્ધયો મુરરિપુશ્ચ સન્તુષ્યતિ
સ્વભાવવિજયો ભવેત્ વદતિ વલ્લભઃ શ્રીહરે : ॥૯॥

ભાવાર્થ : હે શ્રી સૂર્યતનયા શ્રીયમુનાજી! આપના આ અષ્ટકનો નિરંતર કોઈ પ્રસદતાપૂર્વક પાઠ કરે છે તેનાં સમસ્ત પાપોનો નાશ થાય છે, શ્રી મુકુન્દ ભગવાનમાં અવશ્ય પ્રીતિ થાય છે. તે પ્રીતિથી સકલ સિદ્ધિઓ મળે છે, સ્વભાવનો વિજય થાય છે. શ્રી મુરારિ ભગવાન પરમ પ્રસદ થાય છે. એ પ્રમાણે શ્રીહરિના પ્રિય શ્રીમદ્ વલ્લભચાર્યજી કહે છે. (૯)

॥ ઇતિ શ્રીમદ્ વલ્લભાચાર્ય વિરચિતં શ્રીયમુનાષ્ટકમ્ સ્તોત્ર સંપૂર્ણમ્ ॥

શ્રી યમુનાષ્ટપદી
- શ્રીવિઠ્ઠલેશ્વર વિરચિતં

નમો દેવિ યમુને નમો દેવી યમુને
હર કૃષ્ણમિલનાન્તરાયમ્ ।
નિજનાથમાર્ગદાયીનીકુમારીકા-
કામપૂરિકે કુરુભક્તિરાયમ્ ।। (ધ્રુવપદમ્)

ભાવાર્થ : શ્રીમત્પ્રભુચરણ શ્રીગુસાંઈજી કહે છે કે, હે દેવી શ્રી યમુનાજી! આપને વારંવાર નમન હો. શ્રીકૃષ્ણની પ્રાપ્તિમાં અન્તરાયરૂપ અમારા દોષોને હરણ કરો. પ્રાણવલ્લભ શ્રીકૃષ્ણ મિલનના માર્ગને બતાવનારાં અને વ્રજ કુમારિકાઓના મનોરથને પૂરણ કરનારાં, હે શ્રીયમુનાજી! અમોને ભક્તિરૂપી ધન આપો.

મધુપકુલકેલિતકમલાવલીવ્યપદેશ
ધારિત શ્રીકૃષ્ણયુતભક્તહૃદયે ।
સતતમતિશયિતહરિભાવનાજાત-
તત્સારૂપ્યદિતહૃદયે ।। ।।૧।।

ભાવાર્થ : ભ્રમરોના સમૂહ જેના ઉપર ગૂંજી રહ્યાં છે એવી કમલની પંકિતના મિષથી શ્રીકૃષ્ણ સહિત ભકતોને પોતાના હૃદયમાં ધારણ કરનારાં (અર્થાત શ્રીયમુનાજીમાં જે કમલ ખીલેલાં છે તે ગોપીજનોનાં હૃદય છે અને તેના ઉપર ભ્રમર છે તે ભાવરૂપ પ્રભુ છે) અને નિરંતર અત્યધિક ભગવદ્ ભાવનાથી ભગવત્સારૂપ્ય વડે સ્વહૃદયને પ્રકટ કરનાર હે શ્રીયમુનાજી! આપને વારંવાર નમન હો.(૧)

નિજકૂલભવ્વિવિધતરુકુસુમયુત-
નીરશોભયાવિલસદલિવૃન્દે ।
સ્મારયસિ ગોપીવૃન્દપૂજિત-
સરસમીશવપુરાનન્દકન્દે ॥ ॥૨॥

ભાવાર્થ : આપના કિનારા પર રહેલાં વિવિધ ફૂલોથી મળેલા જલની શોભા વડે તથા જેના ઉપર ભ્રમરોનો સમૂહ વિલાસ કરી રહ્યો છે એવી શોભાથી ગોપીજનોના મધ્યમાં પૂજિત રસિક વ્રજકિશોરના શ્રીઅંગનું આપ સ્મરણ કરાવો છો, એવા આનંદનાં સમૂહ હે શ્રીયમુનાજી! આપને વારંવાર વંદના હો. (૨)

ઉપરિવલદમલકમલારૂણદ્યુતિરેણુ -
પરિમિલિતજલભરેણામુના ।
વ્રજયુવતિકુચકુમ્ભકુઙ્ક મારૂણમુરઃ
સ્મારયસિ મારપિતુરદ્યુના ॥ ॥૩॥

ભાવાર્થ : હે શ્રીયમુને! શ્યામ જલ ઉપર પવનને લીધે હાલી રહેલા લાલ ઝાંયવાળા સફેદ કમલોનાં પરાગથી મળેલા આપનાં જલનાં દર્શનથી આપ વ્રજ તરૂણીઓનાં પીનસ્તનો ઉપર લાગેલાં કુમકુમથી રંગાયેલા કામપિતા ભગવાન શ્રીકૃષ ણના વક્ષઃસ્થલનું અત્યારે સ્મરણ કરવો છો.આપને પુનઃ પુનઃ વંદના હો. (૩)

અધિરજનિહરિવિહૃતિમીક્ષિતું
કુવલયામિધસુભગનયનાન્યુષસિ તનુષે ।
નયનયુગમલ્પમિતિ બહુતરાણિ ચ
તાનિ રસિકતાનિધિતયા કુરુષે ॥ ॥૪॥

ભાવાર્થઃ આપનાં જલમાં પ્રભાત સમયે વિકસેલાં કમલોની શોભા એવી લાગે છે, માનો રાત્રિના સમયમાં ભગવદ્ સ્વરૂપ જોવાની ઈચ્છાથી સુંદર નયનો ખોલી રહ્યાં છો. આપ રસિકતાની નિધિ હોવાથી રસિકવર શ્રીકૃષ્ણના વિહારને જોવામાં બે નેત્રો ઓછાં છે, માટે કમલરૂપી અનેક નેત્ર ધારણ કરો છો, એવાં હે શ્રીયમુનાજી! આપને વારંવાર વંદના હો. (૪)

રજનિજાગરજનિતરાગરંજિત
નયનપંઙ્જૈરહનિ હરિમીક્ષસે ।
મકરન્દભરમિષેણાનન્દપૂરિતા -
સતતમિહ હર્ષાશ્રુ મુશ્ચસે ॥ ॥૫॥

ભાવાર્થ : રાત્રિમાં (રાસાદિ ક્રીડામાં) જાગરણથી ઉત્પદ અનુરાગરૂપી લાલરંગથી રગમગ્યાં(રસમસ્યાં)નયન કમલોથી દિવસમાં પ્રભુને આપ નિહાળો છો, કમલનાં મકરંદની અધિકતાના મિષથી આનંદરસ ભરેલાં આપ સર્વદા અહીં હર્ષાશ્રુ છોડી રહ્યાં છો એવાં હે શ્રી યમુનાજી! આપને વારંવાર વંદના હો. (૫)

તટગતાનેકશુકસારિકામુનિગણ -
સ્તુતવિવિધગુણસીંધુસાગરે ।
સંગતાસતતમિહ ભક્તજન -
તાપહ્રતિરાજસે રાસરસસાગરે ॥ ॥૬॥

ભાવાર્થ : આપના કિનારા પાસેની વૃક્ષાવલિ પર સ્થિત પોપટ, મેના, મોર, કપોત આદિ રૂપધારી મુનિજન આપની સ્તુતિ કરે છે, એવાં વિવિધ ગુણોના અમૃતસાગર આપ છો, રાસ સગારમાં આપ સતત ભકતજનોથી મળેલાં શોભી રહ્યાં છો. ભકતજનોના તાપ હરણ કરનાર એવાં શ્રીયમુનાજી આપને વારંવાર વંદના હો. (૬)

રતિભર શ્રમજલોદિતકમલપરિમલ -
વ્રજયુવતિજનવિહ્રતિમોદે ।
તાટંકચલનસુનિરસ્તસંગીતયુક્ત
મદમુદિતમધુપકૃતવિનોદે ॥ ॥૭॥

ભાવાર્થ : રસિકવર શ્રીકૃષ્ણના સુરતશ્રમજલરૂપ આપના જલમાં ખીલેલાં કમલોના સૌરભવડે વ્રજયુવતિઓને જલવિહાર સમયે કર્ણફૂલોના ચાલવાથી દૂર થઇ ગુંજારવ કરતા, પરાગમદથી હર્ષિત ભ્રમરો જયાં વિનોદ કરી રહ્યાં છે એવાં શ્રીયમુનાજી આપને વંદના હો. (૭)

નિજવ્રજજનાવનાયત્તગોવર્દ્ધને
રાધિકાહ્રદયગતહ્રદ્યકરકમલે ।
રતિમતિશયિતરસવિઠ્ઠલસ્યાશુ
કુરુવેણુનિનાદાહ્વાન સરલે ॥ ॥૮॥

ભાવાર્થ : પોતાના વ્રજવાસીઓની રક્ષા કરવા માટે શ્રીગિરિરાજ ધારણ કરી રહેલ અને બંસીની મધુર ધ્વનિથી સહેજે વ્રજની ગોપીઓને પાસે બોલાવી રહેલા શ્રીકૃષ્ણમાં અતિ અધિક રસથી પ્રેમ સંપાદન કરવા શ્રીવિઠ્ઠલ (શ્રીગુંસાઇજી) ઉપર શ્રીયમુનાજી શીઘ્ર કૃપા કરો. (૮)

॥ શ્લોકૌ ॥

વ્રજપતિપરિવૃઢવલ્લભેકદાત્વત્
ચરણસરોરુહમીક્ષણાસ્પંદ મે ।
તવતટગતવાલુકાઃ કદા ઙ હં
સકલનિજાંગતા મુદા કરિષ્યે ॥ ॥૧॥

ભાવાર્થઃ શ્રીવ્રજપતિ પ્રભુના પ્રાણ પ્યારાં હે શ્રીયમુનાજી! મને આપના ચરણકમલનાં દર્શનનું સૌભાગ્ય કયારે મળશે અને કયારે હું આપના તીરની વાલુકાને સંપૂર્ણ અંગમાં હર્ષથી લગાવીશ ? (અર્થાત્ આવું મહદ્ ભાગ્ય કયારે ઉદય પામશે, જ્યારે આપનાં દર્શન કરી આપના તટ ઉપર હર્ષિત થઇ લોટીશ) (૧)

વૃન્દાવને ચારુવૃહદ્વનેમન -
મનોરથં પૂરય સૂરસુતે ।
દગ્ગોચરઃ કૃષ્ણવિહાર રૂવ
સ્થિતિસ્ત્વદીયે તટ રૂવ ભૂયાત્ ॥ ॥૨॥

ભાવાર્થ : હે સૂરસુતા શ્રીયમુનાજી! પરમ મનોહર બૃહદ્વન શ્રીવૃંદાવનમાં શ્રીકૃષ્ણચંદ્રની લીલાનાં દર્શન અને આપના તટ ઉપર નિવાસ થાય આ મનોરથ કૃપા કરી પૂર્ણ કરો. (૨)

॥ ઈતિ શ્રીવિઠ્ઠલેશ્વર વિરચિતં શ્રીયમુનાષ્ટપદી સમાપ્ત ॥

શ્રીમદ્ પ્રભુચરણ શ્રીગુંસાઈજીએ શ્રીયમુનાજીની સ્તુતિમાં આપશ્રીએ શ્રીયમુનાજીને વંદન કરીને તેમની પાસે ભકિત પ્રાપ્તિની ઇચ્છા વ્યકત કરી છે. આપશ્રીએ આ ગ્રંથનું દાન ૨૫૨ વૈષ્ણવની વાર્તામાંના મથુરાના સનોઢયા બ્રાહ્મણને કર્યુ હતું.

શ્રી યમુનાવિજ્ઞપ્તિ
- શ્રી હરિરાય મહાપ્રભુ કૃત

કૃષ્ણાં કૃષ્ણસમાં કૃષ્ણરૂપાં કૃષ્ણ રસાત્મિકામ્ ।
કૃષ્ણલીલામૃતજલાં કૃષ્ણસંબન્ધકારિણીમ્ ॥

કૃષ્ણપ્રિયાં કૃષ્ણમુખ્યરસસંગમદાયિનીમ્ ।
કૃષ્ણક્રીડાશ્રયાં કૃષ્ણપદવીપ્રાપ્તિકામપિ ॥

કૃષ્ણસ્થિતાં કૃષ્ણવાસહૃદયાં કૃષ્ણભાવુકામ્ ।
કૃષ્ણ પ્રિયાં પ્રિયાં કૃષ્ણ સ્થાયિભાવસમુદ્ ભવામ્ ॥

કૃષ્ણૈકમિલનસ્થાનભૂતાં કૃષ્ણસુખાર્થિનીમ્ ।
કૃષ્ણગોપીસહચરી કૃષ્ણસંમાનવર્ધિનીમ્ ॥

કૃષ્ણકાર્યપરાં કૃષ્ણલીલાસ્થલવિશોધિકામ્ ।
કૃષ્ણક્રીડાકુંકુમાદિયુતાં કૃષ્ણરસાન્તરામ્ ॥

કૃષ્ણગોપીપૂજ્યદેવી કૃષ્ણવ્રતફલપ્રદામ્ ।
કૃષ્ણલીલાર્થમાયાતાં કૃષ્ણનીરધિસંગતામ્ ॥

કૃષ્ણપાદસ્પર્શકામાં કૃષ્ણમાનસસંશ્રિતામ્ ।
કૃષ્ણાસકતાં કૃષ્ણ ભકતાં કૃષ્ણપ્રીતિપ્રસાદિનીમ્ ॥

કૃષ્ણાંઘ્રિરૈણબહુલાં કૃષ્ણસેવકસંમુખામ્ ।
કૃષ્ણભાવાવિરોધિસ્વવદાસ પ્રકૃતિનાશિનીમ્ ॥

નમામિ યમુનાં કૃષ્ણતૂર્યપ્રિયતમામહમ્ ।
નિજાચાર્યપદામ્ભોજદાસે ભાવં પ્રયચ્છતુ ॥

॥ ઇતિ શ્રી હરિરાય મહાપ્રભુ શ્રીયમુના વિજ્ઞપ્તિ સમાપ્ત ॥

શ્રી યમુનાજીનાં પદ

અષ્ટસખાઓ નિકુંજના અંતરંગ દૈવી જીવો છે. શ્રીમહાપ્રભુજીના અને શ્રીગુંસાઈજીના સંબંધમાં આવતાં તેમને તેમના મૂળ સ્વરૂપની સ્મૃતિ થઈ. તેથી ભકિતરસ પુંજ-શકિત સ્વરૂપા, કુંજેશ્વેરી શ્રીયમુના મહારાણીજીના સ્વરૂપને ઓળખી શકયા. તેના ફલસ્વરૂપે તેઓને શ્રીયમુનાજીનું મહાત્મય જ્ઞાન સ્ફુર્યું. અને તેઓએ શ્રીયમુનાજીના ગુણનુવાદ ગાયા. તેમજ શ્રીઠાકોરજીની જે જે લીલાઓનું પ્રત્યક્ષ દર્શન કર્યું તે તે તેમણે કીર્ત×માં ગાઈને અક્ષરદેહ આપ્યો. આમ, અષ્ટસખાઓએ (સૂરદાસજી, કૃષ્ણદાસજી, પરમાનન્દજી, કુંભનદાસજી, ચતુર્ભુજદાસજી, નંદદાસજી, છીતસ્વામિ, શ્રીગોવિંદજી) અને તાદ્રશી ભગવદીયોએ પણ (જેમ કે ગંગાબાઈ) અનેક મધુર પદો શ્રીયમુનાજીના રચ્યાં છે. તે પદોનું આપણે (વૈષ્ણવોએ) ગુણગાન કરવું જોઈએ જેથી શ્રીયમુનાજીના ગૂઢ સ્વરૂપને સમજી શકીએ.

શ્રીયમુનાજીનું જલ એ શ્રમજલસ્વરૂપ છે. જે ભકતોને આ શ્રમજલરસનો અનુભવ થાય તેને શ્રીઠાકોરજી રસનું દાન કરી લીલાના દર્શન કરાવે છે. તેમનામાં દીનતા આણે છે. અને પરિણામે ભકતના હદયમાં પ્રભુના સ્વરૂપ દર્શનની આર્તિ જાગે છે. અને શ્રીયમુનાજીની કૃપાથી ભકતને ઘરમાંજ સંયોગરસનું (એટલે કે સ્વરૂપદર્શનું) દાન મળે છે. આમ, શ્રીયમુનાજી એવા કૃપાળુ છે કે ભકતોને લીલાઓનો અનુભવ કરાવવા ગોલોકમાંથી ભૂતલ પર પધાર્યા છે. લીલાઓના અનુભવથી જ તાપભાવ પ્રગટે છે અને ધીમે ધીમે તાપભાવ પ્રબળ બનતાં આસકિત અને છેલ્લે વ્યસન દશા સિદ્ધ થાય છે. માટે સૂરદાસજી તેમનાં પદમાં કહે છે કે **"ગૂઢ શ્રીયમુને બાત સોઈ અબ જાન હી"** ભગવદીયના હદયની સ્વરૂપ દર્શનનીઆર્તિ શ્રીયમુનાજી જાણી ભકતની વ્સનદશા સિદ્ધ કરે છે.

અષ્ટસખાઓ કહે છે કે શ્રીયમુનાજીના નામ-સ્મરણ માત્રથી જીવના સેવામાં નડતા પ્રતિબંધો નષ્ટ થાય છે. અને અલૌકિક સુખની પ્રાપ્તિ થાય છે. શ્રીયમુનાજી, ભકત જેવું સુખ માગે તેવાં સુખનું દાન કરે છે. જયાં શ્રીયમુનાજીનું નામ-સ્મરણ થતું હોય ત્યાં શ્રીઠાકોરજી આવી અવશ્ય બિરાજે છે આમ તે જગ્યા શ્યામસુંદરનું સુખધામ છે. શ્રીયમુન ાજીનું નામ-સ્મરણ પુષ્ટિજીવોને પુષ્ટિમાર્ગમાં દ્રઢતા કરાવે છે. અને શ્રીઠાકોરજીમાં પ્રેમ જગાડે છે, શ્રીયમુનાજીના ગુણોનો પાર નથી માટે તો શ્રીછિતસ્વામી કહે છે કે **ગુણ અપાર મુખ એક કહાં લો કહિયે.**

કૃપા એ યમુનાજીનો મુખ્ય ગુણ છે.

"ભકત પર કરી કૃપા શ્રીયમુનેજુ ઐસી
છાંડી નિજધામ વિશ્રામ ભૂતલ કિયો."

અંતરંગ ભકતો માટે શ્રીયમુનાજીનો ગાઢ સ્નેહ કેવો છે તે તો જુઓ! એક સમય શ્રીયમુનાજી અને અન્ય સખીજનો શ્રીયમુના નિકુંજમાં શ્રીઠાકોરજીની વિવિધ પ્રકારે સેવા કરી રહ્યાં હતાં. સેવાથી પ્રસદ ચિત્ત શ્રીઠાકોરજીને શ્રીયમુનાજીએ સ્વભકતોનો મનોરથ પરિપૂર્ણ કરવા રાસ-રમણ માટે વિનંતી કરીને શ્રીઠાકોરજીએ તરત જ તેનો સ્વીકાર કર્યો. રાસ-રમણ શરૂ થતાં નિરવધિ આનંદ પ્રસરી રહ્યો હતો.

શ્રીસ્વામિનિજીને આ રાસ-રમણની ગંધ આવતાં ક્રોધાવેશમાં શ્રીયમુના નિુકંજમાં પધારવા તૈયાર થયાં. અંતર્યામી શ્રીઠાકોરજી સ્વામિનીજીના ભાવને જાણી ગયા એટલે રાસ-રમણ કરી રહેલા સર્વ ભકતાો ને બચાવવા માલા રૂપે આપના શ્રીકંઠમાં ધારણ કરી લીધા. અને શ્રીયમુનાજી જલપ્રવાહે વહેવા લાગ્યાં. ક્રોધાયમાન શ્રીસ્વામિજીએ શ્રીયમુના નિકુંજમાં પધારી શ્રીઠાકોરજીને સીધો જ પ્રશ્ન કર્યો કે પ્રાણ નાથ! આપે મારા વિના આ નિકુંજમાં રાસ કર્યો? શ્રીઠાકોરજીએ વિવેકપૂર્ણ જવાબ આપ્યો, 'વહાલાં સ્વામિનીજી આ નિકુંજમાં આપને કોઈ દેખાય છે કે હું રાસ કરૂં? આ તો આપનો એક ભ્રમ છે. આપના વિના મારાથી રાસ થાય ખરો?' ક્રોધિત સ્વામિનીજીએ શ્રીઠાકોરજીના કંઠમાં નૂતન માલા જોઈ. શક જતાં તે ખેંચી એટલે માળા તૂટી. તેમાં રહેલાં પુષ્પો રૂપી ભકતો ભૂતલ પર પડવા લાગ્યા. પડતી વખતે ભકતોની ચિત્તવૃતિ શ્રીયમુનાજીમાં જ હતી. આ ભકતોના વિરહદુઃખથી આર્ત બની શ્રીયમુનાજી ગોલોકમાં રોકાયા વગર જ આ ભકતોના ઉદ્ધાર માટે તેમની પાછળ જ જલપ્રવાહ રૂપે ભૂતલ પર પધાર્યા. આ લીલાથી શ્રીઠાકોજી અને શ્રીસ્વામિનીજી બદે મૂર્છિત બન્યાં. ભકતોને તેમના ઉદ્ધારની ખાત્રી

કરાવવા શ્રીયમુનાજીએ પ્રત્યક્ષ દર્શન આપ્યાં. ભકતો માટે શ્રીયમુનાજીનો કેવો અગાધ પુનિત પ્રેમ!

શ્રીયમુનાજીએ આ ભકતોમાં વ્યસનાત્મક સ્નેહ પ્રગટાવી, તેમને સુધા રસનું દાન કરી ભૂતલ પર જ મૂળલીલાનો સાક્ષાત અનુભવ કરાવ્યો તેના થોડા વાર્તા પ્રસંગો જોઈએ.

૧) શ્રીગુંસાઈજી સેવક એક સનાઢય બ્રહાણે આપશ્રીને વિનંતી કરી કૃપાનાથ 'કૃપા કરી મને શ્રીયમુનાજીનું સ્વરૂપ સમ'વો.જા ત્યારે આપશ્રીએ 'યમુનાષ્ટપદી' રચી તેને આપી અને આજ્ઞા કરી કે તું આનો રોજ પાઠ કરજે. શ્રીગુંસાઈજીએ તેનો ભાવ પ્રકટ કરીને ખોલીને કહ્યો. પછી તે બ્રાહ્મણ શ્રીયમુનાજીના સ્વરૂપમાં મગ્ન થઈ ગયો. શ્રીયમુનાજીની રેણુકા સેવામાં શ્રીગુંસાઈજીએ પધરાવી આપી. આ બ્રાહ્મણ શ્રીયમુનાજીને અપરસમાં સ્પર્શ કરતો, પાન પણ અપરસમાં કરે. શ્રીયમુનાજીમાં પગ પણ ન મૂકતો. બધું કાર્ય કૂવાના જળથી કરતો. શ્રીમથુરાજીના વૈષ્ણવોએ શ્રીગુંસાઈજીના બાળકોને તેની પરીક્ષા લેવા કહ્યું. શ્રીગીરિધરજીએ ના પાડી પણ બીજા બાળકો ભેગા થઈને તે બ્રાહ્મણને નાવમાં બેસાડી વચમાં બેટ હતો ત્યાં જઈ બિરાજયા. આમ કરતાં પ્હોર દિવસ રહ્યો ત્યારે બ્રાહ્મણે વિનંતી કરી કહે 'મહારાજ'! મારો ન્હાવાનો સમય થઈ ગયો છે નાવ મંગાવો.જા પછી નાવ મંગાવી બધા બાળકો નાવમાં બેઠા અને બાહ્મણને કહ્યું કે તું બેટમાં બેસ અમે બોલાવીએ ત્યારે નાવમાં આવજે . એટલે એ તો બેટમાં બેસી રહ્યો અને બાળકો નાવ હંકારી પાર આવ્યા. ત્યારે બ્રાહ્મણ ખૂબ જ ચિંતા અને આર્તિથી આકુળ વ્યાકુળ થવા લાગ્યો. એટલામાં ત્યાં કમળ પ્રગટ થયા અને યમુનાજીએ એને દર્શન આપી કહ્યું, "તું કમળો પર બેસી સામે પાર જા." આ રીતે તે સામે પાર આવ્યો. બધા બાળકો આ જોઈ તેની સરાહના કરવા લાગ્યા.

૨) પરમાનંદદાસ ઉપર પણ યમુનાજીની કૃપા ઉતરી હતી અને આપણે એમને પુષ્ટિમાર્ગના સાગર તરીકે નવાજીએ છીએ.

૩) શ્રીમહાપ્રભુજીના સેવક જીવણદાસ ક્ષત્રીને વેપારીએ કેદમાં પૂર્યા, જળ વિના એમનો કંઠ સુકાવા લાગ્યો. તેમણે કહ્યું મને યમુના સ્નાન કરાવો કારણ મેં વૈષ્ણવો પાસેથી સાંભળ્યું છે કે યમુના સ્નાન-પાન કરવાથી

બધું દુ:ખ જાય છે. શ્રીવલ્લભની આજ્ઞાથી વૈષ્ણવોએ તેમને કેદમાંથી છોડાવ્યા ત્યારે તેમણે કહ્યું, "મે શ્રીયમુનાજીમાં સ્નાન કર્યું ને મારૂં લૌકિક દુ:ખ ગયું અને નૂતન શરીર પ્રાપ્ત થયું."

૪) નારાયણદાસ બ્રહ્મચારી -તેમના પર શ્રીયમુનાજીની કૃપા ઉતરી, શ્રીઠાકોરજીના સ્વરૂપનું તેમને જ્ઞાન થયું.દ્રવ્યને તેઓ વિષ્ટાવત્ ગણતા. તેમણે મરણપર્યંત પ્રભુના સુખનો જ વિચાર કર્યો હતો.

૫) ગુંજર જાતિના એક વ્રજવાસીની પૂત્રવધૂ પર પણ શ્રીયમુનાજીની કૃપા ઉતરી હતી. સારસ્વત્ કલ્પમાં તે દ્વારિકાલીલામાં શ્રીરૂક્ષમણિજીની સેવામાં હતી. એક દિવસ શ્રીદ્રારિકાઘીશ પ્રભુ રૂકિમણીજી સાથે વ્રજલીલાની વાતો કરતા હતા ત્યાં એ જઇ ચઢી. અને વ્રજલીલાનું સુખ લેવાની તેને ઈચ્છા થઈ. તે દિવસથી તે ઉદાસ રહેવા લાગી. ખાવાપીવાનું ભાવે નહી, શ્રીદ્વારિકાઘીશે કહ્યું, "તું શ્રીયમુનાજીનું ભજન કર, સ્મરણ કર, શ્રીયમુનાજી વ્રજલીલાના અઘિષ્ઠાત્રી છે. એમની કૃપાથી જ સૌને વ્રજલીલાનું સુખ મળે છે." કેટલોક સમય એણે શ્રીયમુનાજીનું ભજન, સ્મરણ કર્યું શ્રીયમુનાજી પ્રસદ થયા અને વ્રજલીલાનું સુખ એને પ્રાપ્ત થ્યું અને શ્રીયમુનાજીની કૃપાથી શ્રીગોવર્ઘનનાથજી તેને નિત્ય સુખ આપવા લાગ્યા.

૬) શ્રીમહાપ્રભુજીના સેવક ગજ્જનધાવન અને જીયાદાસ સૂરી બંને શ્રીયમુનાજીના કિનારે મળતા અને સ્મરણ કરતા.

૭) પરમકૃપા પાત્ર ગોવિંદસ્વામિને શ્રીયમુનાજીના પુષ્ટિ આઘિદૈવિક સ્વરૂપનો સાક્ષાત્કાર થતો હતો. તેથી તેમણે આગ્રહ રાખેલો કે હું શ્રીયમુનાજીમાં કદી સ્નાન નહી કરું. તથા પગ પણ નહી મુકું. એક દિવસ શ્રીબાલકૃષ્ણજી અને ગોકુલનાથજીએ એમના ટેકની કસોટી કરવા યુકિત રચી અને ભગવદ્દ્વાર્તાના પ્રસંગોનું સ્મરણ કરતાં ચાલતા ચાલતા શ્રીયમુનાજી પાસે લઇ આવ્યા અને જયાં હાથ પકડી જલમાં લઇ જવા માંડયા તો સાવઘાન થઇ ગયા અને કહેવા લાગ્યા કે 'કૃપાનાથ'! આપ તો જાણો છો કે આ તો સાક્ષાત પ્રિયાજી છે. મારા આ લૌકિક દેહનો પગ, હીન અંગોનો સ્પર્શ એમને કેમ થાય ? આપ કૃપાદ્રષ્ટિ રાખો, મને છોડો" તેથી જ સૂરદાસજી કહે છે કે

"પ્રેમ કે સિંઘુ કો મરમ જાન્યો નહી
સૂર કહે કહા ભયો દેહ બોરે"

૮) શ્રીગુંસાઈજીની સેવક કિશોરીબાઈને શીતળા નીકળ્યા, હાથપગ લુલા થઈ ગયા. આવી સ્થિતિમાં શ્રીયમુનાજીનું સ્મરણ કર્યા જ કરે. "વિશુદ્ધ મથુરા તટે.....કૃપાજલધિસંશ્રિતે....ભાવય" આ શ્લોકનો પાઠ અષ્ટપ્રહાર કર્યા જ કરે. શ્રીયમુનાજીની કૃપા ઉંતરી શ્રીયમુનાજી જાતે જ રસોઇ કરી મહાપ્રસાદ લેવડાવે, તેને રોગ મટી ગયો. સ્વરૂપનાં દર્શન લીલા સહિત થયા.

ઉપરના વાર્તા પ્રસંગો શ્રીયમુનાજીની ભકતો પરની અસીમ કૃપા બતાવે છે. જેમ દીવો તેલ વગર બળે નહિં તેમ ભકતો શ્રીયમુનાજી વિના રહી શકતા નથી. ભકત જો પોતાનું ચિત્ત અષ્ટ પ્રહર શ્રીયમુનાજીમાં રાખે તો તેને સંસારમાં પડવાનો ભય ન રહે, અને ભકતનું ઐકય શ્રીયમુનાજી સાથે સંધાશે.

જે ભકત શ્રીયમુનાજીના ગુણગાન કરે છે તેને શ્રીયમુનાજી પરિપૂર્ણ રસાનુભવનું દાન કરે છે, તે જીવોના સર્વ પાપ દૂર કરે છે. તેમના વિવિધ તાપ હરે છે અને તેમને વિશુદ્ધ કરી નિજધામમાં લઈ જાય છે માટે જ શ્રીયમુનાજીને **"વૈકુંઠ-પદકી સિઢી"** કહ્યાં છે.

ભકિતરસપુંજ-શકિતસ્વરૂપા કુંજેશ્વરી શ્રીયમુનાજીના આ ૧૦૮ પદોમાં શ્રીયમુનાજીની અનંત શકિતની રસગાથા ગૂઢ રૂપે સમાયેલી છે. તેનું નિત્ય પઠન, મનન અને ચિંતન જીવને નિદિધ્યાસન અવસ્થાએ પહોંચાડી મહાકારૂણીક શ્રીયમુનાજી ભકતને રસ સાગરમાં ભીંજવતાં પ્રેમરસનું આસ્વાદન કરાવતાં કરાવતાં, ભકતને સંસાર સાગરમાંથી ગોલોકધામમાં પહોંચાડી તેના લીલાધામના સ્વરૂપને પ્રાપ્ત કરાવે છે. માટે જ પ્રેમ સ્વરૂપા, કૃપારસદાતા, શ્રીયમુનાજીના ગૂણગાન અનન્ય બની અહર્નિશ ગાવા જોઈએ. નંદદાસજી કહે છે કે,

નંદદાસ કી આસ પૂરણ કરી શ્રીયમુને
તાતે ઘરી ઘરી ચિત્ત્ત લાઓ.

-નયનાના ભગવદ્ સ્મરણ.

શ્રી યમુનાજીનાં ૧૦૮ પદ
(અર્થ સહિત)

પદ - ૧ (રામકલી)

પિય સંગ રંગ ભરિ કરિ કલોલેં
સબન કોં સુખ દેન, પિય સંગ કરત સેન
ચિત્તમેં તબ પરત ચૈન, જબહી બોલે. ૧

અતિહિ વિખ્યાત, સબ બાત ઈનકે હાથ,
નામ લેત હી કૃપા કરિ અતોલે,
દરસ કર પરસ કર, ધ્યાન હિયમેં ધરે,
સદા બ્રજનાથ ઈન સંગ ડોલે. ૨

અતિહિ સુખ કરન, દુઃખ સબનકે હરન,
યેહી લીનો પરન, દે જુ કોલે;
ઍસી શ્રી યમુને જાન, તુમ કરો ગુનગાન,
'રસિક' પ્રીતમ પાયે, નગ અમોલેં. ૩

ભાવાર્થ : શ્રી યમુનાજી શ્રી ઠાકોરજીની સાથે વિવિધ રસભર્યા વિહાર કરે છે. સર્વ ભકતોને સુખ આપવા માટે જ આપ શ્રી ઠાકોરજી સાથે રમણ કરે છે. (પોતાના સુખ માટે નહીં)જયારે શ્રીઠાકોરજી આપના ભકતોને લીલા વિહારનું સુખ આપવાની સંમતિ દર્શાવે છે ત્યારે જ આપના ચિત્તને ચેન પડે છે. (૧)

વેદ, પુરાણ આદિમાં એ પ્રસિદ્ધ છે કે પુષ્ટિ-ફૂળનું દાન કરવું એ શ્રીયમુનાજીના અધિકારમાં છે. નામ - સ્મરણ માત્રથી જ આપ ભકત પર અતુલ કૃપા કરો છો. જે ભકત આપનું દર્શન કરે છે, આપનો સ્પર્શ કરે છે અને હ્રદયમાં આપનું ધ્યાન ધરે છે તેની સાથે જ શ્રીઠાકોરજી સદા આનંદથી વિહરે છે. (૨)

બિછુરેલા જીવોના ત્રિવિધ દુઃખ દૂર કરી અલૌકિક સુખનું દાન કરવાની આપની પ્રતિજ્ઞા છે અને ત્યાં સુધી ભૂતલ પર બિરાજવાનો આપે શ્રીઠાકોરજી સાથે કરાર કર્યો છે. આવાં શ્રીયમુનાજીના કૃપાળુ સ્વરૂપને જાણીને તમે તેમના ખૂબ ગુણગાન કરો તો 'શ્રી હરિરાયજી' આજ્ઞા કરે છે કે શ્રીઠાકોરજી રૂપી અમૂલ્ય હીરાની તમને પ્રાપ્તિ થશે. (૩)

પદ - ૨ (રામકલી)

શ્યામ સુખધામ જહાં નામ ઈનકે
નિસદિના પ્રાણપતિ,આય હિયમેં બસે;
જોઈ ગાવે સુજસ ભાગ્ય તિનકે. ૧

યહી જગમેં સાર, કહત વારંવાર,
સબન કે આધાર, ધન નિર્ધનનકે;
લેત શ્રીયમુને નામ, દેત અભયપદ દાન,
'રસિક'-પ્રિતમ-પિયા, બસ જુ ઈનકે. ૨

ભાવાર્થ : જયાં શ્રી યમુનાજીનું નામ - સ્મરણ થતું હોય તે સ્થળ શ્યામસુંદરના સુખનું ધામ બની જાય છે. જે ભકત શ્રીયમુનાજીના દિવ્ય યશના ગુણગાન કરે છે. તે ખૂબ ભાગ્યશાળી છે. કારણ કે શ્રી ઠાકોરજી હંમેશા તેન હ્રદયમાં પધારીને બિરાજે છે. (૧)

'શ્રી હરિરાયજી' વારંવાર આજ્ઞા કરે છે કે શ્રીયમુનાજી જગતમાં સર્વ સારરૂપ છે, બધા જીવોના આધારરૂપ છે અને નિર્ધનનું ધન છે. જે ભકત શ્રી શ્રીયમુનાજીનું નામ સ્મરણ કરે છે તેને આપ અભયપદનું દાન આપો છો અને આવા ભકતોને જ યુગલ-સ્વરૂપ વશ થઈને રહે છે. (૨)

પદ - ૩ (રામકલી)

કહત શ્રુતિ સાર, નિરધાર કરકે,
ઈન બિના કોન એસી કરે હે સખિ!
હરત દુ;ખ -દ્વંદ્વ, સુખકંદ બરખે. ૧

'બ્રહ્મસંબંધ' જબ, હોત યા જીવકો,
તબહી ઈનકી, ભુજા વામ ફરકે ;
દોરક સોરકર, જાય પિયસોં કહે,
અતિહી આનંદ મનમેં જુ હરખે. ૨

નામ નિરમોલ નગ, લે કોઉ ના સકે,
ભકત રાખત હિયેં હાર કરકે;
'રસિક'-પ્રીતમ જુકી,હોત જા પર કૃપા,
સોઈ શ્રી યમુનાજીકો રૂપ પરખે. ૩

ભાવાર્થ : બધી શ્રુતિઓ નિશ્રિયપૂર્વક કહે છે કે વેદોના સારરૂપી શ્રી યમુનાજી છે. હે સખી! શ્રીયમુનાજી બધા જ પ્રકારના દુ:ખ દૂર કરે છે અને અનંત સુખની વૃષ્ટિ કરે છે, એમના વિના આવી કૃપા કરવા કોણ સમર્થ છે? (૧)

જયારે જીવ બ્રહ્મસંબંધ લે છે ત્યારે અપની ડાબી ભૂજા ફરકે છે અને આપના મનમાં એટલો બધો આનંદ થાય છે કે આપ હરખથી દોડતાં પ્રિયતમની પાસે જઈને મોટા અવાજે ભકતના બ્રહ્મસંબંધને દઢ કરવાનું તેમને કહો છો. (૨)

આપનું આવું અમૂલ્ય રત્નરૂપી નામ-સ્મરણ બધા જીવો કરી શકતા નથી. ફકત ભકત જ આપના નામરૂપી અમૂલ્ય રત્નનો હાર હૃદયમાં રાખી શકે છે. શ્રી હરિરરાયજી આજ્ઞા કરે છે કે જેના ઉપર શ્રી ઠાકોરજીની કૃપા થાય તે જ જીવ શ્રીયમુનાજીના રસ-સ્વરૂ પને પારખી શકે છે. (૩)

પદ - ૪ (રામકલી)

નેનભર દેખ અબ ભાનુ તનયા.
કેલિ પિયસોં કરે,ભ્રમર તબહી પરે;
શ્રમ-જલ ભરત આનંદ મનયા. ૧

ચલત ટેઢિ હોય, લેત પિયકો મોહિ,
ઈન બિના રહત નહીં એક છિનયા
'રસિક'- પ્રીતમ રાસ,કરત શ્રી યમુના પાસ,
માનો નિર્ઘનનકી, હે જુ ઘનયા. ૨

ભાવાર્થ : હે ભકત! સૂર્યપુત્રી શ્રી યમુનાજીનાં નયન ભરીને દર્શન કર. જયારે આપ પ્રિયતમની સાથે વિહાર કરો છો ત્યારે આપના જળમાં વમળો પ્રગટે છે અને વિહાર સમયે જે શ્રમ-જલ પ્રગટ થાય છે તે અમારા મનને આનંદથી ભરી દે છે. (૧)

આપ મલપતા ટેઢી ચાલથી એવાં ચાલો છો કે પ્રિયતમના મનને મોહ પમાડો છો. જેથી આપના વિના એક ક્ષણ પણ પ્રીતમ અળગા રહી શકતા નથી. શ્રી હરિરાયજી આજ્ઞા કરે છે કે આપના તટ પર પ્રીતમ સદા રાસ કરે જાય છે. હે શ્રીયમુનાજી! આપ પરમ ઉદાર હોઈ નિર્ઘનનું ઘન છો. (૨)

પદ - ૫ (રામકલી)

શ્યામ સંગ શ્યામ, વ્હે રહી શ્રી યમુને,
સુરત શ્રમબિંદુ તે, સિંઘુસી બહી ચલી;
માનો આતુર અલી, રહી ન ભવને. ૧

કોટિ કામહિ વારો, રૂપ નેનન નિહારો;
લાલ ગિરિઘન,સંગ કરત રમને.
હરખી 'ગોવિદ' પ્રભુ નિરખી ઈનકી ઓર;
માનો નવ દુલહની આઈ ગવને. ૨

ભાવાર્થ : શ્યામ શ્રીઠાકોરજી સાથે શ્રીયમુનાજી પણ શ્યામ-સ્વરૂપા બની ગયાં છે. રાસ વિલાસમાં સુરત સમાગમ થવાથી પડેલા શ્રમબિંદુઓમાંથી પ્રગટ થઈને સિંઘુ સમાન બનીને વહી રહ્યાં છો અને આપ એવાં શોભો છો કે જેમ આતુર થયેલ સખી (અભિસારિકા) ઘરમાં ન રહે તેમ આપ ગોલોકમાંથી પ્રિયતમને મળવા પધાર્યા. (૧)

આપશ્રી ગિરિઘરની સાથે એવું સુંદર રમણ કરો છો કે એના ઉપર કરોડો કામદેવ પણ ન્યોછાવર થઈ જાય આવાં શ્રીયમુનાજીના સોન્દર્યને નેત્રો ભરીને

નિરખ્યા જ કરીએ. ગોવિંદસ્વામી કહે છે કે જાણે કોઇ નવવધૂ પ્રથમ આણે ન આવી હોય! એમ પ્રભુ આપની તરફ હરખથી જોઇ રહ્યા છે. (૨)

પદ - ૬ (રામકલી)

શ્રીયમુનાસી નાહી કોઊ ઓર દાતા,
જો ઈનકી શરણ જાતહેં દોરકે;
તાહિકોં તિહિ છિનું કર સનાથા. ૧

યેહિ ગુનગાન રસખાન રસના એક,
સહસ્ત્ર રસના કયોં ન દઈ વિધાતા;
'ગોવિંદ' પ્રભુ તન, મન, ધન, વારને,
સબહિંકો જીવન ઈનકે જૂ હાથા. ૨

અર્થ : શ્રીયમુનાજી સમાન સ્વરૂપાનંદનું દાન આપનાર કોઇ નથી. જે જીવ આપને શરણે દોડતો જાય છે તે જીવને તે ક્ષણે આપ સનાથ કરો છો. (૧)

આપનાં ગુણગાનનો પાર નથી. તે રસની ખાણ સમાન છે. એક જીભ તેનું કેટલું વર્ણન કરી શકે! હે વિધાતા! શ્રીયમુનાજીનાં ગુણ ગાવા તેં સહસ્ત્ર જીભો કેમ ન આપી? "ગોવિંદસ્વામી" કહે છે કે મારાં તન,મન,ધન, આપના પર ન્યોછાવર કરું છું. સર્વ ભકતોનું જીવન રસમય બનાવવું તે આપના હાથમાં છે. (૨)

પદ - ૭ (રામકલી)

શ્રી યમુના -જસ જગતમેં જોઇ ગાવે,
તાકે આધીન વ્હે રહત હેં પ્રાણપતિ;
નેન અરૂ બેનમેં રસ જુ છાવે. ૧

વેદ પુરાનતેં બાત યહ અગમ હે;
પ્રેમકો ભેદ કોઉ ન પાવે;
કહત, 'ગોવિંદ' શ્રીયમુનેકી જા પર કૃપા,
સોઇ 'શ્રી વલ્લભકુલ'શરન આવે. ૨

ભાવાર્થ : આ જગતમાં જે ભકત શ્રીયમુનાજીના યશના ગુણ-ગાન ગાય છે તેને વશ થઈને શ્રીઠાકોરજી રહે છે, તે ભકતની દ્રષ્ટિમાં અને વાણીમાં અલૌકિક રસ છવાયેલો રહે છે. (૧)

વેદ અને પુરાણ પણ આ વાતને સમજી શકતા નથી, કારણ કે પ્રેમનું (લીલાનું) રહસ્ય કોઈ સમજી શકતું નથી, 'ગોવિંદસ્વામી' કહે છે કે જેના ઉપર શ્રીયમુનાજીની કૃપા થાય છે તે જ જીવ શ્રી વલ્લભકૂળને શરણે આવે છે. (૨)

પદ - ૮ (રામકલી)

ચરણ-પંકજ-રેણું શ્રીયમુને જૂ દેની,
કલિયુગ જાવ ઉદ્ધારને કારન;
કાટત પાપ અબ ઘાર પેની. ૧

પ્રાણપતિ, પ્રાણ -સુત અયે ભકતન હિત,
સકલ સુખકી તુમહો જુ શ્રેની;
'ગોવિંદ'પ્રભુ બિના રહત નહી એક છિનું,
અતિહી આતુર ચંચલ જુ નેની. ૨

ભાવાર્થઃ હે શ્રી યમુનાજી, આપના ચરણ કમલની રજ અમને આપો. આપની ચરણજ કલિયુગના જીવોના પાપ તીક્ષ્ણ ધારથી કાપીને ઉદ્ધાર કરવાવાળી છે. (૧)

પ્રાણપતિ એવા શ્રીઠાકોરજી તથા શ્રી મહાપ્રભુજી અને પ્રાણસુત એવા શ્રીગુસાંયજી ભકતોના સુખ માટે ભૂતલ ઉપર પધાર્યા છે. તેમ આપ પણ ભૂતલ ઉપર સકલ સુખોની પરંપરા રૂપ છો. ગોવિંદ સ્વામી કહે છે કે આપ આતુર અને ચંચળ નેત્રોવાળાં છો, કે પ્રભુ વિના એક ક્ષણ પણ રહી શકતા નથી. (૨)

પદ - ૯ (રામકલી)

ધાયકે જાય જો શ્રીયમુના તીરે,
તાકી મહિમાં અબ કહાં-લગ બરનિયે;
જાય પરસત અંગ પ્રેમ નીરે. ૧

નિસદિના કેલિ કરત મનમોહન,
પિયા સંગ ભકતનકી હે જૂ ભીરે;
'છીતસ્વામી' ગિરિધન શ્રી વિઠ્ઠલ,
ઈન બિના નેક નહી ઘરત ઘીરે. ૨

ભાવાર્થ : જે ભકતો શ્રીયમુનાજીના તીરે દોડતાં જાય છે અને આપનાં પ્રેમરસરૂપી જળનો પોતાનાં અંગને સ્પર્શ કરાવે છે તેઓના મહાભાગ્યનું તો શું વર્ણન થાય? (૧)

પ્રિયા (શ્રી સ્વામીનીજી) યુકત અનેક ભકતોની ભીડ સહિત રાત્રિ દિવસ મનને મોહ કરાવવા (શ્રીજી) સદા આપના તટ ઉપર વિહાર કરે છે. 'છીતસ્વામી' કહે છે કે, શ્રીયમુનાજી શ્રીઠાકોરજી વિના એક ક્ષણ પણ ઘીરજ રાખી શકતાં નથી. (૨)

પદ - ૧૦ (રામકલી)

જો મુખતે શ્રયમુને યહ નામ આવે,
તાપર કૃપા કરે શ્રી વલ્લભ પ્રભુ;
સોઈ શ્રીયમુનાજીકો ભેદ પાવે. ૧

તન,મન,ઘન,સબ લાલ ગિરિઘનકો,
દે કે ચરણ જબ ચિત્ત લાવે;
'છીતસ્વામી' ગિરિધન શ્રી વિઠ્ઠલ,
નેનન પ્રગટ લીલા દિખાવે. ૨

ભાવાર્થ : જે ભકતના મુખથી શ્રીયમુનાજીનું નામ-સ્મરણ થાય છે તેના ઉપર શ્રી વલ્લભપ્રભુ કૃપા કરે છે. તે જ જીવ શ્રીયમુનાજીના ગૂઢ રહસ્યને પામી શકે છે. (૧)

'છીતસ્વામી' કહે છે કે જે ભકત પોતાનું તન,મન,ને ઘન બઘું જ શ્રીગોવર્ધનનાથજીને સોંપીને,તેમના ચરણાવિંદમાં ચિત્ત સ્થિર કરે છે ત્યારે શ્રીજી તેને ભગવદ્ લીલાનાં પ્રત્યક્ષ દર્શન કરાવે છે. (૨)

પદ - ૧૧ (રામકલી)

ધન્ય શ્રીયમુને નિધિ દેનહારી,
કરત ગુણગાન, અજ્ઞાન-અઘ દૂર કરિ,
જાયમિલવત પિય પ્રાણ પ્યારી. ૧

જિન કોઉ સંદેહ કરો, બાત ચિત્તમેં ઘરો,
પુષ્ટિપથ અનુસરો, સુખ જુ કારી;
પ્રેમકે પુંજમેં, રાસ-રસ કુંજમેં.
તાહી રાખત, રસ-રંગ ભારી. ૨

શ્રીયમુને અરુપ્રાણપતિ, પ્રાણ અરુ પ્રાણસુત.
ચહું જન જીવ પર દયા વિચારી,
'છીતસ્વામી' ગિરિધરન શ્રીવિઠ્ઠલ.
પ્રીતકે લિયે અબ સંગ ધારી. ૩

ભાવાર્થ : નિધિ -સ્વરૂપ શ્રીઠાકોરજીનું દાન કરવાવાળાં હે શ્રીયમુનાજી! આપને ધન્યવાદ હો! જે ભકત આપના ગુણગાન ગાય છે એનાં અજ્ઞાન અને પાપને દૂર કરીને આપ તે ભકતને યુગલ સ્વરૂપનું મિલન કરાવો છો. (૧)

નિઃ:સંદેહ બનીને શ્રીયમુનાજીનું ચિત્તમાં ધ્યાન ધરો ને સુખકારી એવા પુષ્ટિમાર્ગને (સ્નેહમાર્ગને) અનુસરો જેથી શ્રીયમુનાજી દિવ્ય પ્રેમની નિકુંજમાં- રસ- રાસ કુંજમાં પ્રવેશ કરાવે છે અને દિવ્ય રસનો આનંદ કરાવે છે. (૨)

શ્રી યમુનાજી, શ્રીઠાકુરજી, શ્રીમહાપ્રભુજી અને શ્રીગુંસાઈજી એ ચારેય સ્વરૂપો જીવ ઉપર દયા વિચારીને ભૂતલ પર પ્રગટયા છે. 'છીતસ્વામી' કહે છે કે શ્રી ગોવર્ધનનાથજીએ સ્નેહના કારણે શ્રીયમુનાજીને સાથે પધરાવ્યાં છે. (૩)

પદ - ૧૨ (રામકલી)

ગુણ અપાર, મુખ એક, કહાં લો કહિયે,
તજો સાધન ભજો, નામ શ્રીયમુનાજીકો;
લાલ ગિરિધરન વર તબહિ પૈયે. ૧

પરમ પુનિત પ્રીતકી, રીત સબ જાનકે,
દૃઢ કરિ ચરન-કમલ જુ ગ્રહિયે;
“છીતસ્વામી” ગિરિધરન શ્રી વિઠ્ઠલ
એસી નિધિ છાંડિ અબ કહાં જુ જૈયે. ૨

ભાવાર્થ : હે શ્રીયમુનાજી, આપના અનંત ગુણોનું વર્ણન એક મુખથી કેવી રીતે કરી શકાય ? બધા સાધનો ત્યજી દઈને શ્રીયમુનાજીનું નામ-સ્મરણ કરો તો શ્રીગિરિવરધારીલાલ તરત પ્રાપ્ત થાય. (૧)

પરમ પવિત્ર તેવા પ્રેમ માર્ગની બધી રીત જાણીને દઢતાપૂર્વક શ્રીયમુનાજીનાં ચરણારવિંદને (હૃદયમાં) ધારણ કરવાં. ‘છીતસ્વામી’ કહે છે કે શ્રી વિઠ્ઠલ, શ્રીગોવર્ધનનાથજી, શ્રીયમુનાજી આદિ મહાન નિધિ આપણને પ્રાપ્ત થઈ છે તો આવી અલૌકિક નિધિ છોડીને બીજે જવાની શી જરૂર છે? (૨)

પદ - ૧૩ (રામકલી)

ચિત્તમે શ્રીયમુના નિસદિન જુ રાખો,
ભક્ત કે વશ કૃપા કરત હે સર્વદા;
એસો શ્રીયમુનાજીકો હે જુ સાખો. ૧

જા મુખર્તે યમુને યહ નામ આવે,
સંગ કીજે અબ જાય તાકો;
‘ચતુર્ભુજદાસ’અબ કહત હૈ સબનસોં,
તાર્તે શ્રીયમુને - યમુને જુ ભાખો. ૨

ભાવાર્થ : ચિત્તમાં રાત-દિવસ શ્રીયમુનાજીના સ્વરૂપનું ચિંતન કરવું, આપ ભક્તને વશ હોઈ હમેંશા ભક્તો ઉપર કૃપા કરો છો. એવું આપનું બિરુદ (શાખ) છે. (૧)

જેના મુખથી શ્રીયમુનાજીનું નામ-સ્મરણ થતું હોય તેવાં ભક્તનો સંગ કરવો. “ચતુર્ભજદાસ” સર્વને કહે છે કે તેથી જ શ્રીયમુના-યમુના નામનું રટણ કર્યા કરો. (૨)

પદ - ૧૪ (રામકલી)

પ્રાણપતિ વિહરત શ્રીયમુના કૂલેં,
લુબ્ધ મકરંદ કે, ભ્રમર જયોં બસ ભયે;
દેખ રવિ ઉદય, માનો કમલ ફૂલેં. ૧

કરત ગુંજાર મુરલી જૂ લે સાંવરો,
સુનત વ્રજવધૂ તન સુધ જુ ભૂલેં;
'ચતર્ભુજદાસ' શ્રીયમુને પ્રેમ-સિંધુમેં,
લાલ ગિરિધરનવર અબ હરખિ ઝૂલેં. ૨

ભાવાર્થ : શ્રીયમુનાજીનાં કિનારે શ્રી નિકુંજનાયક વિહાર કરે છે જેમ સૂર્ય ઉદય થતાં કમળ ખીલે છે અને ભમરાઓ તેની સુગંધથી લોભાઈ ને ત્યાં આવે છે, તેમ શ્રી ઠાકોરજીને નિરખીને ક્ષીયમુનાજી પ્રફુલ્લિત બને છે. (૧)

સાંવરો (શુંગાર રસાત્મક પ્રભુ) મુરલી ધારણ કરી ગુંજારવ કરે છે ત્યારે શ્રી ગોપીજન તે રવ (અવાજ) સાંભળતા શરીરનું ભાન ભૂલી જાય છે. 'ચતર્ભુજદાસજી'કહે છે કે, આ રીતે આપના સ્નેહાત્મક સમુદ્રમાં શ્રી ગિરિવરધરનલાલ હર્ષથી ઝૂલી રહ્યાં છે. (૨)

પદ - ૧૫ (રામકલી)

વારંવાર શ્રીયમુને ગુણગાન કીજે,
યેંહી રસનાતે જો નામ-રસ-અમૃત;
ભાગ્ય જાકે હેં સોઈ જુ પીજે. ૧

ભાનુ-તનયા દયા, અતિહીં કરૂણામયા,
ઈનકી કર આસ, અબ સદાહી જિંજે;
'ચતર્ભુજદાસ' કહે સોઈ પ્રિય પાસ રહે,
જોઈ શ્રીયમુનાજીકે રસ જુ ભીજે. ૨

ભાવાર્થ : હે ભકતો! તમે વારંવાર શ્રીયમુનાજીના ગુણગાન કરો અને આ જીભ વડે નામ રસ અમૃતનું પાન કરો. જે ભાગ્યશાળી દૈવી જીવ હશે તે જ આ રસનું પાન કરી શકશે. (૧)

શ્રીયમુનાજી અતિ દયાળુ અને કરુણાવાળાં છે, એમની જ આશા રાખીને જીવે સદા જીવવું જોઈએ. "ચતર્ભુજદાસ" કહે છે કે જે ભકત શ્રી યમુનાજીના પ્રેમરસમાં ભીંજાયેલો રહે છે, તે જ શ્રી ઠાકોરજીની પાસે રહી શકે છે. (૨)

પદ - ૧૬ (રામકલી)

હેત કરિ દેત શ્રીયમુને વાસ કુંજે,
જહાં નિસવાસર રાસમેં રસિકવર;
કહાંલગ બરનિયેં પ્રેમ-પુંજે. ૧

થકિત સરિતા-નીર, થકિત વ્રજવધૂ ભીર,
કોઊ ન ધરત ધીર, મુરલી સુનિજે;
"ચતુર્ભુદાસ" યમુને પંકજ જાનિ,
મધુપકી નાંઈ ચિત્ત લાય ગુંજે. ૨

ભાવાર્થ : શ્રીયમુનાજી પોતાના ભકતો પર કૃપા કરી, તેમને પોતાની કુજોમાં વાસ આપે છે, આ કુંજોમાં રાસ કરવામાં રસિક એવા શ્રી ઠાકોરજી રાત-દિવસ રાસ-વિહાર કરે છે, આ રસના પુંજોનું તો કેટલું વર્ણન કરીએ ? (૧)

શ્યામસુંદરનો વેણુનાદ સાંભળિને યમુનાજળ, વ્રજાગનાઓનાં વૃંદ સૌ થંભી જાય છે ને એક ક્ષણની પણ તેઓ ધીરજ રાખી શકતાં નથી. "ચતુર્ભુજદાસ" કહે છે જે શ્રીયમુનાજીને કમળરૂપ માનીને મારા મનરૂપી ભ્રમરો પણ (મારુ ચિત્ત) તેમાં લોભાઈને તેમનાં ગુણગાન ગાયા કરે છે. (૨)

પદ - ૧૭ (રામકલી)

ભકત પર કરિ કૃપા શ્રીયમુને જુ એસી,
છાંડિ નિજ ધામ, વિશ્રામ ભૂતલ કિયો;
પ્રકટ લીલા દિખાઈ જુ તે સી. ૧

પ્રકટ પરમારથ કરત હેં સબનકો,
દેત અદ્ભૂત રૂપ આપ જેસી;
"નંદદાસ" યોં જાનિ દ્રઢ કરિ ચરણ ગહે.
એક રસના કહા કહોં વિસેસી. ૨

ભાવાર્થ : શ્રીયમુનાજી એવાં કૃપાળું છે કે ભકત પર કૃપા કરવાને માટે પોતાનું નિજધામ ગોલોક છોડીને ભૂતલ પર પધાર્યા અને ભકતોને ગોલોકની લીલાનાં સાક્ષાત દર્શન કરાવ્યાં (૧)

પોતાના ભકતોને તનુનવત્વ આપીને પોતાના સમાન અદ્ભુત સ્વરૂપવાળા બનાવે છે, નંદદાસજી કહે છે કે આ પ્રમાણે જાણીને મેં તો આપના ચરણ કમળનો દઢ આશ્રય કર્યો છે. એક જીભથી આપની અસીમ કૃપાનું શું વર્ણન કરું ? (૨)

પદ - ૧૮ (રામકલી)

નેહ કારન શ્રીયમુને પ્રથમ આઈ,
ભકતકે ચિત્તકી વૃતિ સબ જાનકે;
તહાંતે અતિહિ આતુર જુ ધાઈ. ૧

જાકે મન જેસી, ઈચ્છા હતી તાહીકી,
તૈસીહી આય સાથ જુ પૂજાઈ;
'નંદદાસ' પ્રભુ તા પર રિઝિ રહે,
જોઈ શ્રીયમુનાજીકો જસ જુ ગાઈ. ૨

ભાવાર્થ : શ્રીયમુનાજી નિજ ભકતો સાથેના સ્નેહના કારણે શ્રીઠાકોરજીથી પહેલાં ભૂતલ પર પધાર્યા. ભકતોના ચિત્તની વૃતિ (મનોરથ)જાણી પોતાના નિજધામથી બહુ આતુરતા પુર્વક ભૂતલ પર દોડી આવ્યાં (૧)

જેના હૃદયમાં જેવી ઈચ્છાઓ હતી તેપ્રમાણે તેમની ઈચ્છાઓ ભૂતલ પર આવીને શ્રીયમનાજીએ પૂરી કરી. 'નંદદાસજી' કહે છે કે આવા શ્રીયમુનાજીના યશ ગાનાર ભકત પર પ્રભુ સદા પ્રસદ રહે છે. (૨)

પદ - ૧૯ (રામકલી)

તાતેં શ્રીયમુને યમુને જુ ગાઓ,
શેષ સહસ્ત્રમુખ નિસદિન ગાવત;
પાર નહીં પાવત તાહી પાઓ. ૧

સકલ સુખ દેનહાર,તાતે કરો ઉચ્ચાર,

કહત હોં વારંવાર જિન ભુલાઓ;
'નંદદાસ' કી આસ શ્રીયમુને પૂરણ કરી;
તાતેં ઘરી ઘરી ચિત્ત લાઓ. ૨

ભાવાર્થ : હે ભકતો! તમે શ્રીયમુનાજીના ગુણગાન ગાયા કરો. હજારો મુખથી શેષભગવાન રાત્રિ-દિવસ ગુણગાન કરવા છતાં આપની લીલાનો પાર પામી શકયા નથી. (૧)

શ્રીયમુનાજી સર્વ સુખોને આપનાર હોઈ તેમના નામનું રટણ હે ભકત તમે કર્યા કરો. હું વારંવાર કહું છું કે આ વાત કદી ભૂલશો નહિ. 'નંદદાસજી'કહે છે કે મારી આશાઓ શ્રીયમુનાજીએ પૂર્ણ કરી છે. માટે વારંવાર શ્રીયમુનાજીને ચિત્તમાં લાવો. (૨)

પદ - ૨૦ (રામકલી)

ભાગ્ય સૌભાગ્ય શ્રયિમુને જુ દેઇ,
બાત લૌકિક તજો,પુષ્ટિ યમુને ભજો,
લાલ ગિરિઘરનવર તબ મિલેઇ. ૧

ભગવદીય સંગ કર, બાત ઈનકી લહે,
સદા સાંનિધ્ય રહે કેલિમેંઇ;
'નંદદાસજા' પર કૃપા શ્રીવલ્લભ કરે;
તાકે શ્રીયમુને સર્વસ જુ દેઇ. ૨

ભાવાર્થ : ભાગ્ય એટલે શ્રીઠાકોરજીનું પ્રાપ્ત થવું અને સૌભાગ્ય એટલે શ્રીઠાકોરજીનું ભકતને વશ થવું. આબંને પ્રકારનાં દાન શ્રીયમુનાજી જ કરી શકે છે. માટે તમે લૌકિક ત્યજી દઈને, પુષ્ટિ સ્વરૂપ શ્રીયમુનાજીનો આશ્રય લો. તો જ શ્રીઠાકોરજી તમને મળશે.(૧)

ભગવદીયના સંગમાં રહીને શ્રીયમુનાજીના ગુણગાન કરે તો તે ભકતને સદા પ્રભુના સાંનિધ્યમાં અને લીલા વિહારમાં રહેવાનું મળે,"નંદદાસજીજા કહે છે કે જેના ઉપર શ્રી વલ્લભ કૃપા કરે છે તેને શ્રીયમુનાજી સર્વસ્વનું દાન કરે છે. (૨)

પદ - ૨૧ (રામકલી)

નામ મહિમા એસી જુ જાનો;
મર્યાદાદિક કહે, લૌકિક સુખ લહે;
પુષ્ટિકો પુષ્ટિ-પથ નિશ્ચે જુ માનો. ૧

સ્વાતિ જલ-બુંદ જબ પરત હૈ જાહિમેં,
તાહિમેં હોત તેસો જુ વાનો;
શ્રીયમુને કૃપાસિંધુજાનિ, સ્વાતિજલબહુમાનિ,
'સૂર'ગૂણ-પૂર કહાંલો બખાનો. ૨

ભાવાર્થ : શ્રીયમુનાજીના નામનો એવો મહિમા છે કે મર્યાદા રીતે ભજે તો તેને તેવું જ ફળ (મોક્ષાદિક) મળે,લૌકિક પ્રવાહી જીવ રાજયાદિકની ઈચ્છાથી ભજે તો તેને તેવું સુખ મળે અને પુષ્ટિ રીતે ભજે તો તેને પૂર્ણ પુરૂષોતમ સાથેના આનંદનું સુખ મળે એમ નક્કી માનજો.(૧)

જેમ સ્વાતિ નક્ષત્રમાં વર્ષાજળનું બિદું જે જગાએ પડે તેવું રૂપ ધારણ કરે છે, (કેળમાં પડે તો કપૂર, છીપમાં પડે તો મોતી અને સાપના મુખમાં પડે તો ઝેર) તેમ શ્રીયમુનાજી સ્વાતિ જળ સમાન કૃપાસિંધુ છે. 'સૂરદાસજી' કહે છે કે આવાં શ્રીયમુનાજીના ગુણોનાં હું કેટલાં વખાણ કરું!(૨)

પદ - ૨૨ (રામકલી)

ભકતોકો સુગમ, શ્રીયમુને અગમ ઓરેં,
પ્રાતહી નહાત, અઘ જાત તાકે સકલ;
યમહ્ રહત તાહિ હાથ જોરેં. ૧

અનુભવીબિના અનુભવ કહા જાનહિ,
જાકો પિયા નહી ચિત્ત ચોરે;
પ્રેમકે સિંઘુકો મરમ જાન્યો નહી,
'સુર'કહે કહા ભયો દેહ બોરે. ૨

ભાવાર્થ : શ્રીયમુનાજીનું સ્વરૂપ (આધિદૈવિક) ભકતોને જ સમજાય છે, બીજાઓને સમજાતું નથી.પ્રાતઃકાળે આપના જળમાં જે સ્નાન કરે છે તેના બધાં પાપ દૂર થાય

છે અને યમરાજ તેની સામે હાથ જોડીને ઊભા રહે છે. (જીવની યમયાતના દૂર થાય છે.) (૧)

જેનું ચિત્ત શ્રીઠાકોરજીએ ચોર્યુ નથી એવાં બિનઅનુભવીના સંગથી આપના આધિદૈવિક સ્વરૂપનો અનુભવ કેવી રીતે જાણી શકાય? "સૂરદાસજીજાકહે છે કે પ્રેમ સમુદ્ર સ્વરૂપા શ્રીયમુનાજીના સૂક્ષ્મ રહસ્યને જાણ્યા વિના એકલો દેહ તેમના જળમાં બોળવાથી શો લાભ. (૨)

પદ - ૨૩ (રામકલી)

ફલ ફલિત હોય ફલરૂપ જાને,
દેખીહું ના સુની,તાહીકી આપુની;
તાકી બાત કોઉ કેસેં જુ માને. ૧

તાહિકે હાથ નિરમોલે નગ દીજિયે,
જોઈ નીકે કરિ પરખિ જાને;
'સૂર'કહે ફૂરતેં દૂર બસિયે સદા,
શ્રીયમુનાજીકો નામ લીજે જુ છાને. ૨

ભાવાર્થ : જે શ્રીયમુનાજીના સ્વરૂપને ફળરૂપ જાણે છે તેમને જ આપની સિદ્ધિઓ પ્રાપ્ત થાય છે. જેણે આપને દેખ્યા નથી અને સાંભળ્યા પણ નથી તેવા બીનઅનુભવીની વાત કોણ માને ?(૧)

જે સારી રીતે આપના સ્વરૂપને પારખી શકે તેના જ હાથમાં શ્રીયમુના નામ રૂપી અમૂલ્ય રત્ન આપવું. 'સૂરદાસજી'કહે છે કે આપના સ્વરૂપને જે ન ઓળખી શકે તેવા અસુરી જીવથી દૂર રહી હંમેશા આપનું નામ-સ્મરણ ગુપ્ત રીતે જ કરવું. (૨)

પદ - ૨૪ (રામકલી)

શ્રીયમુને -પતિ-દાસકે ચિન્હ ન્યારે,
ભગવદીયકો ભગવત્સંગ મિલિ રહે;
જાકે હિયે બસત પ્રાણ પ્યારે. ૧

ગૂઢ શ્રયમુને બાત, સોઈ અબ જાનહીં
જાકે મનમનોહન નેન તારે;
‘સૂર’સુખસાર નિરઘાર વે પાવ હી;
જા પર હોય શ્રીવલ્લબ કૃપા રે. ૨

ભાવાર્થ : શ્રીઠાકોરજીના દાસનાં ચિન્હો જુદાં જહોય છે. જેના હ્રદયમાં પ્રાણપ્રિય પ્રભુ હંમેશા બિરાજતા હોય એવા ભગવદીયને ભગવદીયનો સંગ મળી રહે છે. (૧)

મનમોહન પ્રભુ જેના નેત્રના તારા સમાન છે, તે જ શ્રીયમુનાજીના ગૂઢ રહસ્યને જાણી શકે છે. ‘સૂરદાસજી’ કહે છે કે જેના ઉપર શ્રીવલ્લભ કૃપા કરે તેને જ સુખના સારરૂપ પ્રભુની નિશ્ચય પ્રાપ્તિ થાય. (૨)

પદ - ૨૫ (રામકલી)

શ્રીયમુને રસખાનકો શિષ નાઉં,
ઐસી મહિમા જાન, ભકતકોં સુખદાન;
જોઈ માંગો સોઈ જુ પાઉં. ૧

પતિત પાવન કરન, નામ લીનો તરન,
દ્રઢ કર ગહિ ચરન, કહું ન જાઉં,
“કુંભનદાસ” લાલ ગિરિધરન મુખ નિરખત,
યહી ચાહત, નહીં પલક લાઉં. ૨

ભાવાર્થ : રસની ખાણ સ્વરૂપ શ્રીયમુનાજીને હું વંદન કરું છું આપ ભકતોને સુખનું દાન કરે છે અને તે જે માગે તે તેને આપે છે. એવો આપનો મહિમાં છે. (૧)

આપ પતિતને પાવન કરવાવાળાં છો અને નામસ્મરણ કરનારને તારવાવાળાં છો, તેથી દઢતાયુકત આપનાં ચરણને ગ્રહણ કરી અન્ય સ્થાને નહીં જાઉ. “કુંભનદાસજી” કહે છે કે પ્રભુનું મુખ નિરખીને એવી ઇચ્છા કરું છું કે હું પ્રભુને એક ક્ષણ પણ નેત્રથી દૂર ન કરું. (૨)

પદ - ૨૬ (રામકલી)

શ્રીયમુને અગનિત ગુન ગિને ન જાઇ
યમુને તટ-રેણું તેં હોત હે નવીન તનું;
ઇનકે સુખ દેનકી, કહાં કરોં બડાઇ. ૧

ભકત માંગત જોઇ, દેત હે તિહીં છિંનુ,
સો એસી કો, કરે પ્રણ નિવાઇ;
"કુભનદાસ" લાલ ગિરિધરન મુખ નિરખત,
કહો કેસેં કરિ મન અઘાઇ. ૨

ભાવાર્થ : શ્રીયમુનાજીના ગુણો ગણ્યા ન જાય એટલા અગણિત છે, આપના તટની રેણુના સંગથી નૂતન દેહ પ્રાપ્ત થાય છે. આપ એવાં સુખો આપો છે કે તેની હું કેટલી પ્રશંસા કરું ? (૧)

ભકત જે વખતે જે વસ્તુ માંગે છે તેને તે ક્ષણે તે વસ્તુ આપ આપો છો આવી આપની પ્રતિજ્ઞા આપના સિવાય બીજું કોણ નિભાવી શકે ? "કુંભનદાસજી" કહે છે કે ઠાકોરજીનું રસરૂપ મુખ નિરખતાં મનને કેમ તૃપ્તિ થાય ? (૨)

પદ - ૨૭ (રામકલી)

શ્રીયમુને પર તન,મન,ઘન,પ્રાણ વારોં,
જાકી કિરતિ વિસદ, કોન અબ કહિ સકે,
તાહિ નેનનતેં ન નેક ટારો. ૧

ચરન-કમલ ઇનકે જુ ચિંતિત રહો
નિસદિના નામ મુખતેં ઉચ્ચારો;
'કુંભનદાસ' કહે, લાલ ગિરિધરન મુખ;
ઇનકી કૃપા ભઇ તબ નિહારો. ૨

ભાવાર્થ : શ્રીયમુનાજી પર તન,મન,ધન,અને પ્રાણ ન્યોછાવર કરો. આપની કીર્તિ એટલી મહાન છે કે એનું વર્ણન કોઇ કરી શકે નહીં.તેથી આપને મારા નેત્રથી જરા પણ દૂર ન કરું. (૧)

હું સદાયે આપના ચરણકમળનું ચિંતન કરું અને મુખથી રાતદિવસ નામ સ્મરણ કર્યા કરું. 'કુંભનદાસજી'કહે છે કે આપની કૃપાથી જ મને શ્રીઠાકોરજીનું મુખ નિહાળવાનું ભાગ્ય પ્રાપ્ત થયું છે. (૨)

પદ - ૨૮ (રામકલી)

ભકત ઈચ્છા પૂરન શ્રીયમુને જુ કરતા,
બીના માંગે હુ દેત, કહાંલો કહોં હેત;
જેસેં કાહુકો કોઊ હોય ઘરતા. ૧

શ્રીયમુના પુલિન રાસ,બ્રજ-બઘૂલિ પાસ,
મંદ-મંદ હાસ કર મન જુ હરતા;
'કુંભનદાસ'લાલ ગિરિઘરન મુખ નિરખત,
યહી જિય દેખત શ્રીયમુને જુ ભરતા. ૨

ભાવાર્થ : શ્રીયમુનાજી ભકતની ઈચ્છા પૂર્ણ કરવાવાળા છે. જેમ કોઈ સમર્થ કોઈના ઉપર ઉપકાર કરે તેમ આપ પણ વગર માગે બધું આપો છો. આપના હેતનું હું શું વર્ણન કરું ?(૧)

આપના તટ પર અનેક વ્રજાંગનાઓ સહિત શ્રીઠાકોરજી રાસાદિક લીલા કરી મંદ મંદ હાસ્ય કરતાં સહુના મનને હરી લે છે. "કુંભનદાસજી" કહે છે કે શ્રી ઠાકોરજીનું મુખ નીરખીને આ જીવને એવો અનુભવ થાય છે કે શ્રીયમુનાજી જ સર્વ લીલાઓનો અનુભવ કરાવનાર છે. (૨)

પદ - ૨૯ (રામકલી)

રાસ-રસ-સાગર શ્રીયમુને જુ જાની
બહત ધારા તન પ્રતિ, છિન નૌતન;
રાખત અપને ઉરમેં જુ ઠાની. ૧

ભકતકો સહે ભાર, દે જુ પ્રાણ-આધાર,
અતિહીં બોલત મધુર-મધુર બાની;
"શ્રી વિઠ્ઠલ ગિરિધરન" વર બસ કિયે,
કોનપેં જાત મહિમા બખાની. ૨

ભાવાર્થ : શ્રીયમુનાજીને રાસ-રસના સાગર સમાન જાણો. રાસ સમયે જે રસની નવીન ધારાઓ પ્રતિક્ષણે વહે છે, તેને આપ આપના હૃદયમાં સ્થિર કરીને રાખો છો. (૧)

આપ ભકતની ચિંતાઓનો ભાર સહન કરીને તેને આપના પ્રાણાધાર પ્રભુનું મિલન કરાવો છો. પછી તો શ્રીઠાકોરજી ભકતની સાથે મધુર વાણીમાં બોલે છે. જેથી ભકતનું દુઃખ દૂર થાય છે. શ્રીયમુનાજીએ શ્યામસુંદરને વશ કર્યા છે. આપના મહિમાના કોણ વખાણ કરી શકે ? મતલબ કે આપનો મહિમા કોઈ વર્ણવી શકે તેમ નથી. (૨)

પદ - ૩૦ (રામકલી)

ભકત પ્રતિપાલ, જંજાલ ટારે,
અપને રસ-રંગમે, સંગ રાખત સદા;
સર્વદા જો શ્રીયમુને નામ ઉચ્ચારે. ૧

ઈનકી કૃપા અબ કહાં લગ બરનિયે,
જૈસે રાખત જનની પુત્ર બારેં,
'શ્રી વિઠ્ઠલ'ગિરિધરન સંગ વિહરત,
ભકતકો એક છિનુ ના બિસારે. ૨

ભાવાર્થ : શ્રીયમુનાજી ભકતનું પાલનપોષણ કરનારાં છે અને તેનાં લૌકિક સંસારનો નાશ કરવાવાળાં છે. જે ભકત શ્રીયમુનાજીનાં નામનું સર્વદા સ્મરણ કરે છે. તેને રાસરંગમાં આપ રાખે છે. (૧)

જેમ માતા પુત્રનું જતન કરે તેમ આપ ભકતો પ્રત્યે વાત્સલ્ય રાખો છો. આપની કૃપાનું અમે કેટલું વર્ણન કરીએ ? આપ શ્રીઠાકોરજી સાથે વિહાર કરતાં ભકતોને એક ક્ષણ પણ વિસરતાં નથી. (૨)

પદ - ૩૧ (રામકલી)

કોનપેં જાત શ્રીયમુને જુ બરની,
સબહીકો મન મોહત મોહન,
સો પિયાકો મન હે જુ હરની. ૧

ઈનઈબના એકછિન,રહત નહિ જીવન ઘન
બ્રજચંદ મન આનંદ કરની,
'શ્રી વિઠ્ઠલ'-ગિરિધરન સહિત આય,
ભકતકે હેત અવતાર ઘરની. ૨

ભાવાર્થ : શ્રીયમુનાજીનું કોનાથી વર્ણનથઇ શકે ? સર્વ ભકતોના મનને મોહ પમાડનાર મનમોહન શ્રીઠાકોરજીના મનને પણ શ્રીયમુનાજી મોહી લે છે.! (૧)

આપના વિના એક ક્ષણ પણ પ્રભુ રહી શકતા નથી. વ્રજના ચંદ્ર એવા શ્રીઠાકોરજીના મનને આપ આનંદ આપનારાં છો. ભકતના હિતને માટે શ્રીઠાકોરજી સાથે આપ ભૂતલ પર પધાર્યા છો. (૨)

પદ - ૩૨ (રામકલી)

શ્રીયમુનાજીકો નામ લે સોઈ સુહાગી,
ઈનકે સ્વરૂપકો સદા ચિંતન કરત;
કલ ન પરત,જાય લેહ લાગી. ૧

પુષ્ટિ મારગ મરમ, અતિહી દુર્લભ,
કરમ છાંડ સગરે, પરમ પ્રેમ પાગી,
'શ્રીવિઠ્ઠલ ગિરિઘરન'એસી નિધિ
ભકતકો દેત હે બિના માગી. ૨

ભાવાર્થ : શ્રીયમુનાજીનું નામ-સ્મરણ કરે છે તે ભાગ્યશાળી છે. જેને આપની લગન લાગી જાય છે, તેને આપના સ્વરૂપનું સતત ચિંતન કર્યા સિવાય સહેજ પણ ચેન પડતું નથી. (૧)

પુષ્ટિમાર્ગનું રહસ્ય અતિ દુર્લભ છે. 'ગંગાબાઇ'કહે છે કે બધાં લૌકિક કર્મો છોડીને જે ભકત શ્રીયમુનાજીના રસમાં ઓતપ્રોત થઇ જાય છે, તેને આપ વગર માગે શ્રીઠાકોરજી પ્રાપ્ત કરાવે છે. (૨)

પદ - ૩૩ (રામકલી)

શ્રીયમુનાજીકે નામ અઘ દૂર ભાજે,
જિનકેગુણસુનનકો,લાલગિરિઘરનપિય;
આય સન્મુખ તાકે બિરાજે
તિહિં છિનું કાજ, તાકે સગરે સરે. ૧

જાય કે મિલત બ્રજવઘુ સમાજે,
'કૃષ્ણદાસનિ' કહે તાહી અબ કોન ડર
જાકે ઉપર શ્રી યમુનેસી ગાજે. ૨

ભાવાર્થ : શ્રીયમુનાજીનું નામમાત્ર લેવાથી પાપનો નાશ થાય છે. શ્રી ઠાકોરજીને આપનાં ગુણગાન પ્રિય લાગે છે. તેથી જે ભકત આપનાં ગુણગાન ગાય છે તે સાંભળવા શ્રીઠાકોરજી તે ભકતની સન્મુખ આવીને બિરાજે છે. (૧)

તે જ ક્ષણ તેનાં(ભકતનાં) બધાં કાર્યો સિદ્ધ થઇ જાય છે અને વ્રજભકતોના યૂથમાં તેનો નિવાસ થાય છે."કૃષ્ણદાસજી" કહે છે કે જેના મસ્તક પર શ્રીયમુનાજી બિરાજતાં હોય તેને હવે શાનો ડર? (૨)

પદ - ૩૪ (રામકલી)

શ્રીયમુનાજીકો નામ તેઇ જુ લેહેં
જાકી લગન લાગી નંદલાલ સોં,
સર્વસ્વ દેકે નિકટ રહે હે.
જિનહી સુગમ જાનિ, બાત મનમેં જુ માનિ. ૧

બિના પહેચાની કૈસે જુ પૈયે,
'કૃષ્ણદાસનિ'કહે શ્રીયમુને નામ-નૌકા,
ભકત ભવ-સિંઘુતે યૌંહિ તરિયે. ૨

ભાવાર્થ : જેને શ્યામસુદંરની લગની લાગી હોય અને જે પોતાનું સર્વસ્વ સમર્પણ પ્રભુને કરીને તેમની નિકટ રહેતો હોય તે જ ભકત શ્રીયમુનાજીનું નામ સ્મરણ કરી શકે છે. (૧)

આપનાથી જ જીવનાં ઉદ્ધાર કરવાનું કાર્ય સુગમ છે એ વાત મનમાં સમજવી કારણ કે વગર સમજે આપના સ્વરૂપને કેવી રીતે પ્રાપ્ત કરી શકાય? "કૃષ્ણદાસજી" કહે છે કે શ્રીયમુનાજીના નામરૂપી નૌકાથી ભકતો ભવસાગરને સહેલાઈથી તરી જાય છે. (૨)

પદ - ૩૫ (રામકલી)

શ્રીયમુને તુમસી એક હો જુ તુમહીં
કરિ કૃપા દરસ નિસવાસર દીજિયે,
તિહારે ગુણગાનકો રહે ઉદ્યમહી. ૧

તિહારે પાયે તે, સકલ નિધિ પાવહીં,
ચરણ-કમલ ચિત્ત ભ્રમર ભ્રમહીં,
કૃષ્ણદાસનિ કહે કોન યહ તપ કિયો,
તિહારે ઢિગ રહત હૈ લતા-દ્રુમહીં. ૨

ભાવાર્થ : હે શ્રી યમુનાજી, આપના સમાન કૃપાળુ તો આપ જ છો. આપ એવી કૃપા કરો કે આપના રસનિધિ સ્વરૂપનાં દર્શન નિત્ય થાય અને અમે આપના રહસ્મય ગુણગાનમાં તત્પર રહીએ. (૧)

આપની પ્રાપ્તિ કર્યા પછી સર્વ નિધિરૂપ પ્રભુનું મિલન થાય છે. તેથી આપના ચરણાવિંદમાં મારો મનરૂપી ભમરો ભ્રમણ કર્યા જ કરે છે. "કૃષ્ણદાસજી" કહે છે કે આ લતા અને વૃક્ષો એવા કેવાં તપ કર્યા હશે કે તે આપની નિકટ સદા રહે છે? (૨)

પદ - ૩૬ (રામકલી)

એસી કૃપા કીજિયે લીજિયે નામ,
શ્રીયમુને જગવંદની, ગુન ન જાત કાહુગિની,
જિનકે એસે ધની, સુંદર શ્યામ. ૧

દેત સંયોગ રસ, એસે પિયુ હે જુ બસ.
સુનત તિહારો સુજસ, પૂરે સબ કામ,
"કૃષ્ણદાસનિ" કહે, ભકત હિત કારને,
શ્રીયમુને એક છિન નહિ કરે વિશ્રામ. ૨

ભાવાર્થ : શ્રીયમુનાજી આપ મારા પર એવી કૃપા કરો કે હું આપનું નામ સ્મરણ સતત કર્યા જ કરું. જેમના સુંદર શ્યામ પતિ છે, જેમના ગુણ ગાઈ શકાય નહી તેવા છે. એવાં હે શ્રીયમુનાજી! આપ જગતમાં વંદન કરવા લાયક છો. (૧)

આપે પ્રિયને એવા વશ કર્યા છે કે આપના સુયશ શ્રવણ માત્રથીભકતને શ્રીઠાકોરજી સંયોગ રસનું દાન કરે છે અને તેની સર્વે કામનાઓ પૂર્ણ કરે છે "કુષ્ણદાસજી" કહે છે કે, ભકતોના હિતને માટેશ્રીયમુનાજી એક ક્ષણ પણ વિશ્રામ કરતાં નથી. (૨)

પદ - ૩૭ (રામકલી)

શ્રી યમુને કે સાથ અબ ફિરતહેં નાથ,
ભકત કે મન કે મનોરથ પૂરન કરત;
કહાંલો કહિયે ઇનકી જુ ગાથ. ૧

વિવિધ શૃંગાર આભૂષણ પહેરે,
અંગ અંગ શોભા, બરની ન જાત;
'દાસ પરમાનંદ' પાયે અબ બ્રજચંદ,
રાખે અપને શરન, બહે જુ જાત. ૨

ભાવાર્થ : શ્રી યમુનાજી સાથે શ્રીઠાકોરજી હંમેશા વિહાર કરે છે. શ્રી યમુનાજી ભકતના સર્વ મનોરથ પૂર્ણ કરે છે. આપના અદ્‌ભુત ચરિત્રનું વર્ણન કેટલું કરીએ? (૧)

આપ વિવિધ શૃંગાર તથા આભૂષણો ધારણ કરો છો જેથી આપના શ્રીઅંગની શોભા અવર્ણનીય બની જાય છે 'પરમાનંદદાસજી' કહે છે કે સંસાર સાગરમાં વહી જતા દૈવી જીવોને આપે શરણમાં રાખી શ્રી ઠાકોરજીને પ્રાપ્ત કરાવ્યા છે. (૨)

પદ - ૩૮ (રામકલી)

શ્રીયમુને કી આસ, સબ કરતે હે દાસ,
મન-કર્મ-વચન, કર જોરિકે માગત,
નિસદિના રાખીયે અપને જુ પાસ. ૧

જહાં પિય રસિકવર,રસિકનિ રાધિકા,
દોઉ જન,સંગ મિલ કરત રાસ,
'દાસ પરમાનંદ' પાયે અબ બ્રજચંદ,
દેખી સિરાને, નેન મંદ હાસ. ૨

ભાવાર્થ : 'પરમાનંદજી'કહે છે કે હે શ્રીયમુનાજી, હું કેવળ આપના જ આશ્રયની આશા રાખું છું અને મન,કર્મ, વચનથી હાથ જોડીને એટલું જમાગું છું કે હંમેશા મને આપની પાસે જ રાખો. (૧)

'પરમાનંદજી' કહે છે કે,જયાં રસિક શિરોમણી શ્રી ઠાકોરજી અને રસિકની શ્રી રાધિકા સાથે મળીને યગુલ-સ્વરૂપે રાસ કરે છે અને તે સમયે મંદ હાસ્ય કરે છે,એવા વ્રજચંદને હવે પ્રાપ્ત કરીને મારાં નેત્રો શીતળ થયાં. (૨)

પદ - ૩૯ (રામકલી)

શ્રીયમુને પિયકો, બસ તુમ જુ કીને,
પ્રેમકે ફંદતે ગિરિ જુ રાખે નિકટ,
એસે નિરમોલ, નગ મોલ લીને. ૧

તુમ જુ પઠાવત, તહાં અબ ધાવત
તિહારે રસ-રંગમે, રહત ભીને,
'દાસ પરમાનંદ' પાયે અબ બ્રજચંદ,
પરમ ઉદાર, શ્રીયમુને જુ દીને. ૨

ભાવાર્થ : હે શ્રી યમુનાજી! પ્રિતમને તો આપે જ વશ કર્યા છે.જાણે અમૂલ્ય હીરો કેમ કરીને ખરીદી ન લીધો હોય તેમ આપે પ્રભુને પ્રેમના પાશમાં પકડીને આપની નિકટ રાખ્યા છે. (૧)

આપ જયાં પધરાવો છો ત્યાં જ પ્રભુ દોડતા પધારે છે અને આપના રસરંગમાં સદા ભીંજાયેલા રહે છે."પરમાનંદદાસજા કહે છે કે શ્રીયમુનાજી આપ એટલા ઉદાર છો કે આપની ઇચ્છાથી જ વ્રજચંદનું દાન અમને થયું છે.(૨)

પદ - ૪૦ (રામકલી)

શ્રીયમુને સુખકારની - પ્રાણપતિકે
જિન્હે ભૂલી જાત પિય, તિન્હે સુધિ કરી દેત,
કહાં લોં કહિયે ઈનકે જુ હિતકે. ૧

પિયસંગ ગાન કરે, ઉમગી જ્યોં રસ ભરે,
દેત તારી કર, લેત ઝટકે,
'દાસ-પરમાનંદ પાયે અબ બ્રજચંદ,
યેહી જાનત સબ પ્રેમ ગતિકે. ૨

ભાવાર્થ : હે યમુનાજી, આપ પ્રિતમને સુખ કરનારાં છો. શ્રીજી જેને ભૂલી જાય તેની યાદ આપ શ્રીજીને કરાવનારાં છો. આપ ભકતનું હિત કરનારાં છો. તેનું વર્ણન કેટલું કરીએ ? (૧)

રાસ કરતી વખતે પ્રિયતમની સાથે ઉમંગથી રસભર્યા આપ ગાન કરો છો અને ઝાટકા સાથે તાલી આપો છો અને લો છો. "પરમાનંદદાસજી" કહે છે કે આપની કૃપાથી મને વ્રજચંદ પ્રાપ્ત થયા છે. ભકતના પ્રેમની સર્વ ગતિને શ્રી યમુનાજી આપ જાણો છો. (૨)

પદ - ૪૧ (રામકલી)

શરણ-પ્રતિપાલ ગોપાલ રતિ-વર્ધિની,
દેત પતિ-પંથ, પ્રિય કંથ સન્મુખ કરત,
અતુલ કરુણામયી નાથ-અંગ-અંર્ધિની. ૧

દીનજન જાન, રસ-પુંજ કુંજેશ્વરી,
રમત રસ-રાસ, પ્રિય-સંગ, નિશ-શરદની,
ભકિત દાયક, સકલ ભવસિંધુ-તારિણી,
કરત વિધ્વંસ, જન અખિલ અઘ-મર્દિની. ૨

રહતનંદ-સૂનુ, તટ નકિટ નિસદિન સદા,
ગોપ-ગોપી રમત, મધ્ય રસ-કંદની,
કૃષ્ણ-તન-વર્ણ, ગુણ-ધર્મ-શ્રીકૃષ્ણકે,
કૃષ્ણલીલામયી કૃષ્ણ-સુખકંદની. ૩

પદ્મજા પાય, તૂ-સંગ હી મુરરિપુ,
સકલ સામર્થ્યમયી પાપકી ખંડની,
કૃપા-રસ-પૂર, વૈકુંઠ-પદકી સિઢી,
જગત વિખ્યાત, શિવ-શેષ શિર-મંડની. ૪

પર્યો પદ-કમલ તર, ઓર સબ છાંડકે,
દેખ દંગ કર દયા, હાસ્ય-મુખ-મંદની,
ઉભય કર જોર, "કૃષ્ણદાસ" વિનતિ કરે,
કરો અબ કૃપા, કલિંદ-ગિરિ-નંદિની. ૫

ભાવાર્થ : હે શ્રી યમુનાજી! શરણે આવેલા દૈવી જીવોનું આપ પાલન કરો છો. શ્રી ઠાકોરજીમાં પ્રીતિ વધારો છો અને પ્રાણનાથના સાંનિધ્યમાં જવાનો માર્ગ દાખવી, એ જીવને (આપની) પ્રાણનાથની સન્મુખ કરાવો છો. એવાં આપ શ્રીકૃષ્ણની અર્ધાંગના મહાકરુણાનિધિ છો. (૧)

આપ રસના પુંજ સમાન કુંજોના અધિષ્ઠાત્રી છો. શરદની રાત્રિઓમાં પ્રાણનાથની સાથે આપ રાસરમરણ કરો છો. શરણે આવેલા ભકતને દીનજન જાણીને તેના સર્વ પાપોનો વિનાશ કરવાવાળાં પાપમર્દિની છો. ભકિતનું દાન કરી સંસાર સાગરમાંથી પાર ઉતારનારાં પણ આપ જ છો. (૨)

રસિક શિરોમણી નંદકિશોર આપના તટના સાંનિધ્યમાં સદા રાત્રિ-દિવસ બિરાજે છે. ગોપ-ગોપીઓના યૂથની મધ્યમાં રસ-સમૂહ જેવાં આપ રહી રમણ કરો છો. કૃષ્ણની લીલામાં આપ એવાં તન્મય બની ગયાં છો કે આપના અંગનો વર્ણ, આપનાં ગુણ અને આપનાં ધર્મ

પણ શ્રીકૃષ્ણ જેવા જ બની ગયા હોઈ કૃષ્ણને સુખ આપનારાં આપ બન્યાં છો. (૩)

આપના સંગથી ગંગાજી પણ મુરિરિપુ શ્રી કૃષ્ણને પ્રાપ્ત કરી શક્યાં છે. જેથી તેઓ સર્વપ્રકારના સામર્થ્યવાળાં બનીને જીવનાં પાપોને હણનાર બન્યાં છે. આપ એટલાં બધાં કૃપારસથી પરિપૂર્ણ છો કે જીવને સંસારમાંથી ગોલોકધામ સુધી

પહોંચડનાર સીડીરૂપ બન્યાં છો. આપ શિવજી અને શેષજીનાં શિરોભૂષણ બનીને જગતમાં ખ્યાતિને પામ્યાં છો. (૪)

"કૃષ્ણદાસજી" આપને બંને હાથ જોડીને વિનંતી કરે છે કે હે, મંદ હાસ્ય મુખારવિંદવાળાં શ્રી યમુનાજી! સર્વ સંસારને છોડીને હું આપના ચરણકમલમાં જ પડયો છું. તો હે કલિંદગિરિનંદિની! મને અતિ દીન જાણીને મારા તરફ દયાની દૃષ્ટિથી જુઓ. (૫)

પદ - ૪૨ (બિભાસ)

દીન જાન મોહે દીજૈં શ્રીયમુનાજી,
નંદકુમાર સદા વર માંગો,
ગોપિનકી દાસી મોહે કીજૈં. ૧

તુમ તો પરમ ઉદાર કૃપા નિધિ,
ચરણ શરણ સુખકારી,
તિહારે વશ સદા લાડિલી વર્તત,
તત ક્રીડત ગિરિધારી. ૨

સબ્ર બ્રજજન વિહરત સંગ મિલ,
અદ્‌ભૂત રાસ વિલાસી,
તુમારે પુલિન નિકટ કુંજન,
દ્રુમ કોમલ શશી સુવાસી. ૩

જ્યોં મંડલમેં ચંદ બિરાજત,
ભર ભર છિરકત નારી,
શ્રમજલ હસત ન્હાત અતિ રસભર,
જલ ક્રીડા સુખકારી. ૪

રાનીજીકે મંદિરમેં નિત્ય ઉઠ,
પાય લાગ ભુવન કાજ સબ કીજૈં,
"પરમાનંદ દાસ" દાસી હોય,
નંદ નંદન સુખ દીજે. ૫

ભાવાર્થ : પરમાનંદદાસજી દીન બનીને શ્રીયમુનાજી પાસે માગે છે કે નંદકુમાર સદાને માટે મારા પતિ થાઓ અને મને ગોપીજનોની દાસી બનાવો. (૧)

હે શ્રીયમુનાજી, આપ તો પરમ ઉદાર અને કૃપાના ભંડાર છો. આપના ચરણનું શરણ સુખદાયક છે. શ્રીસ્વામિનીજી પણ સદા આપને વશ થઈને રહે છે. શ્રી ગિરિધારીજી પણ સદા આપના તટ પર ક્રીડા કરે છે. (૨)

તેમની સાથે વ્રજજનો વિહાર કરે છે અને અદ્ભુત રાસ-વિલાસ પણ કરે છે. આપના તટની નજીકની કુંજોમાં વૃક્ષો પરનાં પુષ્પો પણ ખીલ્યાં છે અને તેમની સુવાસ બધે પ્રસરી રહી છે. પ્રભુના મનરૂપી અલૌકિક ચંદ્ર ઉદય પામ્યો છે જેના કોમલ અને સુવાસિત કિરણો સર્વત્ર ફેલાઈ રહ્યાં છે. (૩)

જેમ આકાશમાં તારાગણોની વચ્ચે ચંદ્ર શોભે છે. તેમ આ વ્રજજનોના મંડળની મધ્યમાં શ્રીઠાકોરજી શોભી રહ્યાં છે અને જલવિહાર કરતાં ગોપીજનો શ્રમજલની અંજલિઓ પ્રભુ પર છાંટે છે. શ્રમજલરૂપી શ્રીયમુનાજી પણ પ્રસન્ન થયાં છે. વ્રજભકતો અને પ્રભુ રસભર્યા આ શ્રમજલમાં ન્હાય છે અને સુખકારી જલક્રીડા કરે છે (૪)

ભકતે હમેશાં ઊઠીને શ્રીયમુનાજીનાં મંદિરમાં દંડવત્ કર્યા પછી જ ઘરનાં કામ કરવાં. "પરમાનંદદાસજી" કહે છે કે, હે "યમુનાજી! જે આપનાં દાસ દાસીઓ બને તેમને નંદનંદનની પ્રાપ્તિનું સુખ આપજો." (૫)

પદ - ૪૩ (બિભાસ)

દોઉ ફૂલ ખંભ તરંગ સિઢી,
શ્રીયમુના જગત વૈકુંઠની શ્રેની,
અતિ અનુકૂલ કલોલન કે ભરલિયેં,
જાત હરિકેં ચરણન સુખ દેની. ૧

જન્મ જન્મકે પાપ દૂર કર,
કાટત કર્મ ધર્મ ધાર પેની,
"છીતસ્વામી" ગિરિધર - જૂ કી પ્યારી
સાંવરે અંગ કમલ દલ નેની. ૨

ભાવાર્થ : નિસરણીને બે ખંભ અને વચમાં પગથિયાં હોય છે. તેમ શ્રીયમુનાજીના બે તટ એ ખંભ છે. તેમાં આવતા તરંગો એ પગથિયાં છે. આમ શ્રીયમુનાજી આ

જગતમાંથી વ્યાપી વૈકુંઠમાં જવાની નિસરણીરૂપ છે. તરંગો ઉપર પગ મૂકતાં ડૂબી જવાય પણ શ્રીયમુનાજી તો એવાં અનુકૂળ છે કે આનંદભર્યા હરિના ચરણ સુધી પહોંચાડીને ભકતને સેવારૂપી સુખ આપે છે. (૧)

શ્રી યમુનાજી જીવોના અનેક જન્મોના પાપ, ધર્મરૂપી તીક્ષ્ણ તલવારની ધારથી કાપી નાંખે છે અને તેમને પાપરહિત બનાવે છે,"છીત સ્વામી" કહે છે કે આવાં શ્રીયમુનાજી ઠાકોરજીના પ્યારાં છે, સુંદર અંગોવાળાં છે અને કમલની પાંખડી જેવા નેત્રોવાળાં છે. (૨)

પદ - ૪૪ (બિભાસ)

મેરે કુલ કલુમષ સબહી નાશે,
દેખ પ્રાત પ્રભાકર કન્યા,
વે દેખો પાપજાત જિત તિતતેં;
જ્યો મૃગરાજ દેખમૃગ સન્યા. ૧

પોષત દે પયપાન પુત્રલો,
હે જગજનની ધન્ય સુધન્યા,
દિયો ચાહે 'ગદાધર'હુંકો,
ચરણ કમલ નિજ, ભકિત અનન્યા. ૨

ભાવાર્થ : સુર્યપુત્રી શ્રી યમુનાજીનાં સવારમાં દર્શન કરવાથી મારા કૂળના સર્વ પાપો,મહાપાપોનો નાશ થયો છે. જેમ મૃગરાજ સિંહને દેખતાં જ મૃગલાંઓની આખી સેના નાસી જાય તેમ મારાં પાપ શ્રી યમુનાજીનાં દર્શન કરવાથી ભાગી જાય છે.(૧)

સ્નેહાળ માતા પયપાન કરાવી પુત્રનું પોષણ કરે છે તેમ જગજનની શ્રીયમુનાજી પોતાના જીવોને પયપાન એટલે કે શ્રીયુગલ સ્વરૂપની અનેક પ્રકારની લીલાઓના મધુર રસથી પોષે છે. એવાં, હે શ્રી યમુનાજી! 'ગદાધરદાસજી' ને પણ ચરણકમળની અનન્ય ભકિત આપીને કૃપા કરશે. (૨)

પદ - ૪૫ (રામકલી)

અતિ મંજુલ જલપ્રવાહ મનોહર સુખાવગાહન
વિદિત રાજત અતિ તરણિ - નંદની
શ્યામ વરણ ઝલકરૂપ લોલ લહર પર
અનૂપ સેવિત સંતતિ મનોજ વાયુ મંદિની. ૧

કુમુદ કંજ વન વિકાસ મંડિત દિશ.
સુવાસ કૂજત અલિ હંસ કોક મઘુર છંદિની
પ્રફુલ્લિત અરવિંદ પુંજ કોકિલ કલસાર ગુંજ,
ગાવત અલિ મંજુ પુંજ વિવિધ વંદની. ૨

નારદ શિવ સનક વ્યાસ ધ્યાવત મુનિધરત
આસ, ચાહત પુલિનવાસ, સકલ દુઃખ નિકંદિની,
નામ લેત કટત પાપ, મુનિ કિન્નર ઋષિ,
કલાપ કરત જાપ, પરમાનંદ મહા આનંદિની. ૩

ભાવાર્થ : જેમનો જલપ્રવાહ મઘુર ઘ્વનિવાળો, મનોહર અને સુખકારી છે એવાં સૂર્યપુત્રી શ્રીયમુનાજી ખૂબ શોભી રહ્યાં છે. આપના શ્યામ શ્રીઅંગ ઉપર મનોહર અને અનુપમ જળની લહેરો ઝબકી રહી છે અને કામની સંતતિરૂપ વાયુ મંદ મંદ વાઇ રહ્યો છે. (૧)

(ચંદ્રવિકાસી)પોયણાં અને (સુર્ય વિકાસી)કમળો વનમાં ખીલી રહ્યાં છે અને તેમની સુવાસ દશે દિશાઓમાં પ્રસરી રહી છે. ભમરાઓ, હંસ અને સારસ મઘુર અવાજે ગાઈ રહ્યાંછે તે જાણે કોઈ મઘુર છંદ ન આલાપી રહ્યાં હોય! કમળોના સમૂહ ખીલ્યા છે. કોયલ મઘુર કૂંજન કરે છે અને ભમરાઓનાં ટોળાં મઘુર ગુંજારવ કરી રહ્યાં છે. તેબઘા જાણે વિવિઘ પ્રકારથી વંદન ન કરી રહ્યાં હોય! (૨)

નારદ,શિવ,સનકાદિક,વ્યાસ,અને મુનિઓઆપના તટ ઉપર ઘ્યાન ઘરી રહ્યાં છે. મનમાં એવી આશા રાખે છે કે તેમને આપના પુલિન પર વસવાનું મળે,કારણ કે આપ બઘાં દુઃખોનો નાશ કરવાવાળાં છો. આપનું નામ લેવાથી બઘાં પાપો નાશ પામે છે. મુનિઓ,કિદરો અને ઋષિઓના સમૂહો આપના તટ પર જાપ જપે છે. 'પરમાનંદ સ્વામી'કહે છે કે આપ મહા આનંદ આપવાવાળાં છો (૩)

પદ - ૪૬ (રામકલી)

પ્રફુલ્લિત વન વિવિધ રંગ જલકત યમુના તરંગ
સૌરભ ઘન આમોદિત અતિ સોહાવનો,
ચિંતામણી કનક ભૂમિ છબિ અદ્ભૂત લતા ઝૂમિ,
શીતલમંદ અતિસુગંધ મરૂત આવતો. ૧

સારસ હંસ શુક ચકોર ચિત્રિત નૃત્યતસુમોર,
કલ કપોત કોકિલા કલમધુર ગાવનો,
યુગલ રસિક વર વિહાર "પરમાનંદ" છબી અપાર,
જ્યતિ ચારૂ વૃંદાવન પરમ ભાવનો. ૨

ભાવાર્થ : પ્રફુલ્લિત વનમાં રંગબેરંગી પુષ્પો ખીલ્યાં છે અને શ્રીયમુનાજીનાં જળમાં તરંગો ઝળકી રહ્યા છે અત્યંત સોહામણો એવો સુગંધી પવન વાઇ રહ્યો છે. સુવર્ણમાં ચિંતામણી રત્નો ન જડેલાં હોય એવી ભૂમિ ચળકી રહી છે. અદ્ભૂત લતાઓ ભુમિ પર ઝૂકી (નમી)રહી છે. શીતલ,મંદ, અને અતિ સુગંધિત પવન વાઇ રહ્યો છે.(૧)

સારસ,હંસ,પોપટ,ચકોર અને મોર નૃત્ય કરી રહ્યાં છે. કબૂતર અને કોકિલા એ લીલાના પક્ષી હોવાથી લીલાનાં દર્શન કરી ચિત્રવૂત બની ગયાં છે અને મધુર ગીત ગાઇ રહ્યાં છે. પરમાનંદ સ્વામી કહે છે કે રસિક યુગલ સ્વરૂપનો વિહાર શ્રેષ્ઠ છે અને એમની સુંદરતા અપાર છે. સુંદર એવું આદિ વૃંદાવન મનને અતિ પ્રિય લાગે તેવું છે. આવા વૃંદાવનનો જય થાઓ. (૨)

પદ - ૪૭ (રામકલી)

અધમ ઉદ્ધારની મેં જાની શ્રીયમુનાજી
ગોધન સંગ શ્યામ ઘનસુંદર તીર ત્રિભંગીદાની. ૧

ગંગા ચરણ પરસતેં પાવન હરશિર ચિકુર સમાની,
સાત સમુદ્ર ભેદ યમ ભગિની, હરિ નખ શિખ લપટાની. ૨

રાસ રસિક મણિ નૃત્ય પરાયણ પ્રેમપુંજ ઠકુરાની,
આલિંગન ચુંબન રસ વિલસત, કૃષ્ણ પુલિન રજધાની. ૩

ગ્રીષ્મ ઋતુ સુખ દેત નાથકું, સંગ રાધિકા રાણી,
"ગોવિંદ પ્રભુ" રવિતનયા પ્યારી, ભકિત મુકિતકી ખાણી. ૪

ભાવાર્થ : હે શ્રીયમુનાજી, આપ અધમોના ઉદ્ધાર કરવાવાળાં છો એ હું જાણું છું. શ્યામ ઘન સુંદર સ્વરૂપ ઠાકોરજી ગાયોના સમૂહની સાથે,ત્રિભંગી સ્વરૂપે દાની બનીને આપના નયન મનોહર તટ ઉપર વિહાર કરે છે.(૧)

આપના ચરણના સ્પર્શથી ગંગાજી પવિત્ર બનતાં મહાદેવજીના શિર ઉપરની જટામાં સમાઇ ગયાં, પણ આપ તો યમરાજના ભગિની હોઈ સાત સમુદ્રને ભેદીને તેમાથી બહાર નીકળી ગોલોકધામમાં પહોંચીને શ્રીઠાકોરજીને નખથી શિખા પર્યંત લપેટાઇ ગયાં. (૨)

હે શ્રીયમુનાજી! આપ રાસમાં રસિક મણિરૂપ છો, નૃત્યમાં પ્રવીણ છો અને પ્રેમનાં પૂંજ રૂપ વ્રજભકતોના ઠકુરાણિજી છો. આપ આલિંગન,ચુંબન વગેરે રસથી ઠાકોરજીને વિલાસ કરાવો છે. તેથી શ્રીકૃષ્ણની રાજધાની આપના પુલિનમાં છે. (૩)

ગ્રીષ્મઋતુમાં રાધિકારાણી સહિત આપ પ્રાણેશને પરમ સુખ આપો છો. ગોવિંદસ્વામી કહે છે કે, હે સૂર્યના પુત્રી શ્રીયમુનાજી આપ તો ભકિત અને મુકિતની ખાણ રૂપ છો. (૪)

પદ - ૪૮ (રામકલી)

શ્રીયમુનાજી યહ પ્રસાદ હોં પાઊં,
તુમ્હારે નિકટ રહોં, નિસિવાસર, રામકૃષ્ણ ગુણ ગાઊં. ૧

મજ્જન કરોં વિમલ જલપાવન, ચિંતા કલેશ બહાઊં,
તિહારી કૃપાતે ભાનુકી તનયા; હરિપદ પ્રીતિ બઢાઊં. ૨

વિનંતી કરોં યહી વર માંગો, અધમન સંગ વિસરાઊં,
"પરમાનંદ" પ્રભુ સબસુખ દાતા, મદન ગોપાલ લાડ લડાઊં. ૩

ભાવર્થ : હે શ્રીયમુનાજી! આપ મારા ઉપર એવી કૃપા કરો કે હું રાત-દિવસ આપની નિકટ રહું અને શ્રીકૃષ્ણ અને શ્રી બળદેવજીનાં ગુણ ગાયા કરું. (૧)

હું સૂર્યના પુત્રી! આપના પવિત્ર અને શુધ્ધ જળથી સ્નાન અને પાન કરું, ચિંતા અને કલેશને ફેંકી દઉં. અને આપની કૃપાથી ભગવદ્ ચરણાવિંદમાં મારી પ્રીતિને વધારું. (૨)

હે શ્રીયમુનાજી! હું વિનંતી કરીને એ વરદાન માંગુ છુ કે અધમોનો સંગ હું વિસારી દઉં. "પરમાનંદદાસજી" કહે છે કે સર્વસુખદાતા એવા મદનગોપાલને હું લાડ લડાવ્યા કરું. (૩)

પદ - ૪૯ (રામકલી)

યમુના યમુના ગોપાલહીં ભાવે,
યમુના યમુનાકો નામ ઉચ્ચારત,
ધર્મરાજ તાકી ન ચલાવે. ૧

જે યમુનાકો જાન માહાત્મ્ય, વારંવાર પ્રણામ કરે.
તે યુમના અવગાહન મજજન, ચિંતિત તાપ તન કે જુ હરે. ૨

પદ્મ પુરાણ કથા યહ પાવન,
ધરણી પ્રતિ વારાહ કહી.
તીર્થ માહાત્મ્ય જાન જગત,
ગુરૂ સો "પરમાનંદાદાસ" લહી. ૩

ભાવર્થ : શ્રીયમુનાજી ગોપાલને પણ પ્રિય છે. કોઈપણ પાપી જીવ યમુના, યમુના નામનો ઉચ્ચાર કરે તો ધર્મરાજ તેના પર પોતાની સત્તા ચલાવતા નથી. (૧)

જે શ્રીયમુનાજીનું માહાત્મ્ય જાણીને તેમને વારંવાર પ્રણામ કરે, તેમનું સ્મરણ કરે, તેમના જળમાં સ્નાનપાન કરે અને તેમનું ચિંતન કરે તો તેના ત્રિવિધ તાપ શ્રી યમુનાજી નાશ કરે છે. (૨)

પદ્મ પુરાણમાં શ્રીયમુનાજીની આ પવિત્ર કથા કહેલી છે. અને વરાહભગવાને પૃથ્વીને પણ આ કથા કહી છે. "પરમાનંદદાસે" તીર્થનું માહાત્મ્ય જગદ્ગુરૂ શ્રી માહાપ્રભુજી પાસેથી જાણીને ગ્રહણ કર્યુ. (૩)

પદ - ૫૦ (રામકલી)

શ્રીયમુનાજી પતિત પાવન કરે,
પ્રથમહીં જબ દીયો દર્શન, સકલ પાતક હરે. ૧

જલ તરંગન પરસ કર, પય પાનસો મુખ ભરે,
નામ સ્મરત ગઈ દુર્મતિ, કૃષ્ણ યશ વિસ્તરે. ૨

ગોપ કન્યા કિયો મજ્જન, લાલ ગિરિધર વરે;
"સૂર" શ્રી ગોપાલ સ્મરત, સકલ કાર્ય સરે. ૩

ભાવર્થ : શ્રીયમુનાજી પતિતોને પાવન કરે છે. આપનાં દર્શન માત્રથી સર્વ પ્રકારના પાપોનો નાશ થઈ જાય છે. (૧)

આપના જલના તરંગોનો સ્પર્શ કરવાથી, આપનું જલપાન કરવાથી અને આપના નામનું સ્મરણ કરવાથી જીવની દુર્મતિનો નાશ થાય છે અને ભકત શ્રીકૃષ્ણના યશોગાન ગાવા લાગી જાય છે. (૨)

અગ્નિકુમારીકાઓએ ગોપમાસમાં કાત્યાયની વ્રત કર્યુ. અને શ્રીયમુનાજીમાં સ્નાન કર્યુ. તેથી તેઓને આપની કૃપા પ્રાપ્ત થઈ. જેથી તેઓ શ્રીઠાકોરજીને પતિ તરીકે પ્રાપ્ત કરી શકયાં."સૂરદાસજી" કહે છે કે શ્રી ગોપાલનું સ્મરણ કરતાં જીવનાં સકલ કાર્યો સિદ્ધ થાય છે. (૩)

પદ - ૫૧ (રામકલી)

શ્રીયમુનાજી તિહારો દરસ મોહિ ભાવૈ,
શ્રીગોકુલકે નિકટ બહત હે,
લહરનકી છબિ આવે. ૧

સુખ દેની દુઃખ હરની શ્રીયમુનાજી,
વે જન પ્રાતઃ ઉઠ ન્હાવૈ,
મદન મોહન જાુકી અતિહી પિયારી,
પટરાની જાુ કહાવૈ. ૨

વૃંદાવનમેં રાસ રચ્યો હૈ,
મોહન મુરલી બજાવૈ,
"સૂરદાસ" પ્રભુ તિહારે મિલનકોં,
વેદ વિમલ જસ ગાવૈ. ૩

ભાવર્થ : હે શ્રીયમુનાજી! આપના દર્શન મને પ્રિય લાગે છે. આપ ગોકુળના ઠકુરાણી ઘાટની નજીક વહી રહ્યાં છો. આપના જળમાં જે લહેરો આવે છે તેમાં આપના સ્વરૂપના દર્શન થાય છે. (૧)

જે ભકતજન પ્રાતઃકાળે આપના જળમાં સ્નાન કરે છે તેના સર્વે દુઃખ હરીને તેને આપ સુખ આપો છો. હે શ્રીયમુનાજી! આપ તો મદનમોહનજીનાં પ્યારા પટરાણી છો. (૨)

પ્રભુએ વૃંદાવનમાં મોરલી બજાવીને મહારસ કર્યો છે. "સૂરદાસજી" કહે છે કે હે પ્રભુ! વેદ પણ આપને મળવાને માટે આપના શુદ્ધ યશને ગાય છે. (૩)

પદ - પર (રામકલી)

તિહારો દરસ હો પાઉં શ્રીયમુનાજી
શ્રીગોવર્ધન શ્રીવૃંદાવન વ્રજરજ અંગ લગાઉં. ૧

દિનદશપાંચ રહો, શ્રીગોકુલ ઠકરાણી ઘાટ હો ન્હાઉં.
દાસનકે ઉપર કરો કૃપા સંતન કે સંગ આઉં. ૨

ભાવાર્થ : હે શ્રીયમુનાજી! હું આપના દર્શન પામું. શ્રી ગોવર્ધન તળેટી, શ્રીવૃંદાવન, સ્મરણ રેતી આદિની સર્વ વ્રજરજ હું મારા અંગમાં લગાવું. (૧)

હું પાંચ-દશ દિવસ શ્રીગોકુળમાં રહી શ્રીઠકુરાણી ઘાટ પર સ્નાન કરું. આ "દાસ" ઉપર એવી કૃપા કરો કે હું ભગવદીયોની સાથે આપની પાસે આવું. (૨)

પદ - ૫૩ (રામકલી)

શ્રીયમુનાજીકી મહિમા મોપેં બરની ન જાઇ,
સૂર સુતા ઘનશ્યામ વરણ પ્રફુલ્લિત રૂપ નિકાઇ. ૧

શ્રીહરિ ગોપવધૂ દ્વિજ-સબ, શ્રીગોકુલ કે લરકાઇ,
"વ્રજાધીશ" પ્રભુ આદિ ભકતન કો, સકલ સિદ્ધિ સુખદાઇ. ૨

ભાવાર્થ : શ્રીયમુનાજીનો મહિમા એટલો બધો છે કે મારાથી એમનું વર્ણન થઇ શકતું નથી. હે સૂર્યના પુત્રી! તમારો રંગ ઘનશ્યામ છે અને આપનું રૂપ અદ્‌ભૂત ખીલ્યું છે. (૧)

શ્રી "વ્રજાધીશજી" મહારાજ કહે છે કે શ્રીહરિ, ગોપ-વધૂ, બ્રાહ્મણ, બધા ગોકુલના બાળકો આદિ ભકતને શ્રીયમુનાજી સર્વ પ્રકારની સિદ્ધિ અને સુખ આપવાવાળાં છે. (૨)

પદ - ૫૪ (રામકલી)

શ્રીયમુનાજી તુમ સમ ઓર ન કોઇ,
કરો કૃપા મોહિ દનિ જાન કેં નિજ વ્રજવાસો હોઇ. ૧

રાખો ચરણ શરણ તરણિ, તનયા જન્મ આપદા ખોઇ,
યહ સંસાર સ્વારથ કો, વિધિ સુત બંધુ સગો ન કોઇ. ૨

પ્રેમ ભજન મેં કરત વિઘ્નતા સંતસંતાપે સોઇ,
તાકો સંગ મોહિ સપને ન દીજે, માંગત નયન ભર રોઇ. ૩

ગરલ પાન ડારત અમૃતમેં, વિષયા રસસોં મોહી,
"રસિક" કહે દીન હોય માંગૂ, લહેર સમુદ્ર સમોહી. ૪

ભાવાર્થ : હે શ્રીયમુનાજી! આપના સમાન બીજુ કોઇ નથી. શ્રી હરિરાયજી આજ્ઞા કરે છે કે મને દીન જાણીને આપના વ્રજમાં વાસ આપવાની મારા પર કૃપા કરો. (૧)

હે સૂર્યપુત્રી! મને આપના ચરણમાં રાખો અને જન્મ-મરણની જંજાળમાંથી મુકત કરો. આ આખોયે સંસાર સ્વાર્થી છે. પુત્ર, બંધુ કોઇ સ્વાર્થ વિના સગાં થતાં નથી. (૨)

"શ્રીહરિરાયજી" આંખમાં આંસુ લાવીને વિનંતી કરે છે કે પ્રેમ ભજનમાં વિઘ્ન કરનારાં અને ભગવદ્-ભક્તોને દુઃખ આપે તેવા જીવોનો સંગ મને સ્વપ્નમાં પણ આપશો નહીં. (૩)

સંસારીજનો વિષરસથી ભરેલા છે. તેઓ ભક્તિરસરૂપી અમૃતમાં વિષયોનું ઝેર નાંખીને અમૃતને ઝેર સમાન બનાવી દે છે. માટે "શ્રીહરિરાયજી" કહે છે કે શ્રીયમુનાજી પ્રેમના સમુદ્રરૂપ છે અને પોતે તે સમુદ્રની એક લહેર છે. જેમ સમુદ્રની લહેર સમુદ્રમાં જ સમાઈ જાય તેમ તેઓ દીન બનીને એવી માગણી કરે છે કે હું શ્રીયમુનાજીનો જ છું માટે હું પણ સમુદ્રની લહેરની જેમ શ્રીયમુનાજીમાં જ સમાઈ જાઉં. (૪)

પદ - પપ (રામકલી)

શ્રીયમુના યમુના નામ ભજો,
હરખત કરો આરાધન ઈનકો, ઓરકો પંથ તજો. ૧

દેહે સકલ પદારથ તુમકો ઈનકો નામ ભજો,
"વ્રજપતિ" કી અતિહીં પ્યારી તાતે સકલ શૃંગાર સજો. ૨

ભાવાર્થ : તમે શ્રીયમુનાજીના નામનું સ્મરણ કરો. બીજો માર્ગ તજીને તમે હરખથી શ્રીયમુનાજીની સેવા કરો. (૧)

કેવળ એમના નામનો જ જો તમે આશ્રય (ભજન) કરશો તો તેઓ તમને બધા પદાર્થો આપશે. તેઓ 'શ્રી વ્રજપતિજીના' અતિ વ્હાલાં છે, માટે તેમને બધા શૃંગાર સજાવો. (૨)

પદ - પ૬ (રામકલી)

નિરખતહી મન અતિ આનંદભયો
દેખ પ્રભાત પ્રભાકર કન્યા,
જલ પરસતહી સકલ અઘ ભાજે
જયોં હરિ દેખ હરણકી સૈન્યા. ૧

ઓર જીવનકો ઓરનકી ગતિ
મેરી ગતિ હો તુમહી અનન્યા,
'વ્રજપતિકી'તુમ અતિહી પ્યારી
તુમ સંગમતે જાહન્વી ધન્યા. ૨

ભાવાર્થ : સૂર્યપુત્રી શ્રીયમુનાજીના પ્રભાતમાં દર્શન થયાં. તેમના દર્શન થતાંની સાથે મનમાં અતિશય આનંદ થયો. આપના જલનો સ્પર્શ થતાં જ જેમ સિંહને જોઈ હરણાઓની સેના ભાગી જાય તેમ શ્રી યમુનાજીનાં દર્શનથતાં જ આપણાં બધાં પાપ નાશ પામે છે.(૧)

અન્ય જીવો જુદા જુદા દેવોને ભજે છે. એટલે તેમની ગતિ તે તે દેવોના પ્રતિ થાય છે, પરંતુ મારી તો એક અનન્ય ગતિ તમારામાં જ છે. 'વ્રજપતિજી'આજ્ઞા કરે છે કે શ્રીયમુનાજી તો શ્રીઠાકોરજીને અતિશય વહાલાં છે. આપનો સંગ કરી ને તો ગંગાજી પણ ધન્ય બન્યાં છે. (૨)

પદ - પ૭ (રામકલી)

શ્રીયમુનાજી સી નહી કોઈ દુઃખ હરની,
જાકે સ્નાનતે મિટત હે પાપ. હોત હેં આનંદ સુખકી જુ કરની
મહિમા અગાધ અપાર,ઈનકે ગુણ વેદ- પુરાણ ન વરણી. ૧

કહત 'વ્રજપતિ'તુમ સબનકો સમજાય,
છૂટે યમ ડર જો આવે ઈનકી શરણી. ૨

ભાવાર્થ : શ્રીયમુનાજી જેવાં દુઃખ હરનાર કોઈ નથી. આપનાં જળમાં સ્નાન કરવાથી પાપ મટી જાય છે, આનંદ થાય છે અને સુખ પ્રાપ્ત થાય છે. (૧)

આપનો મહિમા અગાધ છે. આપના ગુણોનું વર્ણન વેદ, પુરાણ પણ કરી શકતાં નથી, "વ્રજપતિજી" તમને બધાંને સમજાવીને કહે છે કે, તેમને શરણે જે જીવો જાય તેમને યમનો ભય છૂટી જાય છે. (૨)

પદ - ૫૮ (રામકલી)

શ્રી યમુનાજી તિહારો પુલિન મોહી ભાવે,
સુબ્રહ્માદિક ધ્યાન ધરત હૈ સો સપને નહિ પાવે. ૧

બિચબિચ કુંજ સદન અતિ સુંદર શ્યામા શ્યામ સુહાવે,
ચહું દિશ સકલ ફલ અતિ ફલે ગુહીગુહી કંઠ ધરાવે. ૨

કુસુમન કે વિંજના જો સંવારે, સખિયન બાંહ ઢુરાવે,
"સૂરદાસ" પ્રભુ સબ સુખ સાગર, દિન દિન શોભા પાવે. ૩

ભાવાર્થ : હે શ્રીયમુનાજી! આપનો તટ મને ગમે છે. ઈંદ્ર, બ્રહ્માદિક દેવો આપનું ઘણુ ધ્યાન ધરે છે, પણ આપનો આધિદૈવિક પુલિન સ્વપ્નમાં પણ તેમને જોવા મળતો નથી. (૧)

આપના કિનારે વચ્ચે વચ્ચે કુંજોમાં અતિ સુંદર સદનો આવેલાં છે. તેમાં શ્રીસ્વામિનીજી અને શ્રીઠાકોરજી બિરાજમાન થયેલાં શોભે છે. ચારે દિશામાં બધી જાતનાં ફૂલો ખીલ્યાં છે. તેની માળાઓ ગૂંથી ગૂંથીને શ્યામા શ્યામને કંઠે આરોપે છે. (૨)

સખીજનો પુષ્પોના પંખા બનાવીને શ્યામા-શ્યામને વાયુ ઢોળે છે. "સૂરદાસજી" કહે છે કે પ્રભુ બધા પ્રકારના સુખના સાગરરૂપ હોઈ પ્રતિદિન તેમની શોભા વધે જાય છે. (૩)

પદ - ૫૯ (રામકલી)

જયતિ ભાનુ તનયા ચરણયુગલ વંદે,
જયતિ વ્રજરાજ નંદ પ્રિયે સર્વદા,
દેત આનંદ જયોં શરદ ચંદે. ૧

જયતિ સકલ સુખ કારિણી કૃષ્ણમન હારિની,
શ્રીગોકુંલ નિકટ વહત મંદે
જાકે તટ હરિ રાસ મંડલ રચ્યો,
તહાં નૃત્ય કરત તાતા થેઈ થેઈ. ૨

જયતિ કલિંદગિરિનંદિની દેત આનંદિની,
ભકતકે હરત સબ દુઃખ દ્વંદે,
ચિતમેં ધ્યાન ધર મુદિત "વ્રજપતિ" કહેં,
જયતિ યમુને જયતિ નંદ નંદે. ૩

ભાવાર્થ : હે સૂર્યપુત્રી શ્રીયમુનાજી! હું આપના ચરણયુગલને વંદન કરું છું. વ્રજના રાજા નંદરાયજીને તમે સર્વદાપ્રિય છો. શરદનો ચંદ્ર જેમ આનંદ આપે તેમ તમે પણ આનંદ આપવાવાળાં શ્રીયમુનાજી તમારો જય થાઓ. (૧)

સર્વ પ્રકારના સુખ કરવાવાળાં, શ્રીકૃષ્ણના મનનું હરણ કરવાવાળાં, શ્રીગોકુલની નિકટ મંદ ગતિએ વહેવાવાળાં અને આપને કિનારે ઠાકોરજીએ જ્યારે મહારાસ રચ્યો હતો તેમાં તાતા થેઈ થેઈ બોલી નૃત્ય કરવાવાળાં હે શ્રીયમુનાજી! આપનો જય થાઓ. (૨)

કલિંદગિરિને આનંદ આપવાવાળાં, ભકતોનાં સર્વ દુઃખોને દૂર કરનારાં, "વ્રજપતિજી" ચિત્તમાં ધ્યાન ધરીને આનંદિત થયેલા આજ્ઞા કરે છે કે, હે શ્રીયમુનાજી! આપનો જય થાઓ અને નંદનંદનો પણ જય થાઓ. (૩)

પદ - ૬૦ (રામકલી)

જગતમેં શ્રીયમુનાજી પરમ કૃપાલ
બિનતી કરત તુરત સુનિ લીની ભયે મોપેં દયાલ ૧

જો કોઈ મજ્જન કરત નિરંતર તાતેં ડરપત હૈં યમકાલ,
"વ્રજપતિ" કી અતિ હી પ્યારી, કાલિંદી સુમિરત હોત નિહાલ. ૨

ભાવાર્થ : જગતમાં શ્રીયમુનાજી પરમ કૃપાળુ છે. મેં વિનંતી કરી એટલે તરત જ તે સાંભળીને મારા તરફ દયાળુ થયાં. (૧)

જે કોઈ જીવ આપના જળમાં હમેશાં સ્નાન કરે છે તેનાથી યમ અને કાળ બંને ડરે છે. "હે યમુનાજી! આપ પ્રભુને (વ્રજપતિને)ખૂબ વહાલાં છો. તમારું જે કોઈ સ્મરણ કરે છે તે નિહાલ (સુખી) થઈ જાય છે." (૨)

પદ - ૬૧ (રામકલી)

શ્રીયમુનાજી યહ વિનતી ચિત્ત ધરીયેં,
શ્રીગિરિધરલાલ મુખારવિંદ રતિ, જન્મ જન્મ નિત કરિયેં. ૧

વિષ સાગર સંસાર વિષમ સંગતે, મોહી ઉદ્ધરિયે,
કામ. ક્રોધ, અજ્ઞાન તિમિર અતિ, ઉર અંતર મેં હરિયે. ૨

તુમારે સંગ બસો નિજજન, સંગરૂપ દેખ મન ઠરિયેં,
ગાઉં ગુણ ગોપાલ લાલકે, અષ્ટ વ્યાધિતેં ડરિયેં. ૩

ત્રિવિધ દોષ હરકે કાલિંદી એક કૃપા કર ઢરિયેં,
"ગોવિંદદાસ" યહ વર માંગે તુમારે ચરણ અનુસરિયેં. ૪

ભાવર્થ : હે શ્રીયમુનાજી! મારી આ વિનંતિ ચિત્તમાં ધરો. શ્રી ગિરિધરલાલજીનાં મુખારવિંદમાં મારી પ્રીતિ જન્મોજન્મ થાય એવી મારા ઉપર કૃપા કરો. (૧)

આ દુઃખથી ભરેલો સંસાર એ ઝેરનો સાગર છે. તેમાંથી મારો ઉદ્ધાર કરો. મારા હૃદયમાં રહેલાં કામ, ક્રોધ અને અજ્ઞાનના ગાઢ અંધકારને આપ દૂર કરો. (૨)

નિજજનોની સાથે તમારી પાસે હું રહું અને આપના રૂપના દર્શન કરીને મારા મનને ઠારું. આઠ પ્રકારના વ્યાધિ છે. તેનું જે દુઃખ થાય તેમાંથી બચવા હું શ્રી ગોપાલના ગુણ ગાઉ. જેથી તે વ્યાધિ મને પજવે નહીં. (૩)

હે કાલિંદી! અમારા આધિભૌતિક, આધ્યાત્મિક અને આધિદૈવિક એ ત્રણે પ્રકારનાં દોષોનું હરણ કરીને અમારા ઉપર એવી કૃપા કરો કે અમારૂં મન આપના ચરણમાં જ ઢળેલું રહે. ગોવિંદ સ્વામી એવું વરદાન માગે છે કે અમને સદાયે આપના ચરણનું ધ્યાન રહે. (૪)

પદ - ૬૨ (રામકલી)

નમોતરણી તનયા પરમ પુનીત જગ પાવની,
કૃષ્ણમન ભાવની રુચિર નામા,
અખિલ સુખદાયિની સબ સિદ્ધિ હેતુ,
શ્રીરાધિકા રમણ રતિ કરણ શ્યામા. ૧

વિમલ જલ સુમન કાનન મોદ યુત,
પુલિન અતિરમ્ય પ્રિય વ્રજ કિશોરા,
ગોપગોપી નવલ પ્રેમ રતિ વંદિતા,
તટ મુદિત રહત જૈસેં ચકોરા. ૨

લહરિ ભાવ લાલિત વાલુકા સુગમ,
વ્રજ બાલ વ્રત પૂરણ રાસ ફલદા,
લલિત ગિરિવર ધરણ, પ્રિય કલિંદનંદિની,
નિકટ "કૃષ્ણદાસ" વિહરત પ્રબલદા. ૩

ભાવર્થ : હે સૂર્યના પુત્રી! પરમ પુનિત જગતને પાવન કરનારાં! કૃષ્ણના મનને ભાવવાવાળાં! સુંદર નામવાળાં! અખિલ સુખને આપનારાં! બધી સિદ્ધિઓના હેતુરૂપ! શ્રી રાધિકાના રમણ એવા પ્રભુમાં પ્રીતિ કરાવનારાં શ્યામા! આપને 'કૃષ્ણદાસજી'નમન કરે છે. (૧)

વનમાં શુદ્ધ જળનાં જળાશયો છે. પ્રમોદિત પુષ્પો ખીલ્યાં છે. આપનો તટ અતિ રમણીય છે.વ્રજના કિશોર એવા પ્રભુને તે તટ પ્રિય છે.ત્યાં પ્રભુ રમણ કરે છે.સાથે ગોપગોપીઓ છે તે પણ નવલ છે. તે આપને પ્રેમપૂર્વક સ્નેહ કરતાં કરતાં વંદન કરે છે. જેમ ચંદ્રને જોઇ ચકોર પક્ષી ને ખુશી થાય છે તેમ શ્રી યમુનાજીને જોઇ ગોપગોપી પણ ખુશ રહે છે. (૨)

આપના જળમાં ઉઠતી લહરીઓ આપનો કરકમલ છે. આપને કિનારે આવેલી રેતી સુંદર છે. આ રેતીના કાત્યાયની દેવી બનાવી આપના તે સ્વરૂપની અગ્નિ કુમારીકાઓએ પૂજા કરી તોઆપે તેમને રાસરૂપી ફલનું દાન કર્યું. 'કૃષ્ણદાસ'કહે છે કે ગિરિવરધરણ- સુંદર કલિંદગિરિના પુત્રી પ્રિય શ્રીયમુનાજી નજીક પ્રબલતાથી વિહાર કરે છે. (૩)

પદ - ૬૩ (રામકલી)

પ્રિય સંગ રંગભર કર વિલાસે
સુરત રસ સિંધુમે અતિહી હરખિત ભઇ,
કમલ જ્યોં ફૂલતે રવિ પ્રકાશે. ૧

તનતેં મનતેં પ્રાણતે સર્વદા,
કરત હૈ હરિસંગ મૃદુલ હાસે,
કહત 'વ્રજપતિ'તુમ સબનકો સમજાય,
મિટે યમ ત્રાસ ઈનહી ઉપાસે. ૨

ભાવાર્થ : શ્રી યમુનાજી પોતાના પ્રિય ઠાકોરજી સાથે રસભર્યો રાસ-વિહાર કરી રહ્યાં છે. શ્રીઠાકોરજી સાથે રાસ કરતાં આપ શ્રી ઠાકોરજીના સૂરત રસસિંધુમાં એવાં હરખઘેલાં બની જાય છેકે જેમ સૂર્યપ્રકાશતાં કમળ ખીલે તેમ આપ ખીલી ઊઠો છો. (૧)

તનથી,મનથી અને પ્રાણથી આપ પ્રભુની સાથે હમેશા મૃદુ હાસ્ય કરો છો. 'શ્રીવ્રજપતિજી'સર્વને સમજાવીને કહે છે કે શ્રી યમુનાજીની ઉપાસના કરનારનો યમત્રાસ છૂટી જાય છે. (૨)

પદ - ૬૪ (રામકલી)

જયતિ શ્રીયમુને પ્રકટ કલ્પ લતિકે,
અષ્ટ વિધિ સિદ્ધિ અદ્ભૂત વૈભવ સકલ,
સ્વજન વિખ્યાત સ્વાધીન પતિકે. ૧

કેલિ શ્રમ સુરત પથ રૂપ વ્રજ ભૂપકો,
પુત્ર પય પાનદે વિશ્વમાતા,
અંગ નૂતન કરત પુષ્ટિ તબ અનુસરત,
ત્રિદલ રસ કેલિકી અમિત દાતા. ૨

રહત યમ દ્વારતે મુકત સુખ ચારતે,
નામ ત્રય અક્ષર ઉચ્ચાર કીને,
ઉભયલીલા વિષ્ટ વ્રજ પ્રિય કુમારીકા,
તુર્ય પ્રિયા વદત રસ રંગ ભીને. ૩

અનાવૃત બ્રહ્મ તે સદાવૃત હોય રહી,
કનક શાખા વિટપ શ્યામ વલ્લી,
સદા પ્રફુલ્લિત 'દ્વારકેશ'અવલોકકે,
નિત્ય આનંદ આ ભીર પલ્લી. ૪

ભાવર્થ : આ લોકમાં શ્રીયમુનાજી, આપ પ્રગટ કલ્પલતા સમાન છો તેથી આપનો જય થાઓ. આપ આઠ પ્રકારની સિદ્ધિઓ અને સર્વ પ્રકારના અલોકિક વૈભવ આપવાવાળાં છો. સર્વભકતોમાં વિખ્યાત આપ આપના પતિ શ્રીઠાકોરજીને આધીન છો. (૧)

વ્રજભૂપ શ્રીઠાકોરજીએ વ્રજભકતો સાથે સૂરત કેલી કરી તેથી શ્રમજલ થયો તેનું પાન પોતાના ભકતોને કરાવ્યું,કારણ કે આપ તો વિશ્વમાતા છો. આ શ્રમજલનું પાન જે ભકતો એ કર્યું તેમનું અંગ નૂતન બન્યું. જયારે આપ ભકતનું તન નૂતન કરો છો,અલૌકિક દેહ કરો છો ત્યારે તે ભકત પુષ્ટિમાર્ગને અનૂસરે છે. પછી આપ ત્રિદલ કેલિમાં ભકતને દાખલ કરાવો છો. આપ અમાપ કેલિરસના દાતા છો. (૨)

જે ભકત આપના ત્રણ અક્ષરના નામનો ઉચ્ચાર કરે છે તે યમયાતનાથી અને ચાર પ્રકારના મુકિતસુખથી પણ મુકત રહે છે. પ્રભુની બે પ્રકારની લીલા છે- સંયોગાત્મક અને વિપ્રયોગાત્મક. અગ્નિકુમારીકાઓ જેમને વ્રજ પ્રિય છે તે આ બે પ્રકારની લીલાઓથી મુકત રહે છે. તેઓ શ્રીયમુનાજી જે શ્રીઠાકોરજીના ચતુર્થ પ્રિયા છે તેમનું નામ રસ અને આનંદથી ઉચ્ચારે છે. (૩)

બ્રહ્મ સદા અનાવૃત છે. તે શ્રીયમુનાજી સાથે સદા આવૃત થઈને રહ્યાછે. વૃક્ષને જેમ વેલી લપટાઈને રહે તેમ શ્યામ તમાલરૂપ પ્રભુને કનકવેલીરૂપ શ્રીયમુનાજી લપેટાઈને રહયાં છે. શ્રી દ્વારકેશજી કહે છે કે ગ્વાલિની શ્રી યમુનાજી શ્રીઠાકોરજીને નિરખીને હંમેશા પ્રફુલ્લિત રહે છે કારણ કે આપ નિત્ય આનંદ સ્વરૂપ હોઈ આપનો આનંદ નિત્ય છે. (૪)

પદ - ૬૫ (રામકલી)

હમ લઈ શ્યામ-શરણ યમુનાકી,
તિહારે ચરણ મૈયા લાગોરી ધ્યાન,
માતા તિહારી સંજ્ઞા તારન પિતા તિહારે સૂરજ ભાનુ,
ધર્મરાયહે બંધુ તિહારે, પતિ તિહારે શ્રીભગવાન. ૧

ઊંચે નીચે પર્વત કહિયે પર્વતરાયે પાષાણ,
સાત સમુદ્ર ભેંદકે નીકસી એસી હૈ. ૨

શ્રીયમુનાજી બલવાન,
બ્રહ્મા જાકો ધ્યાન ધરત હૈ પંડિત વાંચત વેદ પુરાણ,
જોગી જતિ સતી સંન્યાસી મગ,ભયે તિહારે ગુણગાન. ૩

જેસે તુરંગ ચલત ધરણી પર તેંસે ભંવરા કરત ગુંજાર,
'સુરશ્યામ'આધીન તિહારે જયજનની મૈયા કરની કલ્યાણ. ૪

ભાવાર્થ : અમે શ્યમાશરણ એવાં શ્રીયમુનાજીનું શરણ લીધું છે. તેથી હે મા! અમારું ચિત્ત આપનાં ચરણોમાં લાગેલું છે. આપની માતા પ્રાતઃકાળના સમયની સંધ્યા છે અને આપના પિતા ભાનુ એટલે સૂર્ય છે. ધર્મરાજ (યમરાજ)આપનાં બંધુ છે અને આપના પતિ ભગવાન છે. (૧)

શ્રી યમુનાજી! આપ ગોલોકમાંથી આવતાં ઊંચા-નીચા પાષાણ અને પર્વતોમાં થઈને,સાત સમુદ્રોનોને ભેદીને બહાર નીકળી આવ્યાં એવાં બળવાન છો. (૨)

બ્રહ્માજી આપનું ધ્યાન ધરે છે. વેદ પુરાણોમાં પંડિતો આપનું મહાત્મય વાંચે છે. અને જોગી;જતિ લોકો,સતીઓ અને સન્યાસીઓ આપનાં ગુણગાન ગાતાં આપના સ્વરૂપમાં તલ્લીન બની જાય છે. (૩)

શ્રીયમુનાજી કમલ સમાન છે. કમળની પરાગ માટે જેમ ભમરાઓ કમળ આસપાસ ઉડે છે જાય છે તેમ ભ્રમરૂપ શ્રીઠાકોરજી આપના સ્વરૂપમાં લોભાઈને ગુંજારવ કરે છે. જેમ ઘોડો વેગથી ધરતી પર ચાલે છે,તેવાજ વેગથી શ્રીયમુનાજી પધારે છે.ભ્રમર કમળને આધીન છે તેમ શ્યામસુંદર આપને આધીન છે. 'સુરદાસજી'કહે છેકે હે જગતજનની યમુને! આવાં આપ શ્રીશ્યામસુંદરને આધીન અમારુંકલ્યાણ કરજો.(૪)

પદ - ૬૬ (બિલાવલ)

જય જય શ્રી સૂરજા કલિંદ નંદની,
ગુલ્મ લતા તરુ સુવાસ કુંજ કુસુમ મોદમત્ત,
ગુંજન અલિ સુભગ પુલિન વાયુ મંદિની. ૧

હરિ સમાનધર્મ શીલ કાંતિ મંજુલ જલદ નીલ,
કટિ નિતંબ ભેદત નિત ગતિ ઉતંગિની. ૨

સિકતા માનોં મુકતા ફૂલ કંકણ-યુત ભુજ તરંગ,
કમલ ઉપહાર લેત,પિય ચરન વંદિની. ૩

શ્રીગોપેંદ્ર ગોપી સંગમ,શ્રમ જલકણ સિકત અંગ,
રતિ તરંગ નિરખ, રસ સુફંદિની. ૪

છીતસ્વામી શ્રીગિરિવરધર નંદનંદન આનંદ કંદ,
શ્રી યમુને જન દુરિત હરણ દુઃખ નિકંદિની. ૫

ભાવાર્થ : હે સુર્યપુત્રી! કલિંદ નંદિની! આપનો જય થાઓ, શ્રીયમુનાજીના તટ નજીક ગુલ્મલતાઓ અને વૃક્ષલતાઓની સુવાસિત નિકુંજોમાં ફૂલો આનંદથી ખીલ્યાં છે. તે પુષ્પોની આસપાસ સુગંધ ભોગી ભમરાઓ ગુંજારવ કરી રહ્યા છે અને આપના સુંદર કિનારે મંદ મંદ વાયુ વાઈ રહ્યો છે. (૧)

શ્રીયમુનાજીમાં શ્રીઠાકોરજીના સમાન ધર્મ અને શીલ છે. આપની કાંતિ સુંદર વાદળના જેવી નીલવર્ણ છે. કમર અને કમરની પાછળનો ભાગ જયારે આપ ઊંચી ગતિ કરતા હો છો ત્યારે સુંદર લાગે છે.(૨)

આપના તટ ઉપરની રેતી મોતી જેવી ઉજજવળ છે. આપના જળમાં ઊઠતા તરંગો એવા લાગે છે કે જાણે આપે શ્રીહસ્ત ઉપર કંકણ ન ધર્યાં હોય અને કમળની ભેટ લઈને પોતાના પ્રાણનાથના ચરણને વંદન કરવા ન જતાં હો એવાં લાગો છો.(૩)

શ્રીઠાકોરજીએ ગોપીઓની સાથે રાસ કર્યો તે સમયે થયેલા શ્રમથી પડેલાં શ્રમજલનાં બિંદુઓથી આપનું શ્રીઅંગ શોભી રહ્યું છે. આપના જલમાં ઉઠતા તરંગો જોઈને આપ રસના ફંદથી ઘેરાયેલાં હો એવાં શોભો છો. (૪)

'છીતસ્વામી' કહે છે કે; આનંદ સ્વરૂપ એવા શ્રી ગિરિવરધર નંદનંદન અને શ્રીયમુનાજી પોતાના ભકતોના દોષોને હરે છે અને દુઃખોનો ના શ કરે છે. (૫)

પદ - ૬૭ (બિલાવલ)

જય જય શ્રીયમુના આનંદ કંદની,
દરશ પરશ ત્રિવિધ તાપ જાત દુઃખ નિકંદની. ૧

અંગ અંગ છબી તરંગ શોભા સિંધુની,
તાહિકે અઘકુઠાર જાકે વંદનિ. ૨

અક્ષય આનંદ ગોવિંદ અગમ ગામિની,
"હરિદાસ"તટ નિવાસ જન્મ જન્મની. ૩

ભાવાર્થ : આનંદ સ્વરૂપ શ્રીયમુનાજીનો જય થાઓ. આપનાં દર્શન અને સ્પર્શથી જીવના ત્રિવિધ તાપ અને દુઃખોનો નાશ થાય છે. (૧)

આપનાં સર્વાગ એવા સુંદર છે કે જાણે શોભાના સિંધુમાં તરંગ ન ઉછળતા હોય! આવાં શ્રી યમુનાજીનેવંદન કરનારાનાં ભયંકર પાપ પણ નાશ પામે છે. (૨)

અક્ષય આનંદથી ભરેલાં શ્રીયમુનાજી ગોવિંદથી પહેલાં ભૂતલ પર પધારેલાં છે. "હરિદાસજી" કહે છે કે, જન્મોજન્મ આપના તટ ઉપર મારો નિવાસ થાઓ. (૩)

પદ - ૯૮ (બિલાવલ)

બલ વામન હો જગ પાવન કરણ,
કહિ ન પરત શોભા નીલ મણિનકી શી,
શોભા ગગન ગયો જબ સુંદર ચરણ. ૧

બન્યો હે ભેદ અતિ ઉતતેં ગંગા કી ધાર ઘસી,
હેં ઘરણી ઉજ્જવલ વરણ,
ઈતતે પદકી જયોતિ માનો કાલિંદિકી ધાર,
ચઢી હે અમરપુર પાપ હરણ. ૨

રહે હે ચકિત ચાહિ સુરનર મુનિવર,
દુહુ દિશ નેહ આન કિયે વરણ,
'નંદદાસ' જાકે ચરિત્ર દુરિત દવન,
રંચક શ્રવણ મિટે જન્મમરણ. ૩

ભાવાર્થ : બલિરાજા માટે વામન અવતાર લઈ જગતને પાવન કર્યું. જયારે આપનું સુંદર ચરણ આકાશમાં ગયું ત્યારે એની શોભા નીલમણિ જેવી બની કે જેનું વર્ણન ન થઈ શકે. (૧)

આપનું ચરણ આકાશમાં જતાં કૌતુક એ બન્યું કે, અદ્ધરથી ગંગાજીની ધારા ઘસીને ઘરણી ઉપર પડતાં ઉજજવલ વરણી બની અને ઘરતી ઉપરથી કાલિંદીની ધાર જાણે જયોતિ રૂપે સ્વર્ગ તરફ ચઢી જાણે સ્વર્ગના પાપ દૂર કરી સ્વર્ગને પવિત્ર કરવા ન ચઢી હોય! (૨)

ગંગાજીની ધાર નીચે જતી અને યમુનાજીની ધારને ઊંચે ચઢતી જોઇને સુરનર મુનિવર બંને ચકિત થઇને જોઇ રહ્યા અનેપ્રેમપૂર્વક બંનેનો અંગિકાર કર્યો. 'નંદદાસજી'કહે છે કે શ્રીયમુનાજીનું ચરિત્ર પાપનો નાશ કરનારું છે.જે જીવ શ્રીયમુનાજીનું થોડું ચરિત્ર શ્રવણ કરે તો પણ તેનાં જન્મમરણ મટીજાય છે. (૩)

પદ - ૬૯ (બિલાવલ)

શ્રીયમુને કરુણામયીવિનંતી સુન લીજે,
દર્શનતે પાવન સદા સ્મરત અઘ છીજે, ૧

મજ્જન તુવ જલપાવની,મનસુધ કર લીજે,
ગાવત વેદ પુરાણમેં,શ્રીયમુને સુખ જીજે, ૨

ભાવ ભક્તિ વરદાનકી મોકો વર દીજે,
"વિઠ્ઠલ ગિરિધરન" કે ગાઉં ગુન રસ ભીંજે. ૩

ભાવાર્થ : હે કરુણામયી યમુનાજી! મારી વિનંતી સાંભળો. આપનાં દર્શન કરીને હું સદા પાવન થાઉં અને નામ -સ્મરણ કરીને મારાં પાપ જાય. (૧)

આપના જલમાં જે સ્નાન કરે તેને આપ પવિત્ર કરો છો અને તેના મનને શુદ્ધ કરો છો. 'હે શ્રીયમુને! વેદ પુરાણમાં ગાયેલા સુખ આપો.' (૨)

ભાવભક્તિ રૂપી વરદાનનું મને દાન કરો. ગંગાબાઇ કહે છે કે હું આપના રસમાં એવી ભીજાઇ જાઉં કે ગિરિધરના ગુણગાન ગાયા જ કરું (૩)

પદ - ૭૦ (બિલાવલ)

તપત મિટે, દેખે ભાનુ સુતાતેં,
સ્નાન કિયે તે કલિમલ નાસે, ગાન કિયે તેજ્ઞાન હોય તાતેં. ૧

પાન કિયે તે પ્રેમ પ્રકાશે ધ્યાન ધરે તે દંપતિ દે તાતેં,
તીર બસે બલવીર હીય આવે, વૃંદાવન વૈભવ લહે તાતેં. ૨

વ્રજ ભૂષણસે પ્રભુ જાનકે, દુઃખ ન હોય કોઇ છિન તાતેં,
પ્રસન્ન હોય યમુના જગતરણી, "નંદદાસ" જાચત હેં તાતે. ૩

ભાવાર્થ : સૂર્યપુત્રી શ્રીયમુનાજીના દર્શન માત્રથી સંસારના તાપ (દુઃખ) મટી જાય છે. આપના જલમાં સ્નાન કરવાથી કલિકાલના દોષો નષ્ટ થાય છે, અને આપના ગુણગાન કરવાથી આપનું માહાત્મ્યજ્ઞાન પ્રાપ્ત થાય છે. (૧)

આપનું પાન કરવાથી હૃદયમાં પ્રેમનો ઉદય થાય છે. ધ્યાન કરવાથી યુગલ સ્વરૂપનું આપ દાન કરો છો. આપના તીરે વસવાથી બળદેવજીના બંધુ શ્રીકૃષ્ણ અંતઃકરણમાં પધારે છે. તેથી વૃંદાવનનો વૈભવ હૃદયમાં પ્રગટે છે. (૨)

વ્રજના ભૂષણ એવા શ્રી શ્યામ સુંદરને જાણ્યાથી રંચક પણ દુઃખ હોય તો તે એક ક્ષણમાં નાશ પામે છે અથવા એક ક્ષણ પણ જીવને દુઃખ રહેતુ નથી. "નંદદાસજી" એવી યાચના કરે છે કે જગતને તારવાવાળાં હે શ્રીયમુનાજી! મારા પર પ્રસન્ન થાઓ. (૩)

પદ - ૭૧ (બિલાવલ)

અઘ સંહારિણી શ્રીયમુનાજી પુરાણ પુરુષોત્તમજુ કી પ્યારી,
જે જન તાકી ચરણન ચિત લાવત, તા પર કૃપા અનુગ્રહ ભારી. ૧

સોલ સહસ્ત્ર રાજકન્યા કે, પ્રતિબંધ મુર-દૈત્ય મારી,
તાહિ નિહાર કીયે અંગીકૃત પાણિગ્રહે સબકે જુ મુરારી. ૨

એસે પ્રભુસોં કેલિ નિરંતર ચરણરેણું ફરકત સુખકારી,
સેવા યોગ્ય દેહકે કારણ કરત દયા નિજ પ્રાણ આધારી. ૩

ચમકત રેણુ સંબંધ કરત જો, સિદ્ધ અલૌકિક દેહ સુખારી,
'હરિદાસ'યમુનાજીકી શોભા નિરખતહી તન-મન-ઘન વારી. ૪

ભાવાર્થ : પાપ સંહારિણી શ્રીયમુનાજી! આપ પૂર્ણ પુરુષોતમના પ્યારાંછો. જે જન આપના ચરણનું ચિંતન કરે છે તેના પર આપ ખૂબ કૃપાનો અનુરાગનો ધોધ કરો છો.(૧)

સોળ હજાર રાજકન્યાઓનો પ્રતિબંધક મહાન દૈત્ય મુર રાક્ષસ હતો.તેનો સંહાર કરીને સોળે હજાર કન્યાઓનું હે મુરારી, આપે પાણિગ્રહણ કર્યું. (૨)

એવા પ્રભુની સાથે નિરંતર કેલિ કરવાનું ભાગ્ય પ્રાપ્ત થાય અને એમની સુખકારી ચરણ રેણું મારે માથે ફરકતી રહે. પ્રભુ સેવા ઉપયોગી દેહ પ્રાપ્ત કરાવવાને માટે પ્રાણના આધારરૂપ શ્રીયમુનાજી નિજ ભકતો ઉપર દયા કરે છે. (૩)

શ્રીયમુનાજીની ચમકતી રજ સાથે જે જીવનો સંબંધ થાય છે તેને અલૌકિક દેહ સુખેથી પ્રાપ્ત થાય છે."હરિદાસજીજાકહે છે કે, શ્રી યમુનાજીની શોભા જોતાં હું મારા તન, મન, અને ધન ન્યોછાવર કરી દઉં છું (૪)

પદ - ૭૨ (બિલાવલ)

સોહત યમુના ફલ ફૂલન,
રાસ રમણ કીનો વ્રજનાયક યહ યમુના ફલમ. ૧

મોહન ધર્યો રૂપ મોહિનીકો, અસુર રહે મતિ ભૂલન,
"હરિદાસ" પ્રભુ શોભા નિરખત, ગ્રહિ યમુનાભૂજ-મૂલન. ૨

ભાવાર્થ : શ્રીયમુનાજી ફળ-ફૂલથી શોભી રહ્યાં છે. યમુનાજીના તટે આવેલા વનમાં વ્રજના નાયક એવા પ્રભુએ રાસ રમણ કર્યું. (૧)

જયારે પ્રભુએ મોહિની રૂપ ધારણ કર્યુ, ત્યારે અસુરો પણ તેમને ઓળખી શકયા નહીં. હરિદાસજી કહે છે કે, મારા પ્રભુ શ્રીયમુનાજીના ભૂજમૂલોને પકડીને આ શોભાને જોઈ રહ્યા છે. (૨)

પદ - ૭૩ (બિલાવલ)

સબ હિનતેં યમુના અધકીરી,
કિહી કારણ ભૂતલ પાઉધારી,
ચિત્ત દે સુનિ સબ યા વિદકીરી. ૧

વ્યાપિ વૈકુંઠતે આઈ વ્રજમેં,
કો જાને સખી યા નિધિ કીરી,
"હરિદાસ" પ્રભુ નિરખત રંક,
મિલિ ગઠિયાં નિધિ કીરી. ૨

ભાવાર્થ : શ્રીયમુનાજી બધાનાં કરતાં શ્રેષ્ઠ છે. શ્રીયમુનાજી કયા કારણના માટે ભૂતલ પર પધાર્યા તેની વિધિ હું કહું છું તે ચિત્ત દઈને સાંભળ. (૧)

વ્યાપી વૈકુંઠમાંથી વ્રજમાં પધાર્યા તે નિધિસ્વરૂપને હે સખી! કોણ જાણી શકે ? "હરિદાસજી" કહે છે કે, શ્રીયમુનાજીરૂપી નિધિની ગાંસડી રંક ભકતોને મળી એટલે કે રંક ભકતો માટે આપ વ્રજમાં પધાર્યા (૨)

પદ - ૭૪ (રામકલી)

નમો દેવી યમુને નમો દેવી યમુને,
મન વચન કર્મ કર શરણ તેરી,
સકલ સુખકારિની ભવ સિંધુ-તારિની,
દરસતે કટતે હેં પાપ વેરી. ૧

ભકત-વરદાયિની,ભકત મનભાવિની,
ભકત સહાયિની ભકત ભેરી,
દીજિયે ભકિત અબ લાલ ગિરિધરનકી,
કાટિયે વિષય 'કૃષ્ણદાસ'કેરી. ૨

ભાવાર્થ : હે દેવી યમુના, આપને હું વારંવાર નમન કરું છું,મન,વચન અને કર્મથી આપને શરણે આવ્યો છું. સર્વ પ્રકારનાં સુખ આપવાવાળા.સંસાર સાગરમાંથી ભકતને તારવાવાળાં શ્રીયમુનાજી! આપના દર્શનથી વેરી એવા પાપ નાશ પામે છે. (૧)

'કૃષ્ણદાસજી' કહે છે કે, ભકતોને વરદાન આપવાવાળાં,ભકતોના મનને ગમવાવાળાં,ભકતોને સહાય કરવાવાળાં અને ભકત પક્ષપાતી શ્રીયમુનાજી! અમને આપ ગિરિધરલાલની ભકિતનું દાન કરો અને અમારા લૌકિક વિષયોને કાપી નાખો. (૨)

પદ - ૭૫ (રામકલી)

નમોનમો જયતિ શ્રીયમુને,
જય કાલિંદી પુલિન મનોહર,
શ્યામા શાયમ કરતહેં રવને. ૧

જલ ક્રીડા કરત તેરે તટ,
તુમ સમ કોઉ નહિ તીનો ભવને,
સુર નર મુનિકે ધ્યાન ન આવે,
સો પ્રભુ તિહારે ગૃહ ગવને. ૨

તુમ તો પરમ કૃપાલ જગ જનની,
પતિતનકો પાવન ભવ તરણી,
શાખા નિગમ પુરાણનવરણી,
'સૂર'પ્રભુકે મનકો હરની. ૩

ભાવાર્થ : હે શ્રીયમુને! આપનો જય થાઓ, હું આપને વારંવાર નમન કરુ છું. આપના મનોહર કાલિંદી તટનો જય થાઓ. આપના એ તટ ઉપર શ્યામ અને શ્યામા રમણ કરે છે. (૧)

આપના તટ ઉપર જલક્રીડા કરે છે.ત્રણે ભુવનમાં આપના સમાન કોઈનથી. સુરનર અને મુનિજનોના ધ્યાનમાં પણ જે પ્રભુ નથી આવતા તે પ્રભુ તમારા ગૃહમાં પધારે છે. (૨)

આપ તો પરમ કૃપાળુ છો, જગજનની છો, પતિતોને પાવન કરવાવાળાં છો,સંસાર સાગર તારવાવાળાં છો. વેદની શાખાઓ અને પુરાણમાં આપનું વર્ણન કરાયેલું છે.સૂરદાસજી કહે છેકે, આપ પ્રભુના મનનું હરણ કરવાવાળા છો. (૩)

પદ - ૭૯ (ભૈરવ)

જય જય શ્રી યમુને માત જગત વંદિની,
ત્રિવિધ તાપ દૂર કરત પાપ ખંડની. ૧

સકલ વ્રજભૂમિ વિહાર કલિંદ નંદિની,
"ચતર્ભૂજ" પ્રભુ ગિરિધરનલાલ કામ કંદની. ૨

ભાવાર્થ : હે જગતની માતા શ્રીયમુનાજી, આપનો જય થાઓ. આપ ત્રિવિઘ તાપ દૂર કરનારાં અને પાપોનો નાશ કરવાવાળાં છો.(૧)

હે કલિંદ નંદિની! આપ સકલ વ્રજમાં વિહાર કરો છો. 'ચતુર્ભુજદાસજી'કહે છે કે, આપ ગિરિધરલાલ પ્રભુના સર્વ મનોરથોને પૂર્ણ કરનારાં છો. (૨)

પદ - ૭૭ (ભૈરવ)

જય યમુને જનની મહારાણી,
શેષ સનકાદિ નારદ ગુન ગાવત,
ચતુરાનન મુખ વેદ બખાની. ૧

શુક મુનિ આદિ પરાસર કે સુત,
ધ્રુવ કો દઈ અટલ રાજધાની,
"ચતર્ભુજ" પ્રભુ ગિરિધર ઈનકે વશ,
કેલિ કલા રસ રૂપ કી ખાણી. ૨

ભાવાર્થ : શ્રીયમુને મહારાણીમાનો જય થાઓ. શેષજી, સનકાદિ, અને નારદજી પણ આપના ગુણગાન ગાય છે અને બ્રહ્માજી પણ સ્વમુખે વેદમાં આપનાં વખાણ કરે છે. (૧)

શુકદેવજી જેવા મુનિ વગેરેથી લઈને પરાશરના પુત્ર એવા વ્યાસ અને ધ્રુવજીને આપ દૃઢ પદ આપવાવાળાં છો."ચતુર્ભૂજદાસજી" કહે છે કે ગિરિધરપ્રભુ આપને વશ છે. આપ રમણ, કલા, રસ, અને રૂપની ખાણ છો. (૨)

પદ - ૭૮ (બિભાસ)

પ્રાતઃ સમે રસના જુ રટિયેં, કલિંદ સુતા હરિ કે સુખ દેની,
સાંવરે અંગ તરંગ અનંગન, મોતિન માંગભરી મૃગ નયની. ૧

હાવ ભાવ વિલોકનમેં, મનમોહન કે મન કો હર લેની,
"પ્રેમ" કહે જગ પાવની, ભૂતલમાં જ વૈકુંઠ નિશ્રેનિ. ૨

ભાવાર્થ : પ્રભુને સુખ આપવાવાળાં કલિંદગિરિના પુત્રી શ્રીયમુનાજીનું સવારમાં ઉઠતાંની સાથે જ જીભથી રટણ કરવું.શ્રીયમુનાજીનું અંગ સાંવરૂ છે. આપના જલમાં જે અનંત લહેરો ઉઠે છે, તે જાણે મોતીની માંગ ન ભરી હોય એવી સુંદર લાગે છે. આપના નેત્રો મૃગના નેત્રો જેવાં છે. (૧)

આપ એવા હાવભાવ કરો છો કે મનમોહનના મનને પણ હરી લો છો. "પ્રેમ" કહે છે કે આપ જગતને પવિત્ર કરવાવાળાં છો અને ભૂતલમાંથી વૈકુંઠમાં જવાની સીડીરૂપ છો. (૨)

પદ - ૭૯ (બિલાવલ)

કાલિંદી તૂ કૃષ્ણ જુ કી પ્યારી,
જૈસી કૃપા કરત હરિ હમ ઉપર,
તૈંસી તુમ જો રાખતહી ન્યારી. ૧

જમુના જલ વિલાસ ચહું દિસ,
જેમ બેઠી સબહિતકી મહતારી,
"સૂરદાસ" હિલગન મનકી કહા,
કહું કુલ પ્રકૃતિ તિહારી. ૨

ભાવાર્થ : હે કાલિંદીજી! આપ કૃષ્ણના વહાલાં છો. અમારા પર પ્રભુ જેવી કૃપા કરે છે. તેવી તમો વળી જુદી જ કૃપા કરો છો. (૧)

શ્રીયમુનાજીનું જળ ચારે દિશાઓમાં વિલસી રહ્યું છે. તે એવું લાગે છે કે જાણે બધાનું હિત કરનારી માતા ચારે દિશામાં ન બિરાજી રહ્યાં હોય! "સૂરદાસજી" કહે છે કે આપની તમામ પ્રકૃતિઓનો સમૂહ નિહાળીને મારા મનમાં આપના માટે એવી લગન લાગે છે કે હું એનું વર્ણન કરી શકતો નથી. (૨)

પદ - ૮૦ (રામકલી)

જગમેં એસી સાર ભજ તું વારંવાર,
શ્રીયમુનાજીકો નામ જપત નિસદિન,
તાતેં ઉતરે ભવસાગર પાર. ૧

જેસે હરિ ભજે તેં હરિ હિયમેં બસે,
કરે કૃપા સર્વદા અપને પતિમાર,
કહત "વ્રજપતિજાતુમ સબનકોં સમજાય,
પર્યો ઈનકી શરણ ઓર નહિ આઘાર. ૨

ભાવાર્થ : જગતમાં સારના પણ સારરૂપ તત્વ એવાં શ્રીયમુનાજીનું હે ભકત! તું વારંવાર સ્મરણ કર. જે આપનું નામ નિશદિન જપે છે તે ભવસાગરની પાર ઉતરી જાય છે.(૧)

પ્રભુનું ભજન કરીએ તો પ્રભુ ભકતના હ્રદયમાં વસે એવી કૃપા શ્રીયમુનાજી કરે છે. એટલું જ નહી પણ તેમના પતિ અહીં જેમને અલૌકિક કામદેવની ઉપમાં આપી છે તેપણ કૃપા કરે છે. 'વ્રજપતિ'બધાંને સમજાવીને કહે છે કે હું તેમને શરણે આવીને પડયો છું. મારે બીજો કોઈ આધાર નથી. (૨)

પદ - ૮૧ (બિલાવલ)

કાલિંદી કલિ કલ્મષ હરણી,
યમ અનુજા શ્યામા મહા સુંદરી ગોવિંદ ઘરણી. ૧

જય યમુના જય કૃષ્ણ વલ્લભા, પતિતન કોં પાવન ભવતરણી,
શરણા ગતકો દેત અભય પદ,
જનની કરત જેસેં સુતકી કરણી. ૨

શીતલ મંદ સુગંધ સુધા નિધિ, ધારા ધરી વપુ ઉતરી ધરણી,
"પરમાનંદ દાસ" કહે પરમ પાવની,
જુગ જુગ સાખ નિગમ નિત વરણી. ૩

ભાવાર્થ : હે કાલિંદી! શ્રીયમુનાજી! આપ કલિકાળના દોષોને હરણ કરનારાં છો, આપ યમરાજાનાં નાનાં બહેન છો,શ્રીઅંગે સાંવરાં છો, મહાસુંદરી છો અને ગોવિંદના ગૃહિણી છો. (૧)

હે શ્રીયમુનાજી! આપનો જય થાઓ. આપ શ્રીકૃષ્ણને પ્રિય છો, પતિતોને પાવન કરનારાં છો.ભવસાગરને તરાવનારાં અને આપને શરણે આવનારને અભયપદ આપનારાં છો. જેમ માતા પોતાના બાળક પ્રત્યે પ્રેમ રાખે તેમ આપ પણ ભકતો પ્રતિ સ્નેહ રાખો છો. (૨)

આપના તટ ઉપર શીતલ,મંદ અને સુંગધી પવન વાઈ રહ્યો છે. આ અમૃત સાગર છો.આપ ધારારૂપી દેહ ધારણ કરીને ભૂતલ પર પધાર્યા છો. 'પરમાનંદદાસજી'કહે છે કે કે, આપ પરમપાવની છો. વેદ યુગે યુગે સાક્ષી બનીને નિત્ય આપનું વર્ણન કરે છે. (૩)

પદ - ૮૨ (બિલાવલ)

શ્રીયમુનાજી નિરખ સુખ ઉપજત,
સન્મુખ વૃન્દા વિપિન સુહાયે,
શ્રીવિશ્રાંત શ્રીવલ્લભ જુકી બેઠક,
નિર્મલ જલ યમુનાકે નહાયે. ૧

ભુજ તરંગ સોહત અતિ નીકે ભંવર કંકણ સિરાયે,
વ્રજપતિ કેલિ કહા કવિ વરણે,
શેષ સહસ્ત્ર મુખ પાર ન પાયે. ૨

શ્રમ-જલ-સહિત અગાધ મહા રસ,
લીલા સિંધુ તરંગન છાયે,
સકલ સિદ્ધિ અલૌકિક દાતા,
જે જન તાકિ ચરણન ચિત્ત લાયે. ૩

રવિ મંડલ દ્વારા હોય પ્રકટી,
ગિરિ કલિંદ શિરતેં બ્રજ ધાયે,
'હરિદાસ' પ્રભુશોભા નિરખત,
મન કર્મ વચન ઈનકે ગુણ ગાયે. ૪

ભાવાર્થ : શ્રી યમુનાજીને જાઈને સુખ ઉપજે છે. આપની સન્મુખમાં જ વૃંદાવન શોભી રહ્યું છે. મથુરામાં વિશ્રામ ઘાટે શ્રી વલ્લભ પ્રભુની બેઠક છે.ત્યાં શ્રીયમુનાજીનું નિર્મળ જળ વહી રહ્યું છે તેમાં સ્નાન કરવું (૧)

આપની તરંગરૂપી ભુજાઓ શોભે છે. આપના જળમાં સુંદર વમળો ઉત્પદ થાય છે તે જાણે કંકણ ન હોય એવાં લાગે છે. તે જોઈને મારા નેત્રો ઠરેછે. ઠાકોરજી ત્યાં રમણ કરે છે. જેનું વર્ણન કવિઓ પણ શું કરી શકે ? શેષજી પોતાના હજાર મુખથી તેનું વર્ણન કરે તો પણ તેનો પાર નથી પામતા.(૨)

શ્રીયમુનાજલમાં શ્રમજલ મળેલું છે. તે શ્રમજલ સહિત અગાધ મહારસરૂપ લીલા સમુદ્રમાં આપ તરંગોરૂપી છાયી રહ્યાં છો. જે જન આપના ચરણકમલનું ચિંતન કરે છે,તેને આપ અષ્ટ અલૌકિક સિદ્ધિઓનું દાન કરો છો.(૩)

આમ સૂર્યમંડલ દ્વારા પ્રકટીને કલિંદગિરિના મસ્તક ઉપર થઈને વ્રજમાં પધાર્યા છો. "શ્રીહરિદાસજીજાશ્રીયમુનાજીની આ શોભા નિરખીને મન, કર્મ અને વચનથી તેમના ગુણગાન ગાય છે. (૪)

પદ - ૮૩ (ગુર્જરી)

કેલિ કલ્લોલન દેખી યમુને,
નંદ નંદન કુંવરકે કેલિ રસમત્તહી. ૧

સુંદરી સંગ લે સુભગ ભવને,
અધર મધુપાન કર સુરત રસદાન કર,
પિય પ્યારી નિત કરત રવને,
તાહિ સમે રસભરી ભાનુતનયા ખરી. ૨

પ્રેમ આનંદમેં કરત ગવને,
પુણ્ય પૂર્ણ ફલે સકલ જનકે સરે,
તાહિ હિત ભૂતલ યમુને અવને,
જુગલ જોડી શોભા 'હરિદાસ'નિરખ,
દુહું કર જોર કરત નમને. ૩

ભાવાર્થ : શ્રીયમુનાજીની કેલિ અને કલ્લોલ તો જુઓ! શ્રી ઠાકોરજીના રમણરૂપી રસમાં મસ્ત બની સુંદરીઓને સાથે લઈને અતિ પ્રિય લાગે તેવા ભવનમાં આપ રમણ કરે છે. (૧)

પ્રભુની અધરસુધાનું પાન કરીને, સુરત-રસનું દાન કરીને પ્રિય પ્યારી નિત્ય આવી રીતે રમણ કરે છે. તે સમયે સૂર્યના પુત્રી શ્રી યમુનાજી સંપૂર્ણ રસભર્યા પ્રેમે અને આનંદથી વ્રજમાં પધાર્યાં. (૨)

લીલામાંથી વિછુરેલા જીવોના બધાયે પુણ્યો પૂર્ણ રીતે ફલિત કરવા શ્રી યમુનાજી ભૂતલ પર પધાર્યા. 'શ્રી હરિદાસજી'આ યુગલ સ્વરૂપની શોભા નિરખીને બે હાથ જોડી નમન કરે છે. (૩)

પદ - ૮૪ (ગુજરી)

આજ આનંદમે સૂર તનયા સુભગ,
શ્યામ સુંદર સંગ કેલિઠાની,
મધુર મુસ્કાન અરમાન રસમગ, મન,
કરત કોકિલ શબ્દ મધુરી વાની. ૧

વહત ગોકુલ પાસ કરત પૂરણ આસ,
સકલ સામર્થ્ય જન અભય દાની,
નંદ નંદન કુંવર નવલ જોરી,
'હરિદાસ' પ્રભુ નિરખ શોભા વખાની. ૨

ભાવાર્થ : આનંદમાં આવીને સારાં ગુણવાળાં સુર્યના પુત્રી શ્રી યમુનાજીએ શ્યામસુંદરની સાથે રમણ શરૂ કર્યુ. આપના મુખ ઉપર મધુર હાસ્ય છે અને રસમગ્ન મનમાં અનેક ઈચ્છાઓથી સભર છો. કોકિલા જેવી મધુર વાણી આપ બોલી રહ્યાં છો. (૧)

શ્રીગોકુલ પાસે વહેતાં આપ ભકતોનાં મનોરથ પૂર્ણ કરો છો. આપ સર્વ સમર્થ હોઈ અભયદાન કરો છો. 'શ્રીહરિદાસજી'એ શ્રીયમુનાજી અને નંદનંદનના યુગલ-સ્વરૂપને નિરખીને તેમની શોભાને વખાણી છે. (૨)

પદ - ૮૫ (રામકલી)

નિરખોં શ્રીયમુના સુખદાયક,
સબતજ આસ ગહું ઈનકી,મન,કર્મ અરૂભજ વાચક. ૧

લહેર તરંગ બઢત જ્યોં ઈનકી, ત્યો હરિ સ્નેહ બઢાયક,
અતિ ઉદાર કલિંદ નંદની, નિજ રસ સર સહાયક. ૨

શેષ સહસ્ત્ર મુખ પાર ન પાવે, કો કવિ વરણન લાયક,
'હરિદાસ' પ્રભુ શોભા નિરખત, પ્રિય પદ પ્રીતી સહાયક. ૩

ભાવાર્થ : સુખ આપનારાં શ્રી યમુનાજીને નિહાળો.હે ભકત! બધી આશાઓ છોડી દઈને મન,વચન અને કર્મથી એકતા સાધીને એમનો જ એક આશ્રય કર. (૧)

જેમ આપના જળમાં પવનની લહેર આવતાં તરંગો વધે છે,તેમ આપ ભક્તોનો સ્નેહ પ્રભુમાં વધારો છો. હે કલિંદનંદિની! આપ ઘણા ઉદાર છો, પોતાના ભક્તોને પ્રભુ વિરહનો તાપ-ક્લેશ વધારવામાં આપ સહાયક છો. (૨)

શેષજી હજાર મુખથી આપના ગુણ ગાય તો પણ એનો પાર પામે તેમ નથી. તો પછી કયો કવિ આપનું વર્ણન કરવાની લાયકાત ધરાવી શકે ? પ્રભુના ચરણમાં પ્રીતિ ઉત્પદ થવામાં મદદરૂપ થનારાં શ્રી યમુનાજીની શોભા 'હરિદાસજી'નીરખી રહ્યાં છે. (૩)

પદ - ૮૬ (રામકલી)

શ્રીયમુના મોહન કો મનમોહે,
જ્યોં પ્રભુ ધર્યો સ્વરૂપ મોહિની,
ત્યોં શ્રમ સલિલ સોહે. ૧

હોત સહાય સબનકો નિસદિન,
કેલિ કરત પ્રભુ જો હેં.
'હરિદાસ'પ્રભુ શોભા નિરખત,
વર્ણન કરે કવિ કોં હેં. ૨

ભાવાર્થ : શ્રીયમુનાજી રાત-દિવસ મોહનના મનને મોહી લેનારાં છે. પ્રભુએ જયારે મોહિની સ્વરૂપ ધારણ કર્યું ત્યારે જેવા શોભતા હતા,તેવા જ શ્રીયમુનાજી શ્રમજલ સહિત શોભે છે.(૧)

શ્રીયમુનાજી રાત-દિવસ પોતાના બધા ભક્તોને સહાય કરે છે.ભગવાનની સાથે આપ રમરણ કરે છે તેની શોભા 'હરિદાસજી'નિરખી રહ્યાં છે. તેનું વર્ણન કયો કવિ કરી શકે ?(૨)

પદ - ૮૭ (બિભાસ)

ભાનુસુતા ગુણ ગાવે પ્રેમ ભરી,
સોઈ અલૌકિક સિદ્ધિ જો પાવે,
યમુના તટ કિત હરિ લીલા,
પરમકૃપા કરી દરશ જુ પાવે. ૧

અનુભવ હોત લીલા રસકો,
તબ અરૂ સર્વાત્મક ભાવ હિયેં આવે,
હરિદાસ પ્રભુ શોભા શ્રમ સરિતા,
નિરખ નયન ચિત્ત જિન વિસરાવે. ૨

ભાવાર્થ : જે ભકત પ્રેમથી સૂર્યપુત્રી શ્રીયમુનાજીના ગુણ ગાય છે. તે અલૌકિક સિદ્ધિ ઓને પ્રાપ્ત કરે છે. આપ જેના ઉપર અતિશય કૃપા કરો તે જ ભકત યમુનાતટે શ્રી ઠાકોરજીએ કરેલી લીલાનાં દર્શન કરી શકે.(૧)

જેને આ લીલા રસનો અનુભવ થાય તેના જ હૃદયમાં સર્વાત્મભાવ પ્રકટે. 'હરિદાસજી' કહે છે કે જે આવા શ્રી યમુનાજીની શોભા પોતાના નેત્રથી નીરખે છે તેના ચિત્તમાંથી તેની વિસ્મૃતિ કદી થતી નથી.(૨)

પદ - ८८ (બિભાસ)

શ્રીયમુનાજી કી રેણુ એસી, સકલ જીવનકે દોષ નિવારે,
તેહું રેણુ બહુત હૈ ભીતર, જા પરસે સબ પાપ નિવારે. ૧

હરિસોં વિહાર કરત વ્રજ સુંદરી,
તિન ચરણકી રેણું સુ-તારે. ૨

'હરિદાસ'યહ શોભા નિરખત,
શ્રીયમુના ચિત્ત રહો હમારે. ૩

ભાવાર્થ : શ્રીુયમનાજીની રજ એવી છે કે સારાયે જીવનના દોષનું નિવારણ કરે છે. આ રજ જલની ભીતરમાં ઘણી છે. જે આ રજનો સ્પર્શ કરે છે તેના બધાં પાપ દૂર થાય છે.(૧)

પ્રભુની સાથે વિહાર કરનારી વ્રજસુંદરીઓની ચરણરજ જીવને સારી રીતે તારે છે, તેમ શ્રીયમુાજીની રજ પણ જીવને તારે છે. 'શ્રીહરિદાસજી'કહે છે કે, શ્રીયમુનાજીની આ શોભા નિરખતાં મનમાં એવું થાય છે કે શ્રીયમુનાજી અમારા ચિત્તમાં જ રહો. (૨-૩)

પદ - ૮૯ (બિભાસ)

શ્રીયમુનાજી રેણું બહુત તુવ માઈ,
તાકી મહિમા કહાં લગે,
બરનો,રસના કોટિક નાહિ. ૧

વૃંદાવન સ્થિત દોઉ તટે,
ફૂલ સુમનન જલ નાંઈ,
'હરિદાસ'પ્રભુ શોભા નિરખત,
ચિત્ત અરૂઝયોં તેહિં ઠાઈ. ૨

ભાવાર્થ : હે શ્રીયમુનાજી, આપની રેણું ઘણી છે. હું એનું વર્ણન કેટલું કરુ! તેનું વર્ણન કરવા મારી પાસે કરોડો જીભ નથી.(૧)

વૃંદાવનમાં રહેલા તમારા બંને બાજુના તટોની શોભા સુંદર છે. અને તેમની વચ્ચે વહેતા જળની સુગંધ પુષ્પોની સુગંધ જેવી છે."શ્રીહરિદાસજીજાકહે છે કે શ્રીયમુનાજીની શોભા જોઈને મારું ચિત્ત જ સ્થાને મગ્ન થઈ ગયું છે.(૨)

પદ - ૯૦ (રામકલી)

શ્રીયમુનાજી સોહત મન મોહિની,
સુર અસુર મિલ પૂજા કીની. તૈસી લાગત સોહની. ૧

યાતે યહ દ્રષ્ટાંત જુ દીનો,ભાવ અનેક દિખોહની,
હરિદાસ શોભા ચિત્ત ઉર જયોં લાગી ચરણન ગોહની. ૨

ભાવાર્થ : પ્રભુએ મોહિની સ્વરૂપ ધારણ કર્યુ અને જેવા તેઓ શોભતા હતા તેવાં જ શ્રીયમુનાજી મનને મોહી લે તેવાં શોભે છે. સૂર અને અસૂરોએ સાથે મળીને એ મોહિની સ્વરૂપની પૂજા કરી હતી તેવાં જ શ્રી યમુનાજી સોહામણાં લાગે છે. (૧)

આ દ્રષ્ટાંત એટલા માટે આપ્યું છે કે મોહિની સ્વરૂપે પ્રભુએ અનેક હાવભાવ બતાવીને સૂર-અસૂરોને મોહ પમાડયા હતા, તેમ આપ પણ અનેક હાવભાવ બતાવીને ભકતોને મોહ પમાડો છો. આપની આ શોભા જોઈને 'શ્રીહરિદાસજી'નું ચિત્ત એટલું બધું તેમાં ચોટી ગયું છે, કે તેઓનું ચિત્ત આપના ચરણ સિવાય બીજે કયાંય જતું નથી. (૨)

પદ - ૯૧ (દેવગંધાર)

કરિ પ્રણામ જમુના જલ લહિયે,
શ્રીવલ્લભ પદ રજ પ્રતાપતેં,શ્રીયમુનાજી મુખ કહિયે. ૧

પૂરણ પુરૂષોતમ વ્રજ પ્રકટે,ઈન હું પ્રકટયો ચહિયે,
જો જન લક્ષ ઘરાતેં ઊંચો રવિ મંડલતેં બહિયેં. ૨

નંદ સુવન અરૂ કલિંદ નંદિની, દર્શન રિપુ તનદહિયે,
'હરિદાસ' પ્રભુ યહ સુખ શોભા, નયન હીં મે રહિયે. ૩

ભાવાર્થ:પ્રણામ (દંડવત્) કર્યા પછી શ્રીયમુના જલનું પાન કરવું. શ્રીવલ્લભચાર્યજીની ચરણરજની કૃપાથી જ શ્રીયમુનાજીનું નામ મુખથી લઈ શકાય છે.(૧)

પૂર્ણ પુરૂષોતમ વ્રજમાં પ્રકટયા એટલે આપે પણ પ્રકટ થવું જોઈએ. તેથી આપ પૃથ્વીથી લાખો યોજન દૂર એવાં સૂર્યમંડલમાંથી વહીને ભૂતલ પર પધાર્યા. (૨)

શ્યામસુંદર અને કલિંદનંદિનીનાં દર્શનો પ્રતાપ એવો છે કે તેમનાં દર્શન કરનારનો શત્રુ કોઈ બની શકતોનથી. શ્રી "હરિદાસજાપ્રભુ કહે છે કે આપની આ સુખરૂપ શોભા મારા નયનમાં જ રહો. (૩)

પદ - ૯૨ (બિભાસ)

ગિરિ કલિંદ પર જલજુ પરે,
તાતે ઉઠત પ્રવાહ ફેનમેં ઉજજવલતા જુ ભરે. ૧

સહજ સ્વરૂપ પ્રાણ પ્યારી કો,ઉજજવલ કયોં જુ કરે,
'હરિદાસ'શોભા પિય કારન સહજ શૃંગાર ઘરે. ૨

ભાવાર્થ : કલિંદગિરિ પર જળ પડી રહ્યું છે. તેમાંથી ઉઠતાં પ્રવાહના ફેણમાં ઉજજવલતા દેખાય છે. (૧)

શ્રીઠાકોરજીનું શ્રીઅંગ સહજ સાંવરુ છે. તેમ શ્રીયમુનાજીનું શ્રીઅંગ પણ સહજ સાંવરુ છે. તો શ્રીયમુનાજીના આ સહજ સાંવરુશ્રી અંગને મિટાવીને પ્રભુ શા માટે ઉજજવલ કરે! 'શ્રી હરિદાસજી'કહે છે કે પોતાના પ્રિયતમને કારણે જ આપે પણ શ્રીકૃષ્ણના શૃંગાર જેવા જ મુકટકાછનીનો શૃંગાર ઘારણ કર્યો છે.(૨)

પદ - ૯૩ (રામકલી)

શ્રીયમુનાજી પિયકેપાસ ચલી,
યહ વિલાસ ગિરિ ચઢી પુનિ ઉતરત,યહ ગતિ અતિજુ ભલી. ૧

ઉછલત હે પ્રવાહ વેગતે ઊંચે યહ જુ અલિ,
'હરિદાસ'શોભા નિત નિરખત આતુર ઉમંગ ચલિ. ૨

ભાવાર્થ : જયારે શ્રીયમુનાજી પોતાના પ્રિયની પાસે ચાલ્યાં ત્યારે આપની ચઢ-ઊતરની વિલાસભરી ગતિ ખૂબ સુંદર લાગે છે.(૧)

આપના પ્રિયતમની પાસે જતાં આપનો પ્રવાહ વેગથી ઊંચે ને ઊંચે ઉછળતો જ જાય છે."શ્રી હરિદાસજીજાને આપની આ શોભા નિત્ય નિરખતાં એવું લાગે છે કે આપ પ્રિયતમની પાસે અતિ આતુરતાથી, ઉમંગથી અને પ્રસદતાથી પધારો છે. (૨)

પદ - ૯૪ (પંચમ)

ચલત ન્યારી નવલ યમુને,
ગાય વ્રજભકતકે ભાવકોં દેખિકેં,
ભાવ સહિત તહાં કરત ગવને. ૧

આઈ વ્રજભૂપ પ્રિય ભાવ ઉપજાવ હી,
જલ સ્થલ સિદ્ધ દોઉ કરત રવને,
નિરખ શોભા 'હરિદાસ'નિસદિન યહ,
મન, કર્મ, વચન, કરી શીશ નમને. ૨

ભાવાર્થ : નવલ યમુના જુદી જ ચાલથી ચાલે છે.ગાયો અને વ્રજભકતોના ભાવ સમજીને તેમના ભાવો પૂર્ણ કરવા તેમની તરફ ભાવસહિત ગતિ કરે છે. (૧)

વ્રજ ભૂપ એવા શ્રીઠાકોજીના પ્રિય શ્રી યમુનાજી શ્રી ઠાકોરજીમાં ભાવ ઉપજાવવા માટે ભૂતલ પર પધાર્યા અને જલ ઉપર અને સ્થલ ઉપર રમણ કરવા એ બે જગ્યાને પ્રિયતમના ભાવ પ્રમાણે સિધ્ધ કરી.આપે રમણ કર્યુ. 'શ્રી હરિદાસજી'કહે છે કે આપની આ શોભા રાત્રિ-દિવસ નિરખીને મન,કર્મ, અને વચનથી હું મારું શીશ આપને નમાવું છું. (૨)

પદ - ૯૫ (પંચમ)

યહ રસ રૂપ હૈ ભાનુકી નંદની,
કંજ રસ રૂપકે મિત્રકી યહ સૂતા,
દેતરસદાન કરિ દૂર દુઃખ દ્વંદિની. ૧

ગૂઢરસ રીતકે ભાવ કૈસેં કહો,
નંદ નંદન વિરહ તાપ નિકંદની,
નિરખ શોભા 'હરિદાસ'નયન સદા,
રાખિયેં નિકટ મોહિ જગતકી વંદની. ૨

ભાવાર્થ : સૂર્યપુત્રી શ્રીયમુનાજી રસરૂપ છે.કંજ એટલે કમળ. તે રસરૂપ જળમાંથી ઉત્પદ થયેલું હોવાથી તે રસરૂપ છે.તો પછી તેના મિત્ર ની પુત્રી શ્રીયમુનાજી રસરૂપ કેમ ન હોઇ શકે! પોતે રસસ્વરૂપ હોવાથી પોતાનાં ભકતોનાં દુઃખો દૂર કરીને તેઓને આનંદરસનું દાન કરે છે. (૧)

ગૂઢરસ રીતિના ભાવનું વર્ણન કેવી રીતે કરી શકાય? નંદનંદનનો વિરહ તાપ ભકતોને થાય તો પ્રભુ મેળવી આપી તે તાપનો આપ નાશ કરનાર છો."શ્રી હરિદાસજીજાકહે છે કે, નયનથી આ શોભા હું નિત્ય નિરખ્યા કરું, માટે હે સમગ્ર જગતથી વંદન કરાયેલાં શ્રીયમુનાજી,મને આપની નિકટમાં જ રાખો. (૨)

પદ - ૯૬ (આશાની)

શ્યામ વરણ શ્રીયમુનાજીકી શ્યામ વરણ સમતૂલરી,
તવ પ્રણ મેઘ ઘટા જ્યોં ઉમગી,સબહિનકી સુખ મૂલરી. ૧

ધ્રુવ વ્હેં કો મઘુવન યમુના તટ, ગઇ દુઃખન કી સૂલરી,
'હરિદાસ'પ્રભુ શોભા નિરખત,ગઇ ભવ વેદન ભૂલરી. ૨

ભાવાર્થ : શ્યામવરણ શ્રીયમુનાજી અને શ્યામવરણ શ્રીઠાકોરજી બંને સમાન વરણના છે. તમારા વરણ(રંગ)સમાન મેઘ ઘટા રસસ્વરૂપ,આનંદસ્વરૂપ છે. સર્વના સુખોનું મૂલ આપ છો.(૧)

ધ્રુવજીએ યમુના તટે આવેલા મધુવનમાં તપ કર્યું. તો તેમના દુઃખ રૂપી કાંટાઓ નાશ પામ્યા. 'શ્રીહરિદાસજી'કહે છે કે, આપની શોભા નિરખતાં સંસારની મારી સર્વ વેદનાઓ ભુલાઈ ગઈ. (૨)

પદ - ૯૭ (આશાવરી)

શ્રમ સરિતા તું જે જન નિત્યપ્રતિ કરત તવ ગુન ગાનરી,
કૃપાસિંધુ સો તાહી મિલાવો, યહી તુમારી હે બાનરી. ૧

કૃપા જલધિ પૂરણ પુરૂષોતમ, પૂરણ પ્રકટ પ્રમાણરી,
નિસદિન મિલિ રહેત તિનસૌહી, તુમહો રસ કી ખાન રી. ૨

એસે પ્રભુસોં હમહીં મિલાવો, વિનતી સુન ધર કાનરી,
સબહિન તેં મુખ્ય શ્રીગંગા, તિનહૂં તે અધિક કહાનરી. ૩

તુમારો મિલે મહિમા અતિ બાઢી, સો સબ સુનહો સુજાનરી,
'હરિદાસ'પ્રભુશોભા નિરખત, હિયેં વસો યહ ધ્યાનરી. ૪

ભાવાર્થ : પ્રભુનો શ્રમજલ આપનામાં ભળેલો હોઈ આપ શ્રમસરિતા કહેવાઓ છો.એવાં આપના જે જનો ગુણગાન ગાય છે,તેમને આપ કૃપાસિંધુ શ્રીઠાકોરજીનું મિલન કરાવી આપોછો. આપનો સ્વભાવ આવો છે.(૧)

કૃપાના સાગર પૂર્ણ પુરૂષોત્તમ છે એનું પ્રમાણ પુરાણોમાં પ્રસિદ્ધ છે.આવા પ્રભુની સાથ આપ રાત ને દિવસ મળેલાં જ રહો છો. માટે જ આપ રસની ખાણ છો. (૨)

અમારી વિનંતી આપ કાન ધરીને સાંભળો કે, આવા પ્રભુથી અમારો મેળાપ કરાવી આપો. બધી નદીઓમાં મુખ્ય નદી શ્રીગંગાજી ગણાય છે,પણ આપ તો તેનાથી પણ અધિક છો. (૩)

હે શ્રીયમુનાજી! આપ સાંભળો, ગંગાજીનો મહિમા આપના સંગથી જ વધ્યો છે. 'હરિદાસજી'આપની શોભા નિરખતાં કહે છે કે, એ શોભા મારા હૈયામાં વસો અને એનું ધ્યાન નિરંતર રહો. (૪)

પદ - ૯૮ (ખટ)

યમુના તીર પર તરંગ ફેલત જબે,
માનહું કર કમલ પર ભમરિહેં કંકણ,
પ્રભુ કટિ રૂપ તટ નિરખ ઠાડે પ્રિયા,
થામકે યમુને તહાં ભરત હે અંકન. ૧

અતિહી શોભિત ખરી વિવિધ ભૂષણ ભરી,
શ્યામતન ચિતવન યમુને દ્રગ બંકન,
રેણૂમૂકતા પરે પોઇ કંકણ કરે 'હરિદાસ',
શોભા નિરખ પાઇ નિધિ રંકન. ૨

ભાવાર્થ : આપના તીર ઉપર જયારે જળમાં તરંગો ઊઠે છે,તે તરંગો જાણે આપની ભુજાઓ ન હોય! અને આપના જળમાં પડતાં વમળોને જાણે કે આપે આપના કરકમલમાં વમળરૂપી કંકણ ધારણ ન કર્યા હોય! એવું મને લાગે છે. આપના કટિ રૂપી તટ પર ઊભેલા પ્રભુને જોઇને આપ થંભી ગયાં અને ભુજાઓ ભરીને પ્રભુને ભેટયાં (૧)

શ્રી યમુનાજી વિવિધ આભૂષણોથી અતિ શોભી રહ્યાં છે અને શ્યામસુંદરના શ્રીઅંગને વાંકી દ્રષ્ટિથી નિરખી તેનું ચિંતન કરી રહ્યાં છે. આપની રેણું રૂપી મોતી પરોવીને કંકણ બનાવ્યાં છે. તેની શોભા નિરખતાં 'હરિદાસ'કહે છે કે મને એમ લાગે છે કે, જેમ રાંકને ધન મળે તેમ મને અલૌકિક ધનરૂપ શ્રીયમુનાજી મળ્યાં છે.(૨)

પદ - ૯૯ (ખટ)

અનંત ગુણ ભૂષિતે પ્રભાકર નંદની,
સકલ ગુણ વાંછિત હેં પ્રભુ સમાને,
ધ્રુવકો અચલ રાજ ઔર વાંછિત ફલ,
સોઇ સબ દેનકો અદેય દાને. ૧

શિવ વિરંચાદિ સબ દેવ સ્તુતિ કરે,
અરૂ નારદાદિ મુનિ કરત ગાને,
યમુને! મોહિ પ્રાણપતિ બેગિ મિલાવો,
હરિદાસ પ્રભુ નિરખત શોભા બખાને. ૨

ભાવાર્થ : હે સૂર્ય-પુત્રી શ્રી યમુને! આપ અનંત ગુણથી શોભાયમાન લાગો છો. આપનામાં બધા ગુણો હોવાને લીધે આપ પ્રભુ સમાન લાગો છો.ધ્રુવને આપે અચળ પદ આપ્યું અને આપના અન્ય ભકતો ને પણ તેમની ઈચ્છા પ્રમાણે ન આપી શકાય તેવાં દાન આપી આપ અદેય દાની બન્યાં (૧)

શિવ, બ્રહ્મા આદિ દેવો આપની સ્તુતિ કરે છે.નારદ વગેરે મુનિઓ આપના ગુણગાન ગાય છે. હે શ્રીયમુનાજી! હું આપને વિનંતી કરું છું કે મને પ્રાણપતિ વેગથી મેળવી આપો. શ્રી હરિદાસજી શ્રીયમુનાજીની શોભા નિરખીને તેમના વખાણ કરે છે. (૨)

પદ - ૧૦૦ (ખટ)

વિશુદ્ધ મથુરા તટે યમુને તુમ વાસ હે,
દિવસમેં ગોપલીલા સહિત નિશામેં નાથ,
વ્રજભકત સબ પાસ હૈ. ૧

આઈ નિજધામતે કામપૂરે સખે ઓર વૃંદા,
વિપિન કિયો પ્રભુ રાસ હેં,
તિનહીંસો બેગ હમહીં મિલાવો પ્રિય,
નિરખ 'હરિદાસ'શોભા યહી આસ હેં. ૨

ભાવાર્થ : હે શ્રીયમુનાજી! વિશુદ્ધ મથુરાના કિનારે આપનો નિવાસ છે. આવા આપના તટે શ્રીઠાકોરજી ગૌચારણ સમયે સખા ગોપોની સાથે લીલા કરે છે અને રાત્રિના સમયે સર્વ વ્રજભકતોને સંયોગરસનું સુખ આપે છે.(૧)

શ્રીયમુનાજીએ ગોલોકધામમાંથી ભૂતલ પર પધારીને કુમારીકાઓની કામનાઓ પૂર્ણ કરી. આપના અનુગ્રહથી કુમારીકાઓએ વૃંદાવનમાં પ્રભુની સાથે રાસ કર્યો. 'શ્રીહરિદાસજી'કહે છે કે, હે શ્રીયમુનાજી, એવા પ્રભુ અમને વેગથી મેળવી આપો.વળી આપની અદ્ભૂત શોભા નિરખ્યા કરું એવી મનમાં આશા છે તે પૂર્ણ કરો.(૨)

પદ - ૧૦૧ (રામકલી)

શ્રીયમુને મો મન મિલાવો નાથસો,
તુમહી નિજ સંગ શોભિત સદા ભામિની,
ઓર વ્રજભામિની લિયે સબ સાથસો. ૧

અનંત ગુણ ભૂષિત પૂરણ પુરૂષોતમ,
મોહી સોંપ્યો પ્યારી તાહી ગ્રહી હાથસોં. ૨

શિવ વિરંચાદિ સ્તુતિ કરત તુમારી,
'હરિદાસ'પ્રભુ નિરખ શોભા ગહિ બાથસો. ૩

ભાવાર્થ : હે શ્રીયમુનાજી! મારા મનને શ્રીનાથજી સાથે જોડી દો.હે ભામિની! (શ્રીયમુનાજી)આપ પ્રભુની સાથે સદા શોભો છો અને બધી વ્રજભામિનીઓને સાથે લઈને પણ શોભો છો.(૧)

અનંત ગુણોથી વિભૂષિત એવા પૂર્ણ પુરૂષોતમે મને હાથ પકડીને હે શ્રીયમુનાજી! તમને સોપ્યો છે. શિવ અને બ્રહ્મા વગેરે દેવો આપની સ્તુતિ કરે છે. 'શ્રીહરિદાસજી' કહે છે કે આપની આ શોભા જોઈને પ્રભુ ભુજ ભરીને આપને ભેટે છે. (આપને આલિંગન કરે છે) (૨-૩)

પદ - ૧૦૨ (રામકલી)

શ્રીયમુનાજી તુમ હો પરમ ઉદાર,
તમારી કૃપા ભઈ જાન કૃષ્ણજુ કરત તાહિ અધિકાર. ૧

શ્યામલ વરન સમાનશીલગુણ દ્વય લીલા અધિકાર,
ક્રીડા રાસ વિલાસ રસ ભરે પ્રિય પરિશ્રમ પરિહાર. ૨

લીલા ગૂઢ ઘોર કલિયુગમેં રૂપ પ્રકટ વિસ્તાર,
અતુલ પ્રતાપ પુન્ય પુરાણ જલ અખિલ વિશ્વ ઉદ્ધાર. ૩

યદ્યપિ પતિત નાહીં જલ પરસત, દરસ પિઓવાર,
"હરિદાસ" કો ત્રાસ નિવારો જિન ડારો સંસાર. ૪

ભાવાર્થ : હે શ્રીયમુનાજી! તમે પરમ ઉદાર છો. આપની કૃપા થઇ એમ ત્યારે કહેવાય કે જે અનઅધિકારી જીવ છે તેને પ્રભુ અધિકારી બનાવે છે. (૧)

આપના અને શ્રીઠાકોરજીનાં વરણ, શીલ, અને ગુણ સમાન છે. આપ જલ અને સ્થલ બંને લીલાના અધિકારી છો. આપના તટે શ્રીઠાકોરજીને રસભર્યો રાસ-વિલાસ કરતાં જે પરિશ્રમ પડે છે. તે પરિશ્રમને આપ જલવિહાર કરી દૂર કરો છો. (૨)

આપની ગૂઢ લીલાનો વિસ્તાર કરવા આ ઘોર કલિયુગમાં આપે રૂપમાધુરી પ્રકટ કરી છે.સારાયે જગતનો ઉદ્ધાર કરવા માટે આપના પુણ્યરૂપ પૂર્ણ જલનો પ્રતાપ અતુલ છે. (૩)

જો કે પતિતો આપના જલનો સ્પર્શ કરી શકતા નથી છતાં તે જલ દર્શન કરવા તથા વારંવાર પાન કરવા યોગ્ય છે. 'શ્રીહરિદાસજી'કહે છે કે, હું સંસારના ત્રાસથી કંટાળી ગયો છું. મને આ ત્રાસમાંથી આપ મુકત કરો.અને સંસારમાં નાખશો નહિ.(૪)

પદ - ૧૦૩ (રામકલી)

શ્રી યમુના કરત કૃપાકો દાન,
જોકોઉ આવત દરશ તિહારે, સબકો રાખત માન. ૧

કલિકે જીવ દોષ ભંડારી, કરત તિહારો પાન,
ભયે અનન્ય સબહી ઓરતેં સુર મુનિ કરત બખાન. ૨

જે જન હરિ-લીલા-અધિકારી, કરત તિહારો ગાન,
મેં મતિ મંદ કહાંલો બરનોં, "રસિકદાસ" જનજાન. ૩

ભાવાર્થ : શ્રી યમુનાજી સૌને કૃપાનું દાન કરે છે. જે કોઇ આપના દર્શનેઆવે છે, તેનું આપ માન રાખો છો. (૧)

આ કલિયુગમાં જીવ દોષોથી ભરેલો છે, પણ જો તે આપના જલનું પાન કરે તો બધી રીતે અનન્ય બની જાય છે અને વિશેષે કરીને દેવતાઓ અને મુનિજનો પણ તે જીવોનાં વખાણ કરે છે.(૨)

જે જીવ હરિ લીલાનો અધિકારી હોય છે તે જ જીવ આપના ગુણ ગાઇ શકે છે. 'શ્રીરસિકદાસ'કહે છે કે આપના ગુણો અનંત છે અને હું તો મંદબુદ્ધિનો છું. તો કેવી રીતે આપના અનંત ગુણોનું વર્ણન કરી શકું! છતાં મને આપનો દાસ જ ગણજો, મને આપનો દાસ માની લેજો. (૩)

પદ - ૧૦૪ (રામકલી)

શ્રીયમુના પરમ કૃપાલ કહાવે,
દર્શન તે અઘ દૂર જાત હેં હરિલીલા સુધિ આવે. ૧

જે જન તેરે નિકટ બસતહે, નંદ નંદન રસ પાવે,
જીવ કૃત્ય દેખ નહી કબહું, અપનો પક્ષ બઢાવે. ૨

કર્તુ અકર્તુ અન્યથા કર્તુ, યહ સુન મન લલચાવે,
'રસિકદાસ'કો દાસ જાનિયો, તાતે યહ જશ ગાવે. ૩

ભાવાર્થ : શ્રીયમુનાજી પરમ કૃપાળુ કહેવાય છે. આપના દર્શનથી જીવના પાપ નાશ પામે છે અને જીવને હરિલીલાનું સ્મરણ થઇ આવે છે.(૧)

જે જીવો આપની નજીક રહે છે તે જીવો નંદ-નંદનનો રસ પ્રાપ્ત કરે છે. આપ જીવોના કૃત્યો તરફ જોતાં નથી પણ આપ તો તે જીવો ઉપર કૃપા જ કરો છો.(૨)

આપ સર્વ સમર્થ છોએવું સાંભળીને અમારૂં મન લલચાઇને આપની તરફ જ ખેંચાય છે. 'શ્રીરસિકદાસ'કહે છે કે, મને આપનો દાસ જાણજો. આપની કૃપાથી જ હું આપનો યશ ગાઇ રહ્યો છું (૩)

પદ - ૧૦૫ (રામકલી)

શ્રીયમુના જગત પાવન કરન,
પ્રથમ જાકો નામ સ્મરત, કોટિ કલિ મલ હરન. ૧

પેઠિકેં જલ પરસ કરી રહે, મિટત જિય કી જરન,
નામ સ્મરત ગઇ દુર્મતિ, વિવિધ પોષણ ભરણ. ૨

ઉપજત ઉગ્ર વૈરાગ્ય જાતેં, લે ચલે વાહિ શરણ,
'સૂર'હરિકી ભક્તિ દાતા, વિશ્વતારન તરન. ૩

ભાવાર્થ : શ્રીયમુનાજી જગતને પાવન કરવાવાળાં છે.જે પ્રથમથી જ આપનું નામ સ્મરણ કરે છે તેનાં કલિકાળનાં કરોડો દોષો નાશ પામે છે.(૧)

જે જીવ આપના જલમાં પ્રવેશ કરીને આપના જલનો સ્પર્શ કરે છે તે જીવના હૃદયનો તાપ દૂર થઇ જાય છે. આપનું નામ-સ્મરણ કરવાથી જીવની દુર્મતિ ચાલી જાય છે. વિવિધ રીતે આપ જીવનું પોષણ કરો છો.(૨)

જ્યારે જીવને સંસાર પ્રત્યે ઉગ્ર વૈરાગ્ય પ્રકટે છે, ત્યારે તે જીવને આપ પ્રભુને શરણે લઇ જાઓ છો. 'સૂરદાસજી'કહે છે કે આપ પ્રભુની ભકિતનું દાન કરનારાં છો અને વિશ્વ ના તારણહાર છો.(૩)

પદ - ૧૦૬ (રામકલી)

એક રસના ગુણ અપાર કહા કરિ વરનોં,
સાધન સર્વે તજો-ભજો ઇનકો નામ,
જાકે સ્મરણતે હોયગો તરનો. ૧

એક મનમેં નિરધાર કરકે,
કરો રાસ ઇનકે તટ નિકટ રહનો,
કહત 'વ્રજપતિ'તુમ સબનકો સમજાય,
જપો હરિનામ ઔર કછુ ન કરનો. ૨

ભાવાર્થ : જીભ એક છે, આપના ગુણ અનંત છે. તો હું કેવી રીતે અનંત ગુણોનું વર્ણન કરી શકું? બધા સાધનો છોડી દઇને શ્રીયમુનાજીનું નામ-સ્મરણ કરો. જેથી સંસાર-સાગરને તરી જશો.(૧)

મનમાં એક નિશ્ચય કરીને તમે એમના તટની નિકટ રહેશો તો જીવને રાસનો અનુભવ થશે. "શ્રીવ્રજપતિજીજાતમને બધાને સમજાવીને કહે છે કે, માત્ર હરિનું નામ જ જપો, બીજું કાઇ કરશો નહી. (૨)

પદ - ૧૦૭ (રામકલી)

શ્રી યમુનાજી હમસે પતિત ઉદ્ધારો,
પતિત પાવન સુનકે આયો બાંધ પાપકો ભારો. ૧

પતિતપાવન શ્રીકૃષ્ણજુકી ઘરની, દોઉ મિલ બાત બિચારો,
સૂરદાસ હૃદય વસો નિરંતર, શ્રીયમુનાજી નંદ દુલારો. ૨

ભાવાર્થ : હે શ્રીયમુનાજી, મારા જેવા પતિતનો ઉદ્ધાર કરો. આપ પતિત પાવન છો એવું નામ સાંભળીને હું પાપનો ભારો બાંધીને આપની પાસે આવ્યો છું. (૧)

પતિત પાવન એવા શ્રીકૃષ્ણનાં આપ ગૃહિણી છો. આપ બંને પતિત પાવન હોઇ મારા જેવા પતિતનો ઉદ્ધાર કરવાની વાતનો વિચાર કરો. "સૂરદાસજી"

કહે છે કે, શ્રીયમુનાજી અને નંદદુલારો એ બંને સ્વરૂપો મારા હૃદયમાં નિરંતર બિરાજો. (૨)

પદ - ૧૦૮ (રામકલી)

શ્રી યમુને જગ વંદની, યશ વેદ હીં ગાયો,
જે જન તટ સેવન કરે, સો હરિપદ પાયો. ૧

સ્નાન દાનકી કહા કહું, મહિમા નિર્ધારી,
નામ લેત શીઘ્રહીં પાવે, યદ્યપિ કર્મચારી. ૨

સુખ કરની દુઃખ હરની, પતિતન પદ દાની,
બહે જાત કૃષ્ણદાસ, સુમુનિ ઓર જ્ઞાની. ૩

ભાવાર્થ : હે શ્રીયમુનાજી! આપ જગતના વંદનીય છો. આપના યશ વેદમાં ગવાયેલા છે. જે જીવ આપના તટનું સેવન કરે છે તે હરિપદને મેળવે છે. (૧)

સ્નાન અને દાનના આપના મહિમાનું હું શું નિશ્ચિત વર્ણન કરી શકું! ગમે તેવો પાપી હોય તો પણ આપનું નામ લેતાં તરત જ આપને પામે છે. (૨)

ભકતો ને સુખી કરવાવાળાં અને તેમનાં દુઃખ હરવાવાળાં હે શ્રીયમુને! આપને પતિતોના ઉદ્ધાર કરવાનું બિરૂદ પ્રાપ્ત થયું છે. આપ ભગવદ્‌પદનું દાન કરવાવાળાં છો. "કૃષ્ણદાસજી" કહે છે કે, આપનો આશ્રય ન કરનારા ભલે ને તે શ્રેષ્ઠ મુનિ હોય કે જ્ઞાની હોય, તો પણ ભવસાગરમાં તણાતા જ જાય છે. (૩)

॥ ૧૦૮ પદ સંપૂર્ણ ॥
॥શ્રી કૃષ્ણાાય નમઃ॥

શ્રી યમુનાજીના ૧૦૮ નામ
(અર્થ સહિત)

૧) **શ્રી યમુનાયૈ નમઃ ॥**
શ્રી યુમના મહારાણીજીને નમન હો.

૨) **અષ્ટવિધૈશ્વર્યદાયિકાયૈ નમઃ ॥**
ભગવત્સેવામાં ઉપયોગી અષ્ટ પ્રકારના ઐશ્વર્ય (અલૌકિક સામર્થ્ય)ને આપનારાંને નમન હો.

૩) **સુરાસુરસુપૂજિતાયૈ નમઃ ॥**
સાત્વિક-રાજસ-તામસ ભાવવાળા ભકતો વડે સારી રીતે પૂજાયેલાને નમન હો.

૪) **મુકુન્દરતિવર્દ્ધિન્યૈ નમઃ ॥**
(મોક્ષ આપનાર) મુકુંદ ભગવાનમાં પ્રીતિ વધારનારાને નમન હો.

૫) **પદ્મબન્ધુસુતાયૈ નમઃ॥**
કમલના સખા એવા સૂર્યની પુત્રીને નમન હો.

૬) **ભુવનપાવિન્યૈ નમઃ ॥**
ભુવનને (લોકોને) પવિત્ર કરનારાને નમન હો.

૭) **કૃષ્ણતુર્યપ્રિયાયૈ નમઃ ॥**
શ્રીકૃષ્ણનાં ચતુર્થ સ્વામિનીજીને (પ્રિયાને) નમન હો.

૮) **અનંતગુણભૂષિતાયૈ નમઃ ॥**
અનેક ગુણોથી અથવા અનંત ભગવાનના ગુણોથી યુકતને નમનહો.

૯) **શિવવિરંચિદે વસ્તુતાયૈ નમઃ ॥**
મહાદેવજી બ્રહ્માજી આદિ દેવતાઓ વડે સ્તુતિ કરાયેલાંને નમન હો.

૧૦) **ઘનાઘનનિભાયૈ નમઃ ॥**
મેઘમંડલ જેવા શ્યામ સૌંદર્ય યુકતને નમન હો.

૧૧) **ધ્રુવપરાશરાભીષ્ટદાયૈ નમઃ ॥**
ધ્રુવજી પરાશરાદિકોને ઈચ્છિતફળ આપનારાને નમન હો.

૧૨) **કૃપાજલધિસંશ્રિતાયૈ નમઃ ॥**
અપાર કરૂણાસાગર શ્રીપ્રભુની સાથે સારી રીતે મળેલાને નમન હો.

૧૩) **સકલગોપગોપીવૃત્તાયૈ નમઃ ॥**
સમસ્ત ગોપગોપીજન - વ્રજવાસીઓથી યુકત (સાથે વિંટળાયેલા)ને નમન હો.

૧૪) **હરિપ્રિયાયૈ નમઃ ॥**
ભગવાન હરિના પ્રિયને નમન હો.

૧૫) **કલિંદજાયૈ નમઃ ॥**
કલિંદ પર્વતનાં પુત્રીને નમન હો.

૧૬) **અત્યદ્ ભૂતચરિત્રાયૈ નમઃ ॥**
અત્યંત-અદ્ભૂત ચરિત્રવાળાને નમન હો.

૧૭) **પયઃપાન દૂરિકૃત્યમયાતનાયૈ નમઃ ॥**
કેવલ યમુના જલનું પાન કરવાથી જ યમયાતના (નરકનાં દુઃખ) દૂર કરનારને નમન હો.

૧૮) **તનુનવત્વકારિણ્યૈ નમઃ ॥**
ભગવદ્લ્લીલોપયોગી નૂતન દેહ કરનારા ને નમન હો.

૧૯) **મુકુંદપ્રિયાયૈ નમઃ ॥**
મુકુંદ ભગવાનના પ્યારાને નમન હો.

૨૦) **કમલજાસપત્ન્યૈ નમઃ ॥**
લક્ષ્મીજીના સપત્નીને નમન હો.

૨૧) **પ્રિયાયૈ નમઃ ॥**
ભગવદ્ પ્રિયાને નમન હો.

૨૨) **સુરસુતાયૈ નમઃ ॥**
સૂર્યપુત્રીને નમન હો.

૨૩) **સકલસિદ્ધિદાત્ર્યૈ નમઃ ॥**
સકલ સિદ્ધિઓને આપનારાને નમન હો.

૨૪) **સ્વભાવવિજયકારિકાયૈ નમઃ ॥**
સ્વભાવને બદલનારા (દુષ્ટ સ્વભાવને પણ ઉત્તમ કરનારા)ને નમન હો.

૨૫) **કૃષ્ણાયૈ નમઃ ॥**
'કૃષ્ણા'એ નામવાળાને નમન હો.

૨૬) **કૃષ્ણાસમાયૈ નમઃ ॥**
શ્રીકૃષ્ણના જેવાને નમન હો.

૨૭) **કૃષ્ણરૂપાયૈ નમઃ ॥**
શ્રીકૃષ્ણના જેવા સ્વરૂપવાળાને નમન હો.

૨૮) **કૃષ્ણરસાત્મિકાયૈ નમઃ ॥**
શ્રીકૃષ્ણના રસાત્મક રૂપને નમન હો.

૨૯) **કૃષ્ણલીલામૃતજલાયૈ નમઃ ॥**
શ્રીકૃષ્ણનીજલક્રીડા માટે અમૃતજલ વાળાને નમન હો.

૩૦) **કૃષ્ણસમ્બન્ધકારિણ્યૈ નમઃ ॥**
શ્રીકૃષ્ણનો સંબંધ ધરાવનારાને નમન હો.

૩૧) **કૃષ્ણપ્રિયાયૈ નમઃ ॥**
શ્રીકૃષ્ણનાપ્રિયા (સ્વામિનીજી)ને નમન હો.

૩૨) **કૃષ્ણમુખ્યરસસંગમદાયિન્યૈ નમઃ ॥**
શ્રીકૃ ષ્ણના મુખ્યરસ - સંયોગ સુખને આપનારાને નમન હો.

૩૩) **કૃષ્ણક્રીડાશ્રયાયૈ નમઃ ॥**
શ્રીકૃષ્ણની ક્રીડા (લીલા)ના આશ્રયરૂપને નમન હો.

૩૪) **શ્રીકૃષ્ણપદવી પ્રાપ્તિકાયૈ નમઃ ॥**
શ્રીકૃષ્ણના સ્થાનને પ્રાપ્ત કરાવનારાને નમન હો.

૩૫) **કૃષ્ણસ્થિતાયૈ નમઃ ॥**
શ્રીકૃષ્ણમાં સ્થિતને નમન હો.

૩૬) **કૃષ્ણવાસહૃદયાયૈ નમઃ ॥**
શ્રીકૃષ્ણનોનિવાસ જેમના હદયમાં છે તેમને નમન હો.

૩૭) **કૃષ્ણકામુકાયૈ નમઃ ॥**
શ્રીકૃષ્ણની ચાહના કરનારાને નમન હો.

૩૮) **કૃષ્ણપ્રિયાપ્રિયાયૈ નમઃ ||**
શ્રીકૃષ્ણના પ્રિય જે વ્રજભકતો, તેમને અત્યંત વહાલાને નમન હો.

૩૯) **કૃષ્ણસ્થાયિભાવસમુદ્ભાવાયૈ નમઃ ||**
શ્રીકષ્ણના સ્થાયિભાવ (રતિ)માંથી ઉદ્ભવેલાને નમન હો.

૪૦) **કૃષ્ણમિલનૈકસ્થાન ભૂતાયૈ નમઃ ||**
શ્રીકૃષ્ણને મળવાનાં મુખ્યસ્થાન બનેલાંને નમન હો.

૪૧) **કૃષ્ણસુખાર્થિન્યૈ નમઃ ||**
શ્રીકૃષ્ણના સુખની ઈચ્છાવાળાને મનમ હો.

૪૨) **કૃષ્ણગોપીસહયચ્યૈ નમઃ ||**
શ્રીકૃષ્ણ અને ગોપીઓની સાથે રહેનારાને નમન હો.

૪૩) **કૃષ્ણસન્માનવર્દ્ધિન્યૈ નમઃ ||**
શ્રીકૃષ્ણના સન્માનને વધારનારાંને નમન હો.

૪૪) **કૃષ્ણકાર્યપરાયૈ નમઃ ||**
પ્રભુનાં કાર્ય (લીલા)માં તત્પરને નમન હો.

૪૫) **કૃષ્ણલીલાસ્થલવિશુદ્ધિકાયૈ નમઃ ||**
શ્રીકૃષ્ણનાં લીલાસ્થળો શ્રીવૃંદાવનાદિને શુદ્ધ કરનારા ને નમન હો.

૪૬) **કૃષ્ણક્રીડાકુંકુમાંદિયુતાયૈ નમઃ ||**
જલવિહાર રત શ્રીકૃષ્ણના પ્રસાદી કુમકુમ ચંદન આદિથી યુકતને નમન હો.

૪૭) **કૃષ્નરસાતુરાયૈ નમઃ ||**
શ્રીકૃષ્ણ સંબંધી રસ માટે અતુરને નમન હો.

૪૮) **કૃષ્ણ ગોપી પૂજ્યદેવ્યૈ નમઃ ||**
શ્રીકૃષ્ણને પતિરૂપે પ્રાપ્ત કરવાની ઈચ્છાથી કુમારીકાઓએ જેમનું દેવીરૂપે પૂજન કરેલ છે તેમને નમન હો.

૪૯) **કૃષ્ણવ્રતફલપ્રદાયૈ નમઃ ||**
શ્રીકૃષ્ણના માટે વ્રત કરનારાઓને ફલ આપનારાને નમન હો.

૫૦) **કૃષ્ણલીલાર્થ માયાતાયૈ નમઃ ||**
શ્રીકૃષ્ણની લીલા માટે જે ભૂતલ ઉપર પધાર્યા તેમને નમન હો.

૫૧) **કષ્ણનીરધિસંગતાયૈ નમઃ ||**
કૃષ્ણરૂપી આનંદસાગરમાં મળેલાઓને નમન હો.

૫૨) **કૃષ્ણપાદસ્પર્શકામાયૈ નમઃ ॥**
શ્રીકૃષ્ણના ચરણ સ્પર્શની ઇચ્છાવાળાને નમન હો.

૫૩) **કૃષ્ણમાનસ સંશ્રિતાયૈ નમઃ ॥**
શ્રીકૃષ્ણના મનમાં વસનારાને નમન હો.

૫૪) **કૃષ્ણાસકતાયૈ નમઃ ॥**
શ્રીકૃષ્ણમાં આસકિતવાળાને નમન હો.

૫૫) **કૃષ્ણપ્રીતિપ્રસાધિન્યૈ નમઃ ॥**
શ્રીકૃષ્ણમાં પ્રીતિ સાધનારાને નમન હો.

૫૬) **કૃષ્ણાંઘિરેણુબહુલાયૈ નમઃ ॥**
શ્રીકૃષ્ણના ચરણકમલની રજ જેમાં અધિક છે તેમને નમન હો.

૫૭) **કૃષ્ણસેવકસન્મુખાયૈ નમઃ ॥**
શ્રીકૃષ્ણના સેવકોની સન્મુખ બિરાજમાન ને નમન હો.

૫૮) **સ્વદાસાનાં કૃષ્ણ ભાવવિરોધિપ્રકૃતિનાશિન્યૈ નમઃ ॥**
શ્રીકૃષ્ણ વિષયકભાવ (ભગવદ્‌ભાવ)થી વિરુદ્ધ એવી પોતાના સેવકોની પ્રકૃતિનો નાશ કરનારા ને નમન હો.

૫૯) **તરણિતનયાયૈ નમઃ ॥**
તરણિ - સૂર્યનાં પુત્રીને નમન હો.

૬૦) **કૃષ્ણહૃદયંગમાયૈ નમઃ ॥**
શ્રીકૃષ્ણનાં હૃદયંગમ (પ્રિય)ને નમન હો.

૬૧) **નીલધામયૈ નમઃ ॥**
નીલ (શ્યામ) તેજવાળાને નમન હો.

૬૨) **કૃષ્ણજલવહાયૈ નમઃ ॥**
શ્યામ જલ વહેવડાવનારા ને નમન હો.

૬૩) **કૃષ્ણમિલનાંતરાયહારિણ્યૈ નમ : ॥**
શ્રીકૃષ્ણના મિલનમાં આવતા દોષોને - હરનારાને નમન હો.

૬૪) **નિજનાથમાર્ગદાયિન્યૈ નમઃ ॥**
પોતાના સ્વામી (શ્રીકૃષ્ણ)નો માર્ગ દેનારાને નમન હો.

૬૫) **કુમરિકા કામપૂરિકાયૈ નમઃ ॥**
(વ્રજ) કુમારિકાઓની કામનાઓ પૂરી કરનારા ને નમન હો.

૬૬) **ધર્માનુજાયૈ નમઃ ॥**
ધર્મ (યમ) રાજાના નાના બહેનને નમન હો.

૬૭) **મુનિજનસ્તુતાયૈ નમઃ ॥**
મુનિજનોથી સ્તુતિ કરાયેલાનેનમન હો.

૬૮) **શ્રી ગોકુલવાસિન્યૈ નમઃ ॥**
શ્રીમદ્ ગોકુલમાં વાસ કરનારાને નમન હો.

૬૯) **કેલિસલિલાયૈ નમઃ ॥**
ક્રીડા (શ્રમ) જલરૂપને નમન હો.

૭૦) **મૃદુવાલુકાયૈ નમઃ ॥**
કોમળ રેણુવાળાને નમન હો.

૭૧) **દલિતાંજનચિકકણાયૈ નમઃ ॥**
ઘૂટેલાં આંજણ જેવાં ચીકણાંને નમન હો.

૭૨) **ઈન્દીવરસુખસ્પર્શાયૈ નમઃ ॥**
શ્યામ કમલ સરખા સુખદ સ્પર્શવાળાને નમન હો.

૭૩) **કૃષ્ણવદનપંકજાયૈ નમઃ ॥**
શ્યામ મુખકમલવાળાને નમન હો.

૭૪) **મદાલસવિલોચનાયૈ નમઃ ॥**
મદવડે આળસયકત નેત્રવાળાને નમન હો.

૭૫) **કંકણાગદકેયુર મુદ્રિકા વિલસદ્ભુજાયૈ નમઃ ॥**
કંકણ, બાજુબંધ, પહોંચી, વીંટીથી સુશોભિત ભુજાવાળાંને નમન હો.

૭૬) **મુકતાહારોલ્લાદ્વક્ષસ્થલાયૈ નમઃ ॥**
મોતીના હારોથી શોભિત વક્ષસ્થળવાળાને નમન હો.

૭૭) **પરમાનંદરૂપિણ્યે નમઃ ॥**
પરમ આનંદરૂપવાળાંને નમન હો.

૭૮) **ગોલોકતટિન્યૈ નમઃ ॥**
ગોલોકનાં તટે વસનારાને નમન હો.

૭૯) **વૃંદાવનવિનોદિન્યૈ નમઃ ॥**
વૃંદાવનમાં વિનોદ કરનારાને નમન હો.

૮૦) **રાસમણ્ડલમણ્ડિતાયૈ નમઃ ॥**
રાસમણ્ડલથી સુશોભિતને નમન હો.

૮૧) **નિકુંજતલનિવાસિન્યૈ નમઃ ॥**
નિકુંજના નીચે નિવાસ કરનારાને નમન હો.

૮૨) **પુષ્પપલ્લવ વાહિન્યૈ નમઃ ।।**
પુષ્પો અને પલ્લવોને વહેવડાવનારને નમન હો.

૮૩) **પરિપૂર્ણતમાયૈ નમઃ ।।**
પરિપૂર્ણતમને નમન હો.

૮૪) **પૂર્ણબ્રહ્મપ્રિયાયૈ નમઃ ।।**
પૂર્ણબ્રહ્મ (શ્રીકૃષ્ણ)નાં પ્રિયાને નમન હો.

૮૫) **પરાયૈ નમઃ ।।**
પરાને (સર્વોત્કૃષ્ટ સ્વરૂપવાળાને) નમન હો.

૮૬) **નિકુંજદ્વાર નિર્ગતાયૈ નમઃ ।।**
નિકુંજદ્વારમાંથી નીકળેલાને નમન હો.

૮૭) **રત્નબદ્ધોભયતટયૈ નમઃ ।।**
રત્નોથી બાંધેલ બને તટવાળાને નમન હો.

૮૮) **હંસપદ્માદિસંકુલાયૈ નમઃ ।।**
હંસો કમલો વગેરેથી વ્યાપ્તને નમન હો.

૮૯) **બ્રહ્માણ્ડવ્યાપિન્યૈ નમઃ ।।**
બ્રહ્માંડમાં વ્યાપેલાને નમન હો.

૯૦) **ગોલોકવાસિન્યૈ નમઃ ।।**
ગોલોકમાં વાસ કરનારાને નમન હો.

૯૧) **વૃંદાવનવિહારિણ્યૈ નમઃ ।।**
વૃંદાવનમાં વિહાર કરનારાંને નમન હો.

૯૨) **સપ્તસમુદ્રભેદિન્યૈ નમઃ ।।**
સાત સમુદ્રોને ભેદનારાને નમન હો.

૯૩) **ગોવિંદકુણ્ડનિલયાયૈ નમઃ ।।**
ગોવિંદકુંડમાં નિવાસ કરનારાને નમન હો.

૯૪) **શ્રીકૃષ્ણદેહસમુદ્ભવાયૈ નમઃ ।।**
શ્રીકૃષ્ણના શ્રીઅંગથી પ્રકટેલાને નમન હો.

૯૫) **શ્રીકૃષ્ણવામાં સભૂતાયૈ નમઃ ।।**
શ્રીકૃષ્ણના ડાબા અંગમાંથી પ્રકટેલાને નમન હો.

૯૬) **રસિકાયૈ નમઃ ।।**
રસિકાને નમન હો.

૯૭) **રસિકૈશ્વર્ય નમઃ ॥**
રસિકની સ્વામિનીને નમન હો.

૯૮) **સર્વતીર્થમય્યૈ નમઃ ॥**
બધાંતીર્થસ્વરૂપાને નમન હો.

૯૯) **ગોલોકધામધનિન્યૈ નમઃ ॥**
ગોલોકધામરૂપ ધનવાળાને નમન હો.

૧૦૦) **સર્વોત્તમાયૈ નમઃ ॥**
સર્વોત્તમ સ્વરૂપવાળાને નમન હો.

૧૦૧) **સર્વપુણ્યાયૈ નમઃ ॥**
બધાં પુણ્ય સ્વરૂપવાળાને નમન હો.

૧૦૨) **સર્વ સૌંદર્ય શૃંખલાયૈ નમઃ ॥**
બદાં સોંદર્યનાં શૃંખલારૂપને નમન હો.

૧૦૩) **સર્વતીર્થોપરિગતાયૈ નમઃ ॥**
બધાં તીર્થોથી ઉપર રહેલા ને નમન હો.

૧૦૪) **સર્વતીર્થાધિદેવાયૈ નમઃ ॥**
બધાં તીર્થોના આધિદેવતારૂપને નમન હો.

૧૦૫) **શ્યામાયૈ નમઃ ॥**
શ્યામ સ્વરૂપાને નમન હો.

૧૦૬) **અમ્ભોજનેત્રાયૈ નમઃ ॥**
કમલ સરખાં નેત્રોવાળાને નમન હો.

૧૦૭) **રાધાસખ્યૈ નમઃ ॥**
શ્રીરાધાજીના સખીને નમન હો.

૧૦૮) **માર્તણ્ડતનુજાયૈ નમઃ ॥**
માર્તંડ (સૂર્ય)ના પુત્રીને નમન હો.

શ્રી યમુનાજીની ૧૦૮ નામાવલિ સંપૂર્ણ

॥ મનો મનોરથ પૂરિતાયૈ નમઃ ॥

શ્રી યમુનાયા: ત્રિદશનામાનિ

ત્રયી રસમયી શૌરી, બ્રહ્મવિદ્યાસુધાવહા ।
નારાયણીશ્વરી બ્રાહ્મી, ધર્મમૂર્તિઃ કૃપાવતી ॥૧॥

પાવની પુષ્યતોષાઢ્યા, સપ્તસાગરસંગતા ।
તાપિની યમુનાયામી, સ્વર્ગસોપાન પદ્ધતિઃ ॥૨॥

કાલિન્દી કેલિસલિલા, સર્વતીર્થમયી નદી ।
નીલોત્પલદલશ્યામા, મહાપાતકભેષજા ॥૩॥

કુમારી વિષ્ણુદયિતા, અવારિતગતિઃ સરિત્ ।
શરણાગતસંત્રાણ-નિપુણા સગુણાગુણા ॥૪॥

યએભિર્નામભિઃ પ્રાતઃ યમુનાં સંસ્મરેનરઃ ।
દૂરસ્થોપિસપાપેભ્યો, મહદ્ભ્યોપિવિમુચ્યતે ॥૫॥

ભાવાર્થ : જે વૈષ્ણવ આ ત્રીશ પૈકારનાં નામો વડે શ્રી યમુનાજીનું સ્મરણ કરે છે. તે મહાન પાપોમાંથી મુકત થાય છે.

શ્રી યમુના પંચાગ

'ગર્ગસંહિતા'નો ચોથો ખંડ માધુર્ય-ખંડ છે. ગોપીજનોની માધુર્યભકિતનું તેમાં નિરૂપણ છે. તેના પંદરમાં અધ્યાયથી ઓગણીસમાં અધ્યાય સુધીના પાંચ અધ્યાયોની પંચાધ્યાયી છે. આ પંચાધ્યાયીમાં શ્રીયમુનાજીના મહાત્મ્યનું-સ્વરૂપનું નિરૂપણ છે.

પુષ્ટિમાર્ગ કૃપાનો માર્ગ છે. જીવ પોતાની બુદ્ધિ, સાધનો કે પ્રયત્નોથી ભગવાનને મેળવી શકતો નથી. ભગવાન જે જીવ પર કૃપા કરે છે તે જીવને જ ભગવાન મળે છે. ભગવાનની આ કૃપાશકિતનું સ્વરૂપ શ્રીયમુનાજી છે. શ્રીયમુનાજીમાં ભગવાનના જ અલૌકિક ધર્મો છે, તેથી તેઓ જીવને ભગવદ્-પ્રાપ્તિ કરાવવા સમર્થ છે અને ઉદાર છે. શ્રીયમુનાજી લૌકિક અને અલૈકિક અષ્ટસિદ્ધિ સહજ રીતે આપનારાં છે.

શ્રીપ્રભુના ચતુર્થપ્રિયા શ્રીયમુનાજીનું ગુણગાન"ગર્ગસંહિતાજાના માધુર્ય ખંડના ૧૫ થી ૧૯ અધ્યાયોની પંચાધ્યાયીમાં છે. શ્રીમહાપ્રભુજીએ નિરૂપેલ શ્રીયમુનાજીના દિવ્ય અલૌકિક સ્વરૂપ અને ગુણો સાથે આ ગ્રંથમાં (ગર્ગસંહિતામાં) નિરૂપેલ નામોની એકરૂપતા છે. શ્રીઆચાર્યચરણોની વાણી હંમેશાં પ્રમાણોથી પ્રમાણીત જ હોય!

'ગર્ગસંહિતા'માં શ્રીયમુનાજીના મહાત્મ્યની કથા નીચે મુજબ છે.

અતિ પ્રાચીન સમયમાં અયોધ્યાના રાજા માંધાતા હતા. તેમના જમાઇ સૌભરિ મુનિનો આશ્રમ વૃંદાવનમાં શ્રીયમુનાજીના મનોહર તટે હતો. એક વખત રાજા શિકાર માટે નીકળ્યા હતા. તેઓ વૃંદાવનમાં સૌભરિ મુનિના આશ્રમે આવ્યા. તેઓ મુનિના દિવ્ય તપને જાણતા હતા. તેમણે મુનિને વિનંતી કરી કે કૃપા કરી મને

એવો ઉપાય બતાવો કે, જેથી જગતનું સર્વ સિદ્ધિઓથી સંપન્ન એવું રાજય પ્રાપ્ત કરી શકાય.

ત્યારે સૌભરિ મુનિએ કહ્યું કે, હે રાજન, સમસ્ત જગતનું રાજય જ નહિ, શ્રીકૃષ્ણને સદા વશ રાખે તેવું શ્રીકૃષ્ણ સમાન સદા કાન્તિરૂપ શ્રીયમુનાજીનું પંચાગ છે. આ પંચાગના પાંચ અંગો છે. (૧)કવચ, (૨)સ્તવન, (૩)પટલ, (૪)પદ્ધતિ, (૫)સહસ્ત્રનામ. આ પાંચ અંગોથી તે પંચાગ કહેવાય છે, તેહું તમને કહું છું.

હવે આપણે શ્રીયમુના પંચાગને જોઈએ.

(૧) શ્રી યમુના-કવચ

માન્ધાતોવાચ ॥

યમુનાયાઃ કૃષ્ણરાઇયા; કવચં સર્વતોમલમ્ ।
દેહિમહ્યં મહાભાગ, ધારયિષ્યામ્યહં સદા ॥

માંધાતા કહે છે : હે મહાભાગ, સર્વથી નિર્મળ એવું શ્રીકૃષ્ણની રાણી શ્રીયમુનાનું કવચ મને આપો. એહું નિરંતર ધારણ કરીશ.

સૌભરિ કહે છે : હે મહામતે રાજન્ સર્વ રક્ષા કરનારું, મનુષ્યોના ચાર અર્થોને આપનારું સાક્ષાત્ યમુનાનું કચવ સાંભળો.

શ્રીયમુનાજીના આ કવચમાં બે પ્રકારની શકિતઓ છે. (૧) જેમ ફૂલને લાગેલ વજ્ર કવચ)ફૂલની રક્ષા કરે છે, લોખંડનું કવચ-બખ્તર શરીરની રક્ષા કરે છે, તેમ આ કચવ પ્રાણીમાત્રની સર્વ પ્રકારે રક્ષા કરે છે. ભાગવત-માં નારાયણ-કવચ પ્રસિદ્ધ છે. (૨)પોતાના વડે સુરક્ષિત જીવના ચાર પુરુષાર્થો ધર્મ, અર્થ, કામ અને મોક્ષ આપે છે.

કવચ ધારણ કરવાની રીત :
સૌ પ્રથમ સ્નાન કરી,પૂર્વાભિમુખ(પૂર્વ દિશા તરફ મોં રાખી)દર્ભાસન પર બેસવું. બ્રાહ્મણે સંધ્યા વંદન કરવું. પછી મૌન ધારણ કરી, નેત્રો મીંચી શ્રીયમુનાજીના સ્વરૂપનું ધ્યાન ધરવું.

શ્યામસુંદર સ્વરૂપવાળાં શ્રીયમુનાજી ચાર ભૂજાઓ અને કમળદળ-લોચનથી સુંદરી સ્વરૂપે રથમાં બિરાજમાન છે. આ પ્રકારે ધ્યાન કરી, શાંત પ્રસન્ન અને એકાગ્રચિત્તથી, અર્થના અનુસંધાન પૂર્વક આ કવચનો પાઠ કરવો.

યમુના મે શિરઃ પાતુ કૃષ્ણા નેત્રદ્વયઃ સદા ।
શ્યામ ભ્રૂમંગદેશં ચ નાસિકાં નાકવાસિની ॥૧॥

હે શ્રીયમુનાજી, તમે મારા મસ્તકની રક્ષા કરો. હે કૃષ્ણા, તમે મારાં બે નેત્રોની રક્ષા કરો, હે શ્યામા, તમે મારી બે ભ્રૂકુટિ (ભ્રમરો)ની રક્ષા કરો. હે નાકવાસિની (ગોલોકવાસિની), તમે મારી નાસિકાની રક્ષા કરો.

કપોલૌ પાતુ મે સાક્ષાત્ પરમાનંદ રૂપિણી ।
કૃષ્ણવામાંશસંભૂતા, પાતુ કર્ણદ્વયં મમ ॥૨॥

હે સાક્ષાત્ પરમાનંદ રૂપા, તમે મારા બે ગાલની રક્ષા કરો, શ્રી કૃષ્ણના વામ (ડાબા) ભાગમાંથી પ્રગટ થયેલાં હે યમુને, તમે મારા બે કાનની રક્ષા કરો.

અધરૌ પાતુ કાલિંન્દી, ચિબુકં સૂર્યકન્યકા ।
યમસ્વસા કન્ધરાં ચ હૃદયં મે મહાનદી ॥૩॥

હે કાલિન્દી તમે મારા બે હોઠની રક્ષા કરો, હે સૂર્યકન્યા, તમે મારી હડપચીની રક્ષા કરો, હે યમભગિની, તમે મારા બે ખભાની રક્ષા કરો, હે મહાનદી, તમે મારા હૃદયની રક્ષા કરો.

કૃષ્ણપ્રિયા પાતુ પૃષ્ટિં, તટિની મે ભુજદ્વયમ ।
શ્રોણિતટં ચ સુશ્રોણિ, કટિ મે ચારુદર્શના ॥૪॥

હે શ્રીકૃષ્ણપ્રિયા, તમે મારા વાંસાની રક્ષા કરો, હે તટિની, તમે મારી બે ભુજાઓની રક્ષા કરો, હે સુશ્રોણી, તમે મારા શ્રોણીતટ (નિતંબ પ્રદેશ) ની રક્ષા કરો, હે ચારદર્શના, તમે મારી કમ્મરની રક્ષા કરો.

ઉરુદ્વયં ચ રમ્ભોરુ, જાનુની ત્વંઘ્રિભેદિની ।
ગુલ્ફૌ રાસેશ્વરી પાતુ, પાદૌ પાપહારિણી ॥૫॥

હે રંભોરૂ તમે, મારા બે સાથળની રક્ષા કરો, હે આંઘ્રિભેદિની, તમે મારા બે ગોઠણોની રક્ષા કરો. હે રાસેશ્વરી, તમે મારી બે ઘુંટીઓની રક્ષા કરો, હે પાપહારિણી, તમે મારા બે ચરણોની રક્ષા કરો.

અન્તર્બહિરધશ્ચોર્ધ્વ, દિશાસુ વિદિશાસુ ચ ।
સમન્તાત્પાતુ જગતઃ પરિપૂર્ણતમપ્રિયા ॥૬॥

હે પરિપૂર્ણતમપ્રિયા, તમે અંદર, બહાર, નીચે ઉપર, દિશાઓમાં, દિશાઓના ખૂણાંઓમાં અને વિશ્વની આજુબાજુ સર્વત્ર મારી રક્ષા કરો.

કવચનું ફળ

આ શ્રીયમુનાજી-કવચ પરમ અદ્ભુત છે. તેના પાઠથી નીચેનાં ફળ મળે છે.

(૧) દસ વખત ભકિતપૂર્વક પાઠ કરવાથી, નિર્ધન ધનવાન બને છે.
(૨) મિત ભોજન કરી, બ્રહ્મચર્યનું પાલન કરી, બુદ્ધિશાળી ત્રણ માસ સુધી પાઠ કરે તો તે સર્વ રાજ્યોનો અધિપતિ બને છે.
(૩) જે મનુષ્ય, પ્રયત્નશીલ રહીને, ભકિતપૂર્વક દરરોજ અકસો દશ વખત પાઠ કરે તેનાં ભાગ્યનું તો પૂછવું જ શું ?
(૪) જે મનુષ્ય દરરોજ સવારે ઊઠીને પાઠ કરે છે, તેને સર્વ તીર્થોનું ફળ મળે છે અને અંતે યોગીઓને પણ પરમ દુર્લભ એવા પરમ ધામરૂપ ગોલોકની તેને પ્રાપ્તિ થાય છે.

શ્રીમદ્ ગર્ગસંહિતાના ચતુર્થ ખંડ શ્રીમાધુર્ય ખંડનો નારદ બાહુલાશ્વના સંવાદમાં- શ્રીસૌભરિને માંધાતાના સંવાદમાં શ્રી યમુના કવચનો સોળમો અધ્યાય સંપૂર્ણ.

(૨) શ્રી યમુના-સ્તવન

માન્ધાતોવાચ ॥

યમુનાયાઃ સ્તવંદિવ્યં સર્વસિદ્ધિકરંપરમ્ ।
સૌભરેમુનિશાર્દૂલ વદમાકૃપયાત્વરમ્ ॥

માંધાતા કહે છે : હે મુનિઓમાં ઉત્તમ સૌભરિ! સર્વ સિદ્ધિઓને આપનારું ઉત્તમ, દિવ્ય એવું યમુનાનું સ્તવન મને કૃપાથી ઝટ કહો.

સૌભરિ કહે છે : હે મહામતે! ભૂમિનાં સર્વ સિદ્ધિઓને કરનારું, ઉત્તમ ધર્મ, અર્થ, કામ અને મોક્ષના ફળને આપનારું સૂર્યકન્યા (યમુના) નું સ્તવન સાંભળો.

કૃષ્ણવામાંશભૂતાયૈ, કૃષ્ણાયૈ સતતં નમઃ।
નમઃ શ્રીકૃષ્ણરૂપિણ્યૈ, કૃષ્ણે તુભ્યં નમોનમઃ ॥૧॥

શ્રીકૃષ્ણના ડાબા અંગમાંથી પ્રગટ થયેલાં કૃષ્ણા (શ્રીયમુનાજી) ને હું સતત નમન કરુ છું. હે શ્રીકૃષ્ણ સ્વરૂપા કૃષ્ણા, હું તમને પ્રણામ કરું છું.

યઃ પાપપંકામ્બુકલંકકુત્સિતઃ કામી કુધીઃ સત્મુકલિં કરોતિ હિ।
વૃંદાવનં ધામ દદાતિ તસ્મૈ નદન્મિલિન્દાદિ કલિંદન્દિની ॥૨॥

હે કલિંદપુત્રી શ્રીયમુનાજી! પાપરૂપી કાદવ વાળા જળથી ખરડાયેલા અને કલંકોના કારાણે નિંદિત બનેલાઓને, કામી પુરુષોને, દુષ્ટ બુદ્ધિવાળાઓને અને સંતપુરુષો સાથે નિષ્કારણ ઝગડો કરનારાઓને પણ તમે ભ્રમરોથી ગૂંજતા વૃંદાવન ધામમાં વાસ આપો છો.

કૃષ્ણે સાક્ષાત્ કૃષ્ણરૂપા ત્વમેવ વેગાવર્તે વર્તતે મત્સ્યરૂપી।
ઉર્મો ઊર્મો કૂર્મ રુપી સદા તે બિંદૌ બિંદૌ ભાતિ ગોવિન્દદેવઃ ॥૩॥

હે કૃષ્ણા! તમે સાક્ષાત્ શ્રીકૃષ્ણસ્વરૂપા છો. તમારા વેગવાળા આવર્તનો (ભ્રમરો) માં મત્સ્ય રૂપી ભગવાન રહ્યાં છે. તમારા દરેક તરંગ (મોજા) માં કૂર્મ (કાચબા) રૂપી ભગવાન રહ્યાં છે તમારા ટીપે ટીપે સદાય શ્રી ગોવિંદ ભગવાન શોભે છે.

વંદે લીલાવતી ત્વાં સધનધનંનિભાં કૃષ્મવામાંશભૂતાં
વેગં વૈ વૈરજાખ્યં સકલજલચયં ખંડયન્તિબલાત્સ્વાત્।
છિત્વા બ્રહ્માંડ મારાત્સુરનગરનગાન્ ગંડશૈલાદિ દુર્ગાન
ભિત્વા ભૂખંડ મધ્યે તટનિધૃતવતિ ભૂમિમાલાં પ્રયાન્તીમ ॥૪॥

હે શ્રીકૃષ્ણના વામ ભાગમાંથી પ્રગટ થયેલાં મેઘ-શ્યામસ્વરૂપા, લીલામાં બિરાજમાન તમે સ્વબળથી તમારા વેગને અને જળરાશિને ખંડિત કરો છો. પર્વતોથી દુર્ગમ બનેલાં દેવ-નગરો અને પર્વતો ને ભેદીને બ્રહ્માંડ વીંધી, પૃથ્વી પર આવી, તટવાળાં બની તમારાં તરંગોરૂપી પગલાં પાડો છો. આવા હે શ્રીયમુને, તમને હું વંદન કરુ છું.

દિવ્યં કો નામધેયં શ્રૃતમથ યમુને દંડયત્યદ્રિતુલ્યમ્
પાપપ્પૂહં ત્વખંડં વસતુ મમ ગિરામંડલે તુક્ષણં તત્ ।
દંડયાંશ્ચાકાર્યદંડયાન્ સકૃદપિવચસા ખંડિતં યદ્ગૃહિતં
ભ્રાતુર્માર્તણ્ડસૂનો રટતિ પુરિ દઢસ્તે પ્રચંડેતિ દંડઃ ॥૫॥

હે યમુને! આપના દિવ્ય નામનું જો અહીં (પૃથ્વી પર) શ્રવણ થાય તો, તે નામ પર્વત સમાન અખંડ એવા પાપરાશિનો નાશ કરે છે. તેથી આપનું એ નામ એકાદ ક્ષણ માટેય મારા વાણી-પ્રદેશમાં નિવાસ કરો. તમારા ભાઈ યમરાજના નગરમાંય તમારો જ પ્રચંડ દંડ ફરે છે. દંડને લાયક એવો પાપી મનુષ્ય એક વાર પણ તમારુ નામ લે તો તે યમદંડથી મુક્ત બને છે.

રજજુર્વાવિષયાંધકૂપતરણે પાપાખુ મુડવીં કરી
વેણ્યુષ્ણિક વિરાજમૂર્તિ શિરસો માલાસ્તિ વા સુન્દરી ।
ધન્યં ભાગ્યમતઃ પરં ભુવિ નૃણાં યાત્રાદિકૃદ્-વલ્કમા
ગોલોકેપ્યતિ દુર્લભાતિ સુભગા ભાત્યદ્વિતીયા દી ॥૬॥

હે યમુને! તમે વિષયરૂપી અંધારાકૂવાને તરવા માટે દોરડાં રૂપ છો, હે સુંદરી! તમે વિરાટ ભગવાનના મસ્તકની વેણીરૂપ અથવા સુંદર માળારૂપ છો, ગોલોકમાં પણ અતિ દુર્લભ અને અતિસુંદર ગતિવાળાં તમે અદ્વિતિય નદી સ્વરૂપે આ પૃથ્વી પર જયાં જયાં બિરાજો છો ત્યાં લોકોનું ધનભાગ્ય છે.

ગોપી ગોકુ લ ગોપ કેલિકલિતે કાલિન્દી કૃષ્ણપ્રભે
ત્વત્કૂલે જલલોલગોલ વિચલત્ કલ્લોલ કોલાહલઃ ।
ત્વત્કાન્તાર કુતૂહલાલિકુલકૃત ઝંકારકે કાકુલઃ
કૂજત્કોકિલસંકુલો વ્રજલતાલં કારભભૃત્પાતુમામ્ ॥૭॥

હે ગોપી! ગોપ અને ગોકુળની ક્રીડાથી મનોહર શ્યામ કાનિંતવાળાં! હે કાલિન્દી! તમારા વૃંદાવનમાં થતું ભમરાઓનું કૌતુકસભર ગુંજન, વ્યાકુળ મયૂરોની કેકા,કોયલનો કલરવ તથા વ્રજની લત્તાઓ રૂપી અલંકારોથી તમારા તટ સમીપના જળ-વલયોથી ચલિત બનતા તરંગોનો નિનાદ મારી રક્ષા કરો.

ભવન્તિ જિહવાસ્તનુ રોમતુલ્યા
ગિરો યદામૂસિકતા ઈવાશુ ।
તદપ્યલં યાતિ ન તે ગુણાન્તં
સન્તો મહાન્તઃ કિલ શેષતુલ્યાઃ ॥૮॥

હે યમુને! શરીરના રોમ રોમ જેટલી જીભો થાય અને ભૂમિની ઝીણી રેતી સમાન વાણી થાય તો પણ શેષજી જેવા મહાપુરૂષો પણ તમારા ગુણોના અંતનો પૂરો પાર પામતા નથી.

કાલિન્દ ગિરિનંદિનીસ્તવં ઉષસ્થ યં વા પરઃ
શ્રુતશ્ય યદિ પાઠિતો ભુવિ તનોતિ મંન્મંગલમ્ ।
જનોપિ યતિ ધારયેત્કિલ પઠે ચ્ચ યો નિત્યશઃ
સ યાતિ પરમં પદં નિજ નિકુંજ લીલાવૃતમ્ ॥૯॥

કાલિંદ પર્વતનાં પુત્રી એવાં શ્રીયમુનાજીના આ સ્તવનને જો સવારે સાંભળવામાં આવે અથવા તેનો પાઠ કરવામાં આવે તો આ લોકમાં તે ઘણું કલ્યાણ કરે છે. તેથી જે મનુષ્ય આ સ્તોત્રને નિત્ય ધારણ કરે છે. અથવા તેનો પાઠ કરે છે, તે મનુષ્ય શ્રીકૃષ્ણની નિકુંજલીલાયુકત પરમ પદને પ્રાપ્ત કરે છે.

(૩-૪) શ્રી યમુના પટલ અને પધ્ધતિ

માન્ધાતા પૂછે છે, હે મુનિ શાદૂર્લ, તમે સાક્ષાત્ જ્ઞાનના ખજાના રૂપ છો માટે પુણ્યકારી અને ઈચ્છિતને આપનારું યમુનાનું પટલ અને પદ્ધતિ કહો.

સૌભરિ કહે છે, હે મહામતે! જે કરવાથી, સાંભળવાથી અથવા જપવાથી મનુષ્ય જીવન્મુકત થાય છે તે યમુનાનું પટલ અને પદ્ધતિ કહું છું.

શ્રી યમુના-પટલ

૧. પ્રણવમંત્ર-ૐ-નો ઉચ્ચાર કરવો.
૨. વિધિપૂર્વક માયાબીજ, રમાબીજ, કામબીજ જાગૃત કરવા.
૩. આ પ્રમાણે મંત્રજપ, કરવો **કાલિન્દ્યૈ દેવ્યૈ નમઃ** આ મંત્રના અગિયાર લાખ જપ કરવાથી પૃથ્વીમાં મંત્ર સિદ્ધિ થાય છે.

૪. આ દિવસો દરમ્યાન દરરોજ સુંદર સિંહાસન ઉપર સોળ પાંખડીવાળા કમળના મધ્યમાં શ્રીકૃષ્ણ સહિત શ્રીયમુનાજીને પધરાવવાં.
૫. તદુપરાંત, ગંગા, વિરજા, ચંદ્રભાગા, કૃષ્ણા, સરસ્વતી, ગોમતી, કૌશિકી, વેણી, સિંધુ, ગોદાવરી, વેદસ્મૃતિ, વેત્રવતી, કકુદ્મિની, શતદ્રુ, સરયૂ, અને ઋષિકુલ્યા આ સોળ સખીરૂપા નદીઓની મૂર્તિ-ઓની પણ સ્થાપના કરવી.
૬. એ પ્રત્યેકનાં નામ બોલી, દરેકનું અલગ-અલગ પૂજન કરવું.
૭. સિંહાસનની ચાર બાજુ વૃંદાવન, ગોવર્ધન, વૃંદા અને તુલસીની પ્રતિષ્ઠા કરી, તેમનું અલગ-અલગ નામ લઈ પૂજન કરવું.
૮. પછી, ૐ નમો ભગવત્યૈ કલિન્દનન્દિન્યૈ સૂર્યકન્યાયૈ યમભગિન્યૈ શ્રીકૃષ્ણપ્રિયાયૈ યૂચી ભૂતાયૈ સ્વાહ । આ મંત્રથી આહ્વાન કરી ષોડશોપચાર વિધિપૂર્વક પૂજન કરવું. આ પ્રમાણે પટલ જાણવું અને હવે પદ્ધતિ કહું છું.

શ્રી યમુના-પધ્ધતિ

૧. પટલનું આ પુરશ્ચરણ પુરું થાય ત્યાં સુધી બ્રહ્મચર્ય અને મૌનવ્રત ધારણ કરવું. જવની વાનગીઓનું જ ભોજન કરવું. ભૂમિ ઉપર સૂવું.
૨. કામ, ક્રોધ, લોભ, મોહ અને ઈર્ષાનો ત્યાગ કરવો.
૩. પરમ ભકિતપૂર્વક ઉત્તમ દેશમાં વાસ કરવો.
૪. દરરોજ બ્રાહ્મ મુહૂર્તમાં ઊઠી, શ્રી યમુનાજીનું ધ્યાન કરવું અને સૂર્યોદય થતાં નદીમાં સ્નાન કરવું.
૫. બ્રાહ્મણે ત્રિકાલ સંધ્યા કરવી.
૬. પુરશ્ચરણની પૂર્ણાહુતિ થતાં શ્રી યમુનાજીના કિનારે જઇ શકય તેટલાં વધુ મહાત્મા-બ્રાહ્મણોની ગંધાક્ષત પુષ્પોથી પૂજા કરી, ભોજન કરાવી, વસ્ત્ર, સુવર્ણ, આદિની દક્ષિણા આપવી.

હે મહાબુદ્ધિમાન રાજા! આ પ્રમાણે મેં તમને પદ્ધતિ કહી માટે તમે સર્વ નિયમ પૂર્વક કરો.

(પ) શ્રી યમુના-સહસ્ત્રનામ

માન્ધાતોવાચ ॥

નામ્નાં સહસ્ત્રં કૃષ્ણાયાં સર્વસિદ્ધિકરં પરમ્ ।
વદ માં મુનિશાર્દૂલ ત્વં સર્વજ્ઞો નિરામયઃ ॥

માંધાતા પૂછે છે : હે મુનિઓમાં ઉત્તમ, તમે સર્વજ્ઞ અને રોગરહિત છો માટે સર્વ સિદ્ધિ આપનારું ઉત્તમ યમુનાનું સહસ્ત્ર નામ (હજાર નામ) મને કહો.

સૌભરિ કહે છે : હે માંધાતા, સર્વ-સિદ્ધિને કરનારા દિવ્ય, શ્રીકૃષ્ણને વશ કરનારા ઉત્તમ, એવાં યમુનાનાં હજાર નામ હું તમને કહું છું. આ યમુના સહસ્ત્ર નામસ્તોત્રના મંત્રનાં ઋષિ સૌભરિ છે, દેવતા શ્રી યમુના, છંદ અનુષ્ટુપ છે, માયાબીજ એ કીલક છે, રમાબીજ એ શકિત છે અને કલિંદપુત્રી યમુનાની પ્રસન્નતાની સિદ્ધિ-કૃપા પ્રાપ્તિ માટે જપ કરવામાં વિનિયોગ થાય છે.

શ્રીયમુનાજીના સ્વરૂપનું ધ્યાન કરવું. શ્યામ કમળ સરખાં નેત્રવાળા, રત્નમય મંજીર અને શબ્દાયમાન મેખલા તથા કેયૂરથી યુકત, સુવર્ણ તથા મણિમય બે કુંડલોને ધારણ કરનાર, ચળકતી કાંતિવાળા શ્યામ વસ્ત્રની સમાન શોભતાં સ્થિર જલરૂપી ધ્વારના ભારવાળાં, સુંદર અને શરીરની કાંતિના સમૂહરૂપ પ્રકાશિત દીવાથી મનોહર એવાં સૂર્યપુત્રી શ્રી યમુનાનું! હું ધ્યાન કરું છું.

હવે શ્રીયમુનાજીના **૧૦૦૦ નામનો પ્રારંભ** થાય છે.

ૐકાલિન્દી યમુના કૃષ્ણા કૃષ્ણરૂપા સનાતની ।
કૃષ્ણવામાંશ સમ્ભૂતા પરમાનંદરૂપિણી ॥૧॥

ગોલોકવાસિની શ્યામા વૃન્દાવનવિનોદિની ।
રાધાસખી રાસલીલા રાસમંડલમંડિની ॥૨॥

નિકુંજમાધવીવલ્લી રંગવલ્લી મનોહરા ।
શ્રીરાસમંડલીભૂતા યૂથીભૂતા હરિપ્રિયા ॥૩॥

ગોલોકતટિની દિવ્યા નિકુંજતલવાસીની ।
દીર્ઘોર્મિ વેગગંભીરા પુષ્પપલ્લવવાહિની ॥૪॥

ઘનશ્યામા મેઘમાલા બલાકા પદ્મમાલિની ।
પરિપૂર્ણતમા પૂર્ણા પૂર્ણબ્રહ્મપ્રિયા પરા ॥૫॥

મહાવેગવતી સાક્ષાતનિકુંજદ્વારનિર્ગતા ।
મહાનદી મન્દગતિ વિરજા વેગભેદિની ॥૬॥

અનેકબ્રહ્માંડગતા બ્રહ્મદ્રવસમાકુલા ।
ગંગામિશ્રા નિર્જલાભા નિર્મલા સરિતાંવરા ॥૭॥

રત્નબદ્ધોભયતટી હંસપદ્માદિસંકુલા ।
નદી નિર્મલપાનીયા સર્વબ્રહ્માંડપાવની ॥૮॥

વૈકુંઠપરિખીભૂતા પરિખા પાપહારિણી ।
બ્રહ્મલોકગતા બ્રાહ્મી સ્વર્ગા સ્વર્ગનિવાસિની ॥૯॥

ઉલ્લસન્તી પ્રોત્પતન્તી મેરુમાલા મહોજજવલા ।
શ્રીગંગામ્ભઃ શિખરિણી ગંડશૈલવિભેદિની ॥૧૦॥

દેશાન્પુનન્તી ગચ્છન્તી વહન્તી ભૂમિમધ્યગા ।
માર્તંડતનુજા પુણ્યા કાલિન્દગિરિનન્દિની ॥૧૧॥

યમસ્વસા મન્દહાસા સુદ્વિજારચિત્તામ્બરા ।
નીલામ્બરા પદ્મમુખી ચરન્તી ચારૂદર્શના ॥૧૨॥

રમ્ભારુંઃ પદ્મનયના માધવી પ્રમદોત્તમા ।
તપશ્ચરન્તી સુશ્રોણી કૂજન્નૂપુરમેખલા ॥૧૩॥

જલસ્થિતા શ્યામલાંગી ખાંડવાભાવિહારિણી ।
ગાંડીવિભાષિણી વન્યા શ્રીકૃષ્ણાંવરમિચ્છતી ॥૧૪॥

દ્વારિકાગમના રાજ્ઞી પટરાજ્ઞી પરંગતા ।
મહારાજ્ઞી રત્નભૂષા ગોમતીતીરચારિણી ॥૧૫॥

સ્વકીયા ચ સુખા સ્વાર્થ સ્વભકતકાર્યસાધિની ।
નવલાંગા બલા મુગ્ધા વરાંગા વામલોચના ॥૧૬॥

અજ્ઞાતયોવના દીના પ્રભા કાન્તિઘૃતિચ્છવિઃ ।
સુશોભા પરમા કીર્તિઃ કુશલાઃ જ્ઞાતયૌવના ॥૧૭॥

નવોઢા મધ્યગા મધ્યા પ્રૌઢિઃ પ્રૌઢા પ્રગલ્ભકા ।
ધીરાઽધીરા ધૈર્યધરા જયેષ્ઠા શ્રેષ્ઠા કુલાંગના ॥૧૮॥

ક્ષણપ્રભા ચંચલાર્ચા વિદ્યુત્ સૌદામિની તડિત્ ।
સ્વાધીનપતિકા લક્ષ્મીઃ પુષ્ટી સ્વાધીનભર્તૃકા ॥૧૯॥

કલહાંતરિતા ભીરુરિચ્છાં પ્રોત્કંઠિતા ફુલા ।
કશિપુસ્થા દિવ્યશય્યા ગોવિન્દહૃતમાનસા ॥૨૦॥

ખંડિતા ખંડશોભાઢયા વિપ્રલબ્ધા અભિસારિકા ।
વિરહાર્તા વિરહિણી નારી પ્રોષિતભર્તૃકા ॥૨૧॥

માનિની માનદા પ્રાજ્ઞા મન્દારવરવાસિની ।
ઝંકારિણી ઝણત્કારી રણન્મંજીરનૂપુરા ॥૨૨॥

મેખલા મેખલાકાંચી કાંચની કંચનામચી ।
કંચુકી કંચુકમણીઃ શ્રીકણ્ઠાઢયા મહામણિઃ ॥૨૩॥

શ્રી હારિણી પદ્મહારા મુકતા મુકતાફલાર્ચિતા ।
રત્નંકંકણ કેયૂરા સ્ફુરદંગુલિભૂષણા ॥૨૪॥

દર્પણા દર્પણીભૂતા દુષ્ટદર્પવિનાશિની ।
કમ્બુગ્રીવા કમ્બુધરા ગ્રૈવેયકવિરાજિતા ॥૨૫॥

તાટંકિનીદંતધરા હેમકુંડલમંડિતા ।
શિખાભૂષા ભાલપુષ્પા નાસામૌકિતકશોભિતા ॥૨૬॥

મણિભૂમિ ગતાદેવી રૈવતાદ્રિવિહારણી ।
વૃન્દાવનગતા વૃન્દા વૃન્દારણ્યનિવાસિની ॥૨૭॥

વૃન્દાવનલતા માધ્વી વૃન્દારણ્યવિભૂષણા ।
સૌન્દર્યલહરી લક્ષ્મી મથુરાતીર્થવાસિની ॥૨૮॥

વિશ્રાન્તવાસિની કામ્યા રમ્યા ગોકુલવાસિની ।
રમણસ્થલશોભાઢયા મહાવન મહાનદી ॥૨૯॥

પ્રણતા પ્રોન્નતા પુષ્ટા ભારતી ભરતાર્ચિતા ।
તીર્થરાજગતિર્ગોત્રા ગંગાસાગર સંગમા ॥૩૦॥

સપ્તાબ્દિભેદિનીલીલા સપ્તદ્વીપગતા બલાત્ ।
લુઠન્તી શૈલભિદ્યન્તી સ્ફુરન્તી વેગવત્તરા ॥૩૧॥

કાંચની કાંચનીભૂમિઃ કાંચનીભૂમિભાવિતા ।
લોકદ્રષ્ટિ લોકલીલા લોકાલોકચલાર્ચિતા ॥૩૨॥

શૈલોદ્‌ગતા સ્વર્ગગતા સ્વર્ગાર્ચા સ્વર્ગપૂજિતા ।
વૃન્દાવની વનાધ્યક્ષા રક્ષા કક્ષા તટી પટી ॥૩૩॥

અસિકુંડગતા કચ્છા સ્વચ્છન્દોચ્છ - લિતાદ્રિજા ।
કુહરસ્થા રથપ્રસ્થા પ્રસ્થા શાન્તેતરાઽતુરા ॥૩૪॥

અમ્બુછટા સીકરાભા દર્દુરા દાર્દુરીધરા ।
પાપાકુંશા પાપસિંહી પાપદ્રુમ કુઠારિણી ॥૩૫॥

પુણ્યસંધાઃ પુણ્યકીર્તિઃ પુણ્યદા પુણ્યવર્દ્ધિની ।
મધોર્વનનદી મુખ્યા તુલા તાલવનસ્થિતા ॥૩૬॥

કુમુદ્વનનદી કુબ્જા કુમુદામ્ભોજવર્દ્ધિની ।
પ્લવરૂપા વેગવતી સિંહસર્પાદિવાહીની ॥૩૭॥

બહુલી બહુધા બહ્‌વી બહુલાવનવન્દિતા ।
રાધાકુણ્ડકલારાધ્યા કૃષ્ણકુંડજલાશ્રિતાઃ ॥૩૮॥

લલિતાકુંડગા ઘંટા વિશાખાકુંડમંડિતા ।
ગોવિન્દકુંડનિલયા ગોપકુંડતરંગિણી ॥૩૯॥

શ્રીગંગા માનસીગંગા કુસુમામ્બરભાવિની ।
ગોવર્ધિની ગોધનાઢ્યા મયુરી વરર્ણિની ॥૪૦॥

સારસી નીલકંઠાભા કૂજત્કોકિલપોતકી ।
ગિરિરાજ પ્રસૂર્ભૂરિ રાતપત્રાતપત્રિણી ॥૪૧॥

ગોવર્ધનાંકા ગોદંતી દિવ્યૌષધિનિધિઃ સૃતિઃ ।
પારદી પારદમચી નારદી શારદી ભૃતિઃ ॥૪૨॥

શ્રીકૃષ્ણચરણાંકસ્થા કામા કામવનાંચિતા ।
કામાટવી નન્દિની ચ નન્દગ્રામમહીધરા ॥૪૩॥

બૃહત્સાનુ દ્યુતિઃપ્રોતા નન્દીશ્વરસમન્વિતા ।
કાકલી કોકિલમયી ભાંડીરકુશ કૌશલા ॥૪૪॥

લોહાર્ગલપ્રદાકરા કાશ્મીરવસનાવૃત્તા ।
બર્હિષદી શોણપુરી સૂરક્ષેત્રપુરાધિકા ॥૪૫॥

નાનાભરણશોભાઢ્યા નાનવર્ણસમન્વિતા ।
નાનાનારીકદમ્બાઢ્યા રંગારંગમહીરૂહા ॥૪૬॥

નાનાલોકગતાવર્ચિ ર્નાનાજલસમન્વિતા ।
સ્ત્રીરત્ન રત્નનીલયા લલનારત્નરંજિની ॥૪૭॥

રંગિણી રંગભૂમાઢ્યા રંગારંગ મહીરુહા ।
રાજવિદ્યા રાજગુહ્યા જગત્કીર્તિ ર્ઘનાઘના ॥૪૮॥

વિલોલઘંટા કૃષ્ણાંગા કૃષ્ણદેહસમુદ્ભવા ।
નીલપંકજવર્ણાભા નીલપંકજહારિણી ॥૪૯॥

નીલાભા નીલપદ્માઢ્યા નીલામ્ભોરૂહવાસિની ।
નાગવલ્લી નાગપુરી નાગવલ્લીદલાર્ચિતા ॥૫૦॥

તાંમ્બુલ ચર્ચિતા ચર્ચા મકરંદ મનોહરા ।
સકેસરા કેસરિણી કેશપાશાભિ શોભિતા ॥૫૧॥

કજ્જલાભા કજ્જલાકતા કજ્જલી કલિતાંજના ।
અલકતચરણા તામ્રા લાલાતામ્રીકૃતામ્બરા ॥૫૨॥

સિન્દુરિતા લિપ્તવાણી સુશ્રી શ્રીખંડમંડિતા ।
પાટીરપંકવસના જટામાસીરુગમ્બરા ॥૫૩॥

આર્ધોયગરુ ગન્ધાકતા તગરાશ્રિતમારુતા ।
સુગન્ધિ તૈલરુચિરા કુંતલાલિસકુંતલા ॥૫૪॥

શકું તલાઙપાંસુલા ચ પાતિવૃત્યપરાયણા ।
સૂર્યપ્રભા સૂર્યકન્યા સૂર્યદેહ સમુદ્ભવા ॥૫૫॥

કોટિસૂર્યપ્રતીકાશા સૂર્યજા સૂર્યનન્દિની ।
સંજ્ઞાસુતા સ્વેચ્છા સંજ્ઞામોદપ્રદાચિની ॥૫૬॥

સંજ્ઞાપુત્રી સ્ફુરચ્છાયા તપતી તાપકારિણી ।
સાવર્ણ્યાનુભવા વેદી વડવા સૌખ્યદાયિની ॥૫૭॥

શનૈશ્ચરાનુજા કીલા ચન્દ્રવંશવિવર્ધિની ।
ચન્દ્રવંશવધૂશ્ચન્દ્રા ચન્દ્રાવલી સહાયિની ॥૫૮॥

ચન્દ્રાવતી ચન્દ્રલેખા ચન્દ્રકાન્તાનુગાંશુકા ।
ભૈરવી પિંગલા શંકીલીલાવત્યા ગરીમયી ॥૫૯॥

ધનશ્રી દેંવગાન્ધારી સ્વર્મણિ ગુણવર્ધિની ।
વ્રજમલ્લાયઁધકારી વિચિત્રા જયકારિણી ॥૬૦॥

ગાન્ધારી મંજરી ટોડી ગુર્જ્જર્યા સાવરી જયા ।
કર્ણાટી રાગિણી ગૌરી વૈરાટી ગૌરવાટિકા ॥૬૧॥

ચતુશ્ચન્દ્રા કલા લ્હેરી તૈલંગી વિજયાવતી ।
તાલી તલસ્વરા ગાના ક્રિયામાત્રપ્રકાશિની ॥૬૨॥

વૈશાખી ચાચલા ચારુ ર્માચારી ઘૂઘટી ઘટા ।
વૈરાગરી સોરટી શાકૈદારી જલધારિકા ॥૬૩॥

કામાકર શ્રીકલ્યાણી ગૌડકલ્યાણમિશ્રિતા ।
રામસંજીવની હેલા મન્દારી કામરૂપિણી ॥૬૪॥

સારંગી મારૂતી હોઢા સાગરી કામવાદિની ।
વૈલાસી મંગલા ચાન્દ્રી રાસમંડલમંડના ॥૬૫॥

કામધેનુ કામલતા કામદા કામનીયકા ।
કલ્પવૃક્ષસ્થલી સ્થૂલા ક્ષુધાસૌધનિવાસિની ॥૬૬॥

ગોલોકવાસિની સુભ્રૂ યષ્ટિભૃતદ્વારપાલિકા ।
શૃંગાર પ્રકટા શૃંગા સ્વચ્છા શય્યોપકારિકા ॥૬૭॥

પાર્ષદા સુસખી સેવ્યા શ્રીવૃંદાવનપાલિકા ।
નિકુંજભૃત કુંજપુંજા ગુંજાભરણભૂષિતા ॥૬૮॥

નિકુંજવાસિની પ્રૌષ્યા ગોવર્ધનતટી ભવા ।
વિશાખા લલિતા રામા નીરૂજા મધુ માધવી ॥૬૯॥

એકાનૈકસખી શુકલા સખીમધ્યા મહામનાઃ ।
શ્રુતિરૂપા ઋષિરૂપા મૈથિલાઃ કૌશલાઃ સ્ત્રિયઃ ॥૭૦॥

અયોધ્યાપુરવાસિન્યો યજ્ઞસિતાઃ પુલિન્દકાઃ ।
રમા વૈકુંઠવાસિન્યઃ શ્વેતદ્વીપસખીજનાઃ ॥૭૧॥

ઉધર્વવૈકુંઠવાસિન્યો દિવ્યા જિતપદાશ્રિતા ।
શ્રીલોકાચલવાસિન્ય શ્રીસખ્યઃ સાગરોદ્ ભવાઃ ॥૭૨॥

દિવ્યા અદિવ્યા દિવ્યાંગ વ્યાપ્તા સ્ત્રિગુણવૃત્તયઃ ।
ભૂમિગોપ્યો દેવનાર્યો લતા ઔષધિ વીરુધઃ ॥૭૩॥

જાલંધર્યઃ સિંધુસુતાઃ પૃથુ બર્હિષ્મતીંભવાઃ ।
દિવ્યામ્બરા અપ્સરાઃ સૌતલાઃ નાગકન્યકાઃ ॥૭૪॥

પરંધામ પરંબ્રહ્મ પૌરુષા પ્રકૃતિપરાઃ ।
તટસ્થા ગુણભૂર્ગીતા ગુણાગુણમયીંગુણા ॥૭૫॥

ચિદ્ઘના સદસન્માલા દ્રષ્ટિર્દશ્યા ગુણાકરી ।
મહત્તમત્વમહંકારો મનોબુદ્ધિઃ પ્રચેતના ॥૭૬॥

ચેતોવૃત્તિ સ્વાંતરાત્મા ચતુર્થા ચતુરાક્ષરા ।
ચતુર્વ્યૂહ શ્ચતુર્મૂર્તિ વ્યોમવાયુહૃદોજલમ્ ॥૭૭॥

મહીશબ્દો રસોગન્ધઃ સ્પર્શોરૂપમનેકધા ।
કર્મેન્દ્રિયં કર્મમયી જ્ઞાનં જ્ઞાનેન્દ્રિયં દ્વિધા ॥૭૮॥

ત્રિધાધિભૂતમધ્યાત્મ મધિદૈવમધિષ્ઠિતમ્ ।
જ્ઞાનશકિતઃ ક્રિયાશકિતઃ સર્વદેવાધિદેવતા ॥૭૯॥

તત્વસંધા વિરાણ્યમૂર્તિ ધારણા ધારણાંમયી ।
શ્રુતિઃ સ્મૃતિઃ વેંદમૂર્તિ સંહિતાઃ ગર્ગસહિંતા ॥૮૦॥

પારાશરી સૈવ સૃષ્ટિઃ પારહંસી વિધાતૃકા ।
યાજ્ઞવલ્કી ભાગવતી શ્રીમદ્ભાગવતાર્ચિતા ॥૮૧॥

રામાયણમયી રમ્યા પુરાણ પુરુષપ્રિયા ।
પુરાણમૂર્તિઃ પુણ્યગંગા શાસ્ત્રમૂર્તિઃ મહોન્નતા ॥૮૨॥

મનીષા ધીષણા બુદ્ધિ વાંણી ધીઃ શેમુષી મતિઃ ।
ગાયત્રી વેદસાવિત્રી બ્રાહ્મણી બ્રહ્મલક્ષણા ॥૮૩॥

દુર્ગાપર્ણા સતી સત્યા પાર્વતી ચંડિકામ્બિકા ।
આર્યા દાક્ષાયણી દાક્ષી દક્ષયજ્ઞવિધાતિની ॥૮૪॥

પુલોમજા શચીન્દ્રાણી વેદી દેવવરાર્પિતા ।
વાયુના ધારિણી ધન્યા વાયવી વાયુવૈગગા ॥૮૫॥

યમાનુજા સંયમની સંજ્ઞાચ્છાયા સ્ફુરદ્યુતિ ।
રત્નદેવી રત્નવૃન્દા તારા તરણિમણ્ડલા ॥૮૬॥

રુચિઃ શાન્તિઃ ક્ષમા શોભા દયા દિક્ષા ધૃતિ સ્ત્રપાઃ ।
તલતુષ્ટિ ર્વિભાપુષ્ટિઃ સન્તુષ્ટિઃ પુષ્ટભાવના ॥૮૭॥

રથસ્થા ગરુડારૂઢા શ્રીકૃષ્ણહૃદયસ્થિતા ।
વંશીધરા કૃષ્ણવેષા સ્ત્રીગ્વિણી વનમાલિની ॥૮૮॥

નિષંગધાંરિણી ચર્મખડ્ગપાણિ ર્ધનુર્ધરા ।
શંખહસ્તા પદ્મહસ્તા ચક્રહસ્તા ગદાધરા ॥૮૯॥

કિરીટધારિણી યાના મન્દમન્દગતિર્ગતિઃ ।
ધનુષ્ટંકારીણી ચોધ્રી દૈત્યોદ્ભયવિનાશિની ॥૯૦॥

ચતુર્ભુજા ચારૂનેત્રા દ્વિભુજાષ્ટભુજાબલા ।
ચન્દ્રકોટી પ્રતિકાશા તન્વી કોમલા વિગ્રહા ॥૯૧॥

ભૈષ્મી ભીષ્મસુતા ભીમા રુકિમરૂપિણી ।
સત્યભામા જામ્બવતી સત્યા ભદ્રા સુદક્ષિણા ॥૯૨॥

મિત્રવૃન્દા સખીવૃન્દા વૃંન્દારણ્યધ્વજોર્ધ્વગા ।
શૃંગારકારિણી શૃંગા શૃંગભુઃ શૃંગદા ખગા ॥૯૩॥

તિતિક્ષેક્ષા સ્મૃતિઃ સ્પર્ધા સ્પૃહા શ્રદ્ધા સ્વનિર્વૃતિઃ ।
ઈશા તૃષ્ણાભિદા પ્રીતિ સિહાયાં ચાલ્લમા કૃષિઃ ॥૯૪॥

આશા નિદ્રા યોગનિદ્રા યોગિની યોગદા યુગા ।
નિષ્ઠા પ્રતિષ્ઠા શમિત્તિઃ સત્વપ્રકૃતિરુત્તમા ॥૯૫॥

તમઃ પ્રકૃતિ ર્દુર્મર્ષી રજઃ પ્રકૃતિં રાનતિઃ ।
ક્રિયાક્રિયા કૃતિર્ગ્લાનિઃ સાત્વિકયાધ્યાત્મિકીવૃષાઃ ॥૯૬॥

સેવા શિખામણિવૃંદ્ધિઃ રાહૂતિઃ પિંગલોદ્ભવા ।
નાગભાષા નાગભૂષા નાગરી નગરી નગા ॥૯૭॥

નૌર્નૌકા ભવનોર્ભાવ્યા ભવસાગરસેતુકા ।
મનોમયી દારુમયી સૈકતી સિકતામયી ॥૯૮॥

લેખ્યા લેપ્યા મણિમયી પ્રતિહેમવિનિર્મિતા ।
શૈલી શૈલભવા શીલા શીકરાભા ચલાચલા ॥૯૯॥

અસ્થિતા સ્વસ્થિતા તુલી વૈદિકી તાંત્રિકી વિધિઃ ।
સંધ્યા સંધ્યાભ્રવસના વેદસંધિઃ સુધામયી ॥૧૦૦॥

સાયંતની શિખા વેધ્યા સૂક્ષ્મા જીવકલા કૃતિઃ ।
આત્મભૂતા ભાવિતાણ્વી પ્રવ્હી કમલકર્ણિકા ॥૧૦૧॥

નિરાજની મહાવિદ્યા કંદલી કાર્યસાધની ।
પૂજા પ્રતિષ્ઠા વિપુલા પુનંતી પારલૌકિકી ॥૧૦૨॥

શુક્લશુકિત મૌકિતકા ચ પ્રતીતિઃ પરમેશ્વરી ।
વિરાજોષ્ણિક્ વિરાટવેણી વેણુકા વેણુનાદિની ॥૧૦૩॥

આવર્તિની વાર્તિકદા વાર્તા વૃત્તિ ર્વિમાનગા ।
રાસાઢ્યા રાસિની રાસી રાસમંડલમંડલી ॥૧૦૪॥

ગોપગોપીશ્વરી ગોપી ગોપીગોપાલવન્દિતા ।
ગોચરિણી ગોપનદી ગોપાનન્દપ્રદાયિની ॥૧૦૫॥

પશવ્યદા ગોપસેવ્યા કોટિશો ગોગણાવૃત્તા ।
ગોપાનુગા ગોપવતી ગોવિન્દપદપાદુકા ॥૧૦૬॥

વૃષભાનુ સુતા રાધા શ્રીકૃષ્ણવશકારિણી ।
કૃષ્ણપ્રાણાધિકા શશ્વદ્ રસિકા રસિકેશ્વરી ॥૧૦૭॥

અવટોદા તામ્રપર્ણી કૃતમાલા વિહાયસી ।
કૃષ્ણાવેણી ભીમરથી તાપી રેવા મહાપગાઃ ॥૧૦૮॥

વૈયાસકી ચ કાવેરી તુંગભદ્રા સરસ્વતી ।
ચન્દ્રભાગા વેત્રવતી ઋષિકુલ્યા કકુદ્મિની ॥૧૦૯॥

ગૌતમી કોશિકી સિન્ધુ બાણગંગાતિસિદ્ધિદા ।
ગોદાવરી રત્નમાલા ગંગા મંદાકિની બલા ॥૧૧૦॥

સ્વર્ગનદી જાન્હવી વેલા વૈષ્ણવી મંગાલાલયા ।
બાલા વિષ્ણુપદીપ્રોકતા સિન્ધુસાગરસંગતા ॥૧૧૧॥

ગંગાસાગરશોભાઢ્યા સામુદ્રી રત્નદાધુની ।
ભાગીરથી સ્વર્ધુની ભૂઃશ્રી વામનપદચ્યુતા ॥૧૧૨॥

લક્ષ્મી રમા રામણીયા ભાર્ગવી વિષ્ણુવલ્લભા ।
સીતાર્ચિ ર્જાનકીમાતાકલંકરહિતા કલા ॥૧૧૩॥

કૃષ્ણપાદાબ્જસમ્ભૂતા સર્વાસ્ત્રિપથગામિની ।
ધાર વિશ્વંભરાનન્તા ભૂમિર્ધાત્રી ક્ષમામયી ॥૧૧૪॥

સ્થિતા ધરિત્રી ધરણી ઉર્વી શેષફણસ્થિતા ।
અયોધ્યા રાઘવપુરી કૌશિકી રઘુવંશજા ॥૧૧૫॥

મથૂરા માથુરી પંથા યાદવી ધ્રુવપૂજિતા ।
મયાયુર્બિલ્વનીલાદ્વા ગંગાદ્ધાર વિનિર્ગતા ॥૧૧૬॥

કુશાવર્તમયી ધ્રૌવ્યા ધ્રુવમંડલમધ્યગા ।
કાશી શિવપુરી શેષા વિંધ્યા વારાણસી શિવા ॥૧૧૭॥

અવંતિકા દેવપુરી પ્રોજ્જવલોજ્જયિની જિતા ।
દ્વારાવતી દ્વારાકમા કુશભૂતા કુશસ્થલી ॥૧૧૮॥

મહાપુરી સપ્તપુરી નન્દીગ્રામ સ્થલસ્થિતા ।
શાલીગ્રામ શિલાદિત્ય શંભલગ્રામ મધ્યગા ॥૧૧૯॥

વંશગોપાલિની ક્ષિપ્તા હરિમંદિરવર્તિનિ ।
બર્હિષ્મતિ હસ્તિપુરી શકપ્રસ્થનિવાસિનિ ॥૧૨૦॥

દાડિમી સૈંધવી જમ્બૂઃ પૌષ્કરી પુષ્કરપ્રસૂઃ ।
ઉત્પલાવર્તગમના નૈમિષી નૈમિષાવૃતા ॥૧૨૧॥

કુરુજાંગલભૂઃ કાલી હૈમવત્યાર્બુદી બુધા ।
શૂકરક્ષેત્રવિદિતા શ્વેતવારાહધારિતા ॥૧૨૨॥

સર્વતીર્થમયી તીર્થા તીર્થાનાં તીર્થકારિણી ।
હારિણી સર્વદોષાણાં દાયિની સર્વ સંપદામ્ ॥૧૨૩॥

વર્દ્ધિની તેજસાં સાક્ષાત્ ગર્ભવાસનિકૃંતની ।
ગોલોકધામધનિની નિકુંજનિજમંજરી ॥૧૨૪॥

સર્વોત્તમા સર્વપુણ્યા સર્વસૌન્દર્યશૂંખલા ।
સર્વતીર્થોપરિગતા સર્વતીર્થાધિદેવતા ॥૧૨૫॥

નામ્નાં સહસંકાલિન્દ્યા કીર્તિદં લાભદં પરં ।
મહાપાપહરં પુણ્યમાયુર્વર્દ્ધનમુત્તમમ્ ॥૧૨૬॥

એકવારં પઠેદ્રાત્રૌ ચૌરેભ્યો ન ભયં ભવેત્ ।
દ્વિવારં પ્રપઠેન્માર્ગે દસ્યુભ્યો ન ભયં કવચિત્ ॥૧૨૭॥

દ્વિતીયા તુ સમારભ્ય પઠેત્પૂર્ણાવિધિ દ્વિજઃ ।
દશવારમિદં ભકત્યા ધ્યાત્વા દેવીં કલિન્દજામ્ ॥૧૨૮॥

રોગી રોગાત્પ્રમુચ્યેત્ બુદ્ધોન્મુચ્યેત્ બન્ધનાત્ ।
ગુર્વીણી જનયેત્પુત્રં વિદ્યાર્થી પંડિતોભવેત્ ॥૧૨૯॥

મોહનં સ્તંભનં શશ્વદ્વ વશીકરણમેવ ચ ।
ઉચ્ચાટનં ઘાતનં ચ શોષણં દીપનં તથા ॥૧૩૦॥

ઉન્માદનં તાપનં ચ નિધિદર્શનમેવ ચ ।
યદ્યદ્વાંચ્છતિ ચિત્તેન તત્તપ્રાપ્નોતિ માનવઃ ॥૧૩૧॥

બ્રાહ્મણો બ્રહ્મવર્ચસ્વી રાજન્યો જગતીપતિઃ ।
વૈશ્યોનિધિપતિ ર્ભૂયાત્ શૂદ્ધ શ્રુત્વા તુ નિર્મલઃ ॥૧૩૨॥

પૂજાકાલે તુ યો નિત્યં પઠતે ભકિતભાવતઃ ।
લિપ્યતે નસ પાપેન પદ્મપત્રમિવામ્ભસા ॥૧૩૩॥

શતવારં પઠેન્નિત્યં વર્ષાવધિતતઃ પરમ્ ।
પટલ પદ્ધતિ કૃત્વા સ્તવં ચ કવચં તથા ॥૧૩૪॥
સપ્તદ્વીપમહીરાજયં પ્રાપ્નુયાન્નાત્ર સંશયઃ ॥૧૩૫॥

નિષ્કારણં પ્રઠેદ્યસ્તુ યમુનાભકિતસંયુતઃ ।
ત્રૈવર્ગ્યમેત્ય સુકૃતિ જીવન્મુકતો ભવેદિહ ॥૧૩૬॥

નિકુંજલીલાલલિતં મનોહરુંકાલિન્દજાકૂલ લતા કદમ્બકમ્ ।
વૃન્દાવનોન્મત્તમિલિન્દિ શાબ્દિતં, વ્રજેત્સગો લોકમિદં પહેચ્ચયઃ ॥૧૩૭॥

શ્રીયમુના સહસ્ત્રનામ યશને આપનાર, મહાપાપહારી, આયુષ્યને વધારનારાં અને સવોત્તમ છે. યમુનાસહસ્ત્ર નામનો સૂતી વખતે એકવાર કે રસ્તામાં બે વાર પાઠ કરે તો ચોરનો ભય નથી. અને જો ભકિતથી ધ્યાનપૂર્વક બીજથી પૂર્ણિમા સુધી દસવાર કરે તો રોગી-રોગથી, બંદિ-કેદથી મુકત થાય છે. અને ગર્ભિણીને પુત્ર થાય છે. વળી આ શ્રીયમુનાસહસ્ત્ર નામથી મોહન, સ્તંભન, વશીકરણ, ઉચ્ચાટન, ઘાતન, શોષણ, દીપન, ઉન્માદન, તાપન અને નિધિદર્શન આ પ્રમાણે જે જે મનોવાંછિત હોય છે તે તે સદા મળે છે. બ્રાહ્મણ બ્રહ્મચર્યવાળો, રાજા જગતનો પતિ, વૈશ્ય ધનપતિ, શુદ્ર પવિત્ર થઇ જાય છે. વળી શ્રી ઠાકોરજીની સન્મુખમાં જે આનો પાઠ કરે છે તે જળકમળવત પાપથી લોપાતો નથી.

શ્રીયમુનાજીમાં ભકિતવાળો જે મુનષ્ય નિષ્કામભાવે આનો પાઠ કરે છે તે પુણ્યશાળી થઇ અંતે મુકિત પામે છે. અને જે નિત્ય પાઠ કરે છે તે અંતે ગોલોકને પામે છે.

॥ઇતિ શ્રીયમુના પંચાંગ સંપૂર્ણમ્ ॥

શ્રી યમુના-સહસ્ત્રાનામ
શબ્દ ભાવાર્થ

શ્લોક નં. ૧૮ : ધીરાઽધીરા = ધીરા;અધીરા
શ્લોક નં. ૨૧ : વિપ્રલબ્ધાભિસારિકા = વિપ્રલબ્ધ;અભિસારીકા
શ્લોક નં. ૩૦ : તિર્થરાજગતિર્ગોત્રા = તિર્થરાજગતિ;ગૌત્રા
શ્લોક નં. ૩૪ : શાન્તેતરાઽતુરા = શાન્તેતરા;અતુરા
શ્લોક નં. ૫૫ : શકુન્તલાઽપાંસુલા = શકુન્તલા;પાંસુલા
શ્લોક નં. ૫૮ : ચંદ્રવંશવધૂશ્ચન્દ્રા = ચંદ્રવંશવધૂ:ચંદ્ર
શ્લોક નં. ૬૮ : નિકુંજ ભૃન્કું જપુંજા = નિકુંજ ભૃત્;કુંજપુંજા
શ્લોક નં. ૭૬ : મહત્તત્વમહંકારો = મહત્તત્વ;અહંકાર
શ્લોક નં. ૭૭ : વ્યોમવાયુહૃદોજલમ્ = વ્યોમ,વાયુ, હૃદ, જળ
શ્લોક નં. ૭૯ : ત્રિદાધિભૂતમધ્યાત્મયદિદૈ વમધિષ્ઠિતમ્ = ત્રિધા, અધિભૂત, અધ્યાત્મ, અધિદૈવ, અધિસ્થિત
શ્લોક નં. ૮૪ : દુર્ગાપર્ણા = દુર્ગા;અપર્ણા
શ્લોક નં. ૮૫ : શચિન્દ્રાણી = શચિ;ઈન્દ્રાણી
શ્લોક નં. ૮૬ : સંજ્ઞાચ્છાયા = સંજ્ઞા;છાયા
શ્લોક નં. ૯૦ : દિવભુજાષ્ટ ભુજાબલા = દિવભુજા, અષ્ટભુજા; બલા
શ્લોક નં. ૯૧ : કોમલાવિગ્રહા = કોમલ;અવિગ્રહા
શ્લોક નં. ૯૪ : તિતિક્ષેક્ષા = તિતિક્ષા;અક્ષા
શ્લોક નં. ૯૬ : ક્રિયાક્રિયા = ક્રિયા;અક્રિયા

શ્લોક નં. ૯૬ : કૃતિર્ગ્લાનિઃસાત્વિક્યાધ્યાત્મિકીવૃષાઃ = કૃતિર્ગ્લાનિ, સાત્વિક, આધ્યાત્મિકી, વૃષા

શ્લોક નં. ૯૮ : નૌર્નોકા = નૌ;નૌકા

શ્લોક નં. ૯૮ : ભવનોર્ભાવ્યા = ભવનો;ભાવ્યા

શ્લોક નં. ૧૦૧ : ભાવિતાણ્વી = ભાવિતા;આણ્વી

શ્લોક નં. ૧૧૪ : વિશ્વંભરાનન્તા = વિશ્વંભર;અનન્ત

શ્લોક નં. ૧૨૨ : હેમવત્યાર્બુદી = હેમવત્યા;અર્બુદી

શ્રી યમુનાષ્ટક સંપુટી પાઠ કરવા અંગે સમજુતી

હંમેશા પ્રાતઃકાલમાં સ્નાન કરી શ્રીયમુને મહારણીનું ચિત્ર સામે પધરાવી ધૂપ-દીપ સેવા (પૂજા) કરી ભોગ (નૈવેદ્ય) ધરી યમુનાષ્ટકના નવ પાઠ કરવાથી બધા જ પાપોનો નાશ થાય છે. સકલ સિદ્ધિઓ મળે છે. અને વિજય પ્રપ્ત થાય છે.

કોઈ વિશેષ મૂંઝવણ આવી પડી હોય અથવા કોઈ વિશેષ સિદ્ધિ મેળવવી હોય તો યમુનાષ્ટકના દરેક શ્લોકના આરંભમાં અને અંતમાં

કૃપાજલધિસંશ્રિતે, મમ મનઃ સુખ ભાવય

આ પંકિતનો પુટ આપીને કોઈપણ માસના સુદ પક્ષના પડવાથી નોમ સુધી હંમેશા નવ નવ પાઠ કરવાથી સિદ્ધિ પ્રાપ્ત થાય છે. ખાસ કરીને માગસર સુદ સાતમથી પૂર્ણિમા સુધી યમુનાષ્ટકના પાઠનું વિશેષ મહત્વ છે. યમુનાષ્ટકનો સંપુટી પાઠ કરવાથી માણસની મનોકામના પૂર્ણ થાય છે.

શ્રી યમુનાષ્ટક સંપુટી પાઠ

કૃપાજલધિસંશ્રિતે, મમ મનઃ સુખં ભાવય
નમામિ યમુનામહં, સકલ સિદ્ધિ હેતું મુદા
મુરારિ પદ પંકજ-સ્ફુરદમન્દરેણૂત્કટામ્ ।
તટસ્થનવકાનન-પ્રકટ મોદપુષ્પામ્બુના
સુરાસુરસુપૂજિત-સ્મરપિતુઃ શ્રિયંબિભ્રતીમ્
કૃપાજલધિસંશ્રિતે, મમ મનઃ સુખં ભાવય ॥૧॥

કૃપાજલધિસંશ્રિતે, મમ મનઃ સુખં ભાવય
કાલિન્દગિરિમસ્તકે, પતદમન્દપૂરોજ્જવલા
વિલાસગમનોલ્લસત્-પ્રકટગણ્ડશૈલોન્નતા ।
સઘોષ ગતિદન્તુરા, સમધિ રૂઢ દોલોત્તમા
મુકુન્દરતિંવર્ધિની, જયતિ પદ્મબન્ધોઃ સુતા
કૃપાજલધિસંશ્રિતે, મમ મનઃ સુખં ભાવય ॥૨॥

કૃપાજલધિસંશ્રિતે, મમ મનઃ સુખં ભાવય
ભુવં ભુવન પાવની-મધિગતા મને કસ્વનૈઃ
પ્રિયા ભિરિવ સેવિતાં, શુક મયૂર હંસાદિભિઃ ।
તરંગ ભુજ કંકણ-પ્રકટ મુકિતકા વાલુકા
નિતમ્બતટ સુંદરી, નમત કૃષ્ણ તુર્ય પ્રિયામ્
કૃપાજલધિસંશ્રિતે, મમ મનઃ સુખં ભાવય ॥૩॥

કૃપાજલધિસંશ્રિતે, મમ મનઃ સુખં ભાવય
અનન્ત ગુણ ભૂષિતે, શિવ વિરંચિ દેવસ્તુ તે
ધનાધનનિભે સદા, ધ્રવુ પરાશરાભીષ્ટદે ।
વિશુદ્ધ મથુરા તટે, સકલગોપ ગોપીવૃત્તે
કૃપાજલધિસંશ્રિતે, મમ મનઃ સુખં ભાવય ॥૪॥

કૃપાજલધિસંશ્રિતે, મમ મનઃ સુખં ભાવય
યયા ચરણ પદ્મજા, મુરરિપોઃ પ્રિયં ભાવુકા
સમાગમન તો ભવત્, સકલસિદ્ધિદા સેવતામ્ ।
તયા સદ્રશતામિયાત્, કમલજા સપત્નીવયત્
હરિ પ્રિય કલિન્દયા, મનસિ મે સદા સ્થીયતામ્
કૃપાજલધિસંશ્રિતે, મમ મનઃ સુખં ભાવય ॥૫॥

કૃપાજલધિસંશ્રિતે, મમ મનઃ સુખં ભાવય
નમોસ્તુ યમુને સદા, તવ ચરિત્રમત્યદ્ભુતં
ન જાતુ યમયાતના, ભવતિ તે પયઃ પાનતઃ ।
યમોપિભગિની સુતાન, કથમુહન્તિ દુષ્ટાનપિ
પ્રિયો ભવતિ સેવનાત્, તવહરેર્યથા ગોપિકાઃ
કૃપાજલધિસંશ્રિતે, મમ મનઃ સુખં ભાવય ॥૬॥

કૃપાજલધિસંશ્રિતે, મમ મનઃ સુખં ભાવય
મમાસ્તુ તવ સન્નિધૌ, તનુનવત્વ મેતાવતા
ન દુર્લભતમા રતિ-ર્મુરરિપૌ મુકુન્દ પ્રિયે ।
અતોસ્તુ તવ લાલના, સુરધુની પરં સંગમાત્
તવૈવ ભુવિ કીર્તિતા, ન તુ કદાપિ પુષ્ટિસ્થિતૈઃ
કૃપાજલધિસંશ્રિતે, મમ મનઃ સુખં ભાવય ॥૭॥

કૃપાજલધિસંશ્રિતે, મમ મનઃ સુખં ભાવય
સ્તુતિં તવ કરોતિ કઃ કમલજા સપત્નિ પ્રિયે
હરેર્યદનુસેવયા, ભવતિ સૌખ્યમામોક્ષતઃ ।
ઈયં તવ કથાધિકા, સકલ ગોપિકા સંગમ
સ્મરશ્રમજલાણુભિઃ, સકલગાત્રજૈઃ સંગમઃ
કૃપાજલધિસંશ્રિતે, મમ મનઃ સુખં ભાવય ॥૮॥

કૃપાજલધિસંશ્રિતે, મમ મનઃ સુખં ભાવય
તવાષ્ટકમિદં મુદા, પઠતિ સૂરસૂતે સદા
સમસ્તદુરિતક્ષયો, ભવતિ વૈ મુકુન્દે રતિઃ ।
તયા સકલસિદ્ધિયો, મુરારિપુશ્ચ સંતુષ્યતિ
સ્વભાવ વિજયો ર્ભવેત્, વદતિ વલ્લભઃ શ્રીહરેઃ
કૃપાજલધિસંશ્રિતે, મમ મનઃ સુખં ભાવય ॥૯॥

॥ઈતિ શ્રીયમુનાષ્ટક સંપુટી સ્તોત્રં સંપૂર્ણમ્ ॥

શ્રી યમુના સ્તુતિ
(શ્રી મહાલક્ષ્મી વહુજી કૃત)

કાલિન્દનન્દિની વન્દે વન્દનીય ગુણાન્વિતામ્ ।
શ્રીકૃષ્ણપ્રેયસી, તુર્યામ્પતિ ભકિત વિવૃદ્ધયે ॥૧॥

પૂજનીય ગુણોથી યુકત શ્રીકૃષ્ણ પ્રિયા ચતુર્થ સ્વામિનીજી એવાં કલિંદસુતા શ્રીયમુનાજીને પતિ શ્રીકૃષ્ણમાં ભકિત વૃદ્ધિ માટે હું નમન કરું છું.

માતા મે સૂર્યતનયા પતિવર્ત્મનિવ્રર્તિની ।
કૃષ્ણધ્યાનૈકસમ્પ્રાપ્તકુષ્ણવર્ણા શુચિસ્મિતા ॥૨॥

સૂર્યસૂતા શ્રીયમુનાજી મારી માતા છે, ભગવન્માર્ગને અનુસરણ કરનારાં, શ્રીકૃષ્ણમાં એકતાનથી પ્રાપ્ત, કૃષ્ણવર્ણ રૂપા, પવિત્ર હાસ્યવાળાં.

પ્રાણનાથવશીકર્ત્રી વ્રજલીલાપ્રદાયિની ।
સદાદયાર્દ્રહૃદયા કૃષ્ણહૃત્પકંજવાસિની ॥૩॥

પ્રાણનાથને વશમાં કરનારાં, વ્રજલીલાનું દાન કરનારાં, સર્વદા કૃપાથી આર્દ્ર હૃદયવાળાં, કૃષ્ણના હૃદયકમલમાં વસનારાં.

પ્રિયમાનસભાવજ્ઞા ભવબન્ધવિનાશિની ।
ષડઐશ્વર્યવતી કૃષ્ણસમા કૃષ્ણફલપ્રદા ॥૪॥

શ્રીઠાકોરજીના મનનો ભાવ જાણનારાં, સંસારના બંધન કાપનારાં, છ ઐશ્વર્યાદિ ગુણોવાળા, શ્રીકૃષ્ણના સમાન અને કૃષ્ણરૂપી ફલ આપનારા.

નિર્ગુણા ગુણ ગંભીરા પયઃપાનેન મુકતિદા ।
શ્રીકૃષ્ણચરણામ્ભોજરજઃ પૂતજલા શુભા ॥૫॥

નિર્ગુણપ્રેમરૂપા, અપાર ગુણવાળાં, પયપાનથી મુકિત આપનારાં, શ્રીકૃષ્ણના ચરણકમલના રજસંબંધથી પવિત્ર જલવાળા, પરમ શોભાયુકત.

કૃષ્ણપથત્યાધિષ્ઠાત્રી દેવી દિવ્યવપુઃ પ્રદા ।
સદા બ્રહ્મા શિવદેવેન્દ્રવન્ઘમાન પદામ્બુજા ॥૬॥

શ્રીકૃષ્ણના માર્ગના સ્વામિની, સાક્ષાત્ દેવીરૂપા, અલૌકિક શરીર આપનારાં, સર્વદાબ્રહ્મા, મહાદેવ અને ઈંદ્રાદિ દેવતાઓ જેનાં ચરણકમલમાં વંદના કરે છે એવાં.

કૃષ્ણાનુગામિની કૃષ્ણપાદપદ્મરતિપ્રદા ।
કૃષ્ણાનન્દમયી શ્રીમદ્‌વૃન્દાવનવિહારિણી ॥૭॥

શ્રીકૃષ્ણનું અનુગમન કરનારાં, શ્રીકૃષ્ણના ચરણકમલામાં પ્રેમ આપનારાં શ્રીકૃષ્ણના આનંદમાં મગ્ન ને વૃંદાવનમાં વિહાર કરનારાં.

કૃપાદક્પાતમાત્રેણ કલિકાલુષ્યનાશિની ।
સદા તિષ્ઠતુ મે ચિત્તે સર્વપાપપ્રણાશિની ॥૮॥

કૃપાદ્રષ્ટિમાત્રથી કલિના દોષોને નાશ કરનારાં અને સર્વ પાપોનો સંપૂર્ણ નાશ કરવાવાળાં એવાં શ્રીયમુનાજી મારા મનમાં સદા બિરાજો.

॥ શ્રી મહાલસ્મી વહુજી કૃત શ્રી યમુના સ્તુતિઃ સંપૂર્ણમ્ ॥

શ્રી યમુના સ્તુતિ (ગરબાના ઢાળમાં)

(ઢાળ-શરદ પૂનમની રે રાતલડીમાં સ્વપ્ના આવ્યા ચાર)

જમુના મૈયા રે જગજનની મા, નમું હું વારંવાર,
ભાનુ તનયા રે યમ ભગિની મા, તૂર્ય પ્રિયા મુરાર.

કરવા પાવન રે ભૂતલને મા, આવ્યા અવની મોઝાર,
સંગ સખી જન રે શુક મયૂર મા, બોલે જય જયકાર.

જલરૂપી ડોલી રે અસવારી મા, તે પર થઇ અસવાર,
મન ઘણું આતુર રે મોહનને મા, મળવાને નિરઘાર.

મુકુટ કટિ કાછની રે શ્યામ વરણમાં, શ્યામ તણી અનુહાર,
ભાલે ટીલડી રે ચરણ કમલમાં નૂપુરનો ઝણકાર.

કરમાં કંકણ રે ઝગમગતા મા, સોળ સજ્યા શણગાર,
કમલ તણી માળા રે હસ્ત ધરી મા, મોહ્યા નંદકુમાર.

માગ્યું માવડી રે યમ પાસે મા, હણશો ના મુજબાળ,
હોય ભલે પાપી રે સ્નાન કરે મા, શુદ્ધ થાયે તત્કાળ.

સંગમ થાયે રે શ્રમજલનો મા, અંગો અંગ તે વાર,
પ્રીત ઘણી વાધે રે હરિ ચરણોમાં, રીઝે નંદકુમાર.

ગુણ તમારા રે કેમ કહું મા, ગુણ તણો નહી પાર,
યથામતિ વરણું રે, 'સખી' કહેમા, ચરણ કમલ ઉધ્ધાર.

શ્રી યમુનાજીનું સ્તવન

શ્રી કૃષ્ણના ચરણારવિંદની રજ થકી શોભી રહ્યાં
સિદ્ધિ અલૌકિક આપનારાં વંદું શ્રી યમુનાજીને
સુપુષ્પની સુવાસથી જંગલ બધું મ્હેકી રહ્યું
ને મંદ શતિલ પવનથી જલ પણ સુગંધિત થઈ રહ્યું
પૂજે સુરાસુર સ્નેહથી વળી સેવતા દૈવી જીવો
વંદન કરું શ્રીયમુનાજીને શ્રીકૃષ્ણ આશ્રય આપજો. ॥૧॥

મા! સૂર્યમંડળ છોડીને બહુ વેગથી આવી રહયાં
ત્યાં કાલિન્દીના શિખર ઉપર શોભા અતિસુંદર દીસે
એ વેગમાં પથ્થર ઘણા હરખાઈને ઊછળી રહ્યાં
આપ પણ ઉલ્લાસ પૂર્વક ઉછળતાં શોભી રહ્યાં
હરિહેતના ઝુલા ઉપર જાણે બિરાજયાં આપ હો
વંદન કરું શ્રી યમુનાજીને શ્રી કૃષ્ણ આશ્રય આપજો. ॥૨॥

શુક મોર સારસ હંસ આદિ પક્ષીથી સેવાયેલાં
ગોપી જનોએ સેવ્યાં ભુવન સ્વજન પાવન રાખતાં
તરંગ રૂપ શ્રી હસ્તમાં રેતી રૂપી મોતી તણાં
કંકણ સરસ શોભી રહ્યાં શ્રીકૃષ્ણને બહુ પ્રિય જે
નિતમબ રૂપ શ્રી તટ તણું અદભુત દર્શન થાય જો
વંદન કરું શ્રી યમુનાજીને શ્રી કૃષ્ણ આશ્રય આપજો. ॥૩॥

અનંત ગુણથી શોભતાં સ્તુતિ દેવ બ્રહ્મા શિવ કરે
ઘનસ્યામ જેવું મેઘ સમ છે સ્વરૂપ સુંદર આપનું
વિશુદ્ધ મથુરા આપના સાન્નિધ્યમાં શોભી રહ્યું
સહુ ગોપ ગોપી વૃંદને ઈચ્છિત ફળ આપી રહ્યું
મમ કોડ સૌ પૂરાં કરો જયમ ધ્રુવ પરાશરના કર્યા
વંદન કરું શ્રી યમુનાજીને શ્રીકૃષ્ણ આશ્રય આપજો. ॥૪॥

શ્રીકૃષ્ણના ચરણો થકી શ્રીજાહન્વી ઉત્પદ થયાં
સત્સંગ પામ્યાં આપનો ને સિદ્ધિ દાયક થઈ ગયા
એવું મહાત્મ્ય છે આપનું સરખામણી કોઈ શું કરે
સમકક્ષામાં આવી શકે સાગરસુતા એક જ ખરે
એવા પ્રભુને પ્રિય! મારા હૃદયમાં આવી વસો
વંદન કરું શ્રી યમુનાજીને શ્રીકૃષ્ણ આશ્રય આપજો. ॥૫॥

અદભૂત ચરિત્ર છે આપનું વંદન કરું હું પ્રેમથી
યમ યાતના આવે નહિ મા! આપના પયપાનથી
કદી દુષ્ટ હોઈએ તોય પણ સંતાન છીએ અમે આપના
સ્પર્શે ન અમને કોઈ ભય છાયા સદા છે આપની
ગોપીજનોને પ્રભુ પ્રિય બન્યા એવી કૃપા બસ રાખજો
વંદન કરું શ્રી યમુનાજીને શ્રીકૃષ્ણ આશ્રય અપજો. ॥૬॥

શ્રીકૃષ્ણને પ્રિય આપ છો મમ દેહ સુંદર રાખજો
ભગવદ્ લીલામાં થાય પ્રીતી સ્નેહ એવો આપજો
જયમ આપના સંસર્ગથી ગંગાજી પુષ્ટિમાં વહ્યાં
મમ દેહ મન શ્રીકૃષ્નને પ્રિય થાય એવા રાખજો
વિરહાર્તિમાં હે! માત મારા હૃદયમાં બિરાજજો
વંદન કરું શ્રી યમુનાજીને શ્રીકૃષ્ણ આશ્રય આપજો. ॥૭॥

હું આપની સ્તુતિ શું કરું મહાત્મ્ય અપરંપાર છે
શ્રી લક્ષ્મી વિષ્ણુ સેવવાથી મોક્ષનો અધિકાર છે
પણ આપની સેવા થકી અદ્ભૂત જલક્રીડા તણાં

જલના અણુની પ્રાપ્તિ થાયે ગોપીજનોનાં સ્નેહથી
એ સ્નેહનું સુખ દિવ્ય છે મન મારૂં એમાં સ્થાપજો
વંદન કરું શ્રી યમુનાજીને શ્રીકૃષ્ણ આશ્રય અપજો. ॥૮॥

કોઈ સ્નેહથી કરશે સદા આ પાઠ યમુનાષ્ટક તણો
નિશ્ચે પ્રભુને પ્રિય થાશે ને નાશ થાશે પાપનો
સિદ્ધિ સકલ મળશે અને શ્રીકૃષ્ણમાં વધશે પ્રીતી
આનંદ સાગર ઉમટશે ને સ્વભાવ પણ જાશે જીતી
જગદીશને વહાલા અમારા વલ્લભાધીશ ઉચ્ચરે
વંદન કરું શ્રી યમુનાજીને શ્રીકૃષ્ણ આશ્રય આપજો. ॥૯॥

શ્રી યમુનાજીનું સ્તવન
(ભકત કવિ દયારામ કૃત)

દુઃસ્વભાવથી જીતાડો, દુર્મતિ ટાળો માજી,
શ્રી ગોપીજન - વલ્લભ- અતિવલ્લભ,

મને કરો શ્રીયમુનાજી...(ટેકે)
અખંડ+અનપાયની આપોમા! સદ્રઢ પ્રેમ ભકિત,
પ્રપંચ વિસ્મૃતિ પૂર્વક ઘો મા! શ્રીકૃષ્ણાસકિત,
માનસી સેવા મુખ્ય વ્યસન દો, શરણાગતિ સાચી,
શ્રીકૃષ્ણકૃપા હેતુ દો દીનતા, નહી કિંચિત કાચી,
દ્રઢ આશ્રય શ્રી વલ્લભ વરનો, અચલિત ગુણ ગાઉં,
સતત રહે શ્રીકૃષ્ણનામ મુખ, દુઃખી નવ થાઉં,
આપ સમાગમથી મા! થાતાં,
સકળ સિદ્ધિદા ગંગાજી... શ્રીગોપીજન ૧

કામક્રોધ મદ લોભ મોહ, મત્સર કરો દૂરા,
શ્રીકૃષ્ણ મિલનમાં અંતરાય જે, તે કરિયે ચૂરા,
અસુર દુષ્ટ કલિકાલ કર્મ, પ્રતિબંધક ભય ટાળો,
કુતર્ક ને કુભાવ કુવાસના, કુકૃતિ ઝટ બાળો,
દુઃસંગ દોષ મને જળપંકજ, પ્રમાણ નવ લાગે,
બલિ,વિભિષણ,પ્રહલાદની પેરે, ભય પામી ભાગે,

કરો કૃપા એવી, થઈ મુજ પર.
બિરદ બલે રાજી... શ્રીગોપીજન ૨

મારી ચૂર્ણ કરો સહુ ચિંતા, જન્મ મરણ ભય કાપી,
માયા મોહ થકી મૂકાવો, નિજાનંદ આપી,
સાધન ધર્મ ન કિંચિત, છે અનુચિત કૃતિ તનમનની,
સેવા સ્મરણ તમારૂં કરવા, અશકત છું જનની!
જેવો તેવો દાસ તમારો, ક્ષમા અપરાધ કરો માય,
કુપુત્ર તો કદી હોય,કુમાતા કદાપિ નવ થાય,
શરણ પડયો સંતાપ હરો,
શું વિનતિ કરૂં ઝાઝી... શ્રી ગોપીજન ૩

તુર્ય પ્રિયા શ્રીકૃષ્ણ વલ્લભા, યમુને જગમાતા,
નરકનિવારણી,યમ ભય હરણી, ભવ તારણી ખ્યાતા,
સ્વભાવ+દુર્જય વિજય કરણી, નિજ દાસ દુઃખ હરણી,
સકળ પાપ સંતાપ નિવારણી, અતિ અદભૂત કરણી,
શ્રી વલ્લભ શરણાગત લહિ, મારી પૂર્ણ કરો તુષ્ણા,
જુગલ રૂપ મમ હદયે વસાવો, કૃપા કરી કૃષ્ણા,
દાસધ્યો મારો સુત, શ્રીમુખ,
સકૃત કહો ગાજી... શ્રીગોપીજન ૪

અતિ વલ્લભ = ઘણા વહાલા, અનપાયની = ઉપાધિરહિત, કૃપાહેતુ = કૃપાનાકારણરૂપ, સિદ્ધિદા = સિદ્ધિઓને આપનાર, કુકૃતિ = ખરાબ કૃતિ, તુર્ય પ્રિયા = (શ્રીકૃષ્ણનાં) ચતુર્થ પટરાણી, શ્રીકૃષ્ણ વલ્લભા = શ્રીકૃષ્ણને વહાલા, દુર્જય = જીતવો મુશ્કેલ, કૃષ્ણા = શ્રીયમુનાજી, સકૃત = એકવાર.

શ્રી યમુનાજીનું લલિત સ્તોત્ર
(ભકત કવિ દયારામ કૃત)

છંદઃભુજંગપ્રપાત

નમો શ્રીયમુને મહારાણી દેવી,
સૂરા સૂર બ્રહાદિ શિવાદિક સેવી. ૧

ધ્રુવાદિ થયા ધ્રુવ ધામેં નિવાસી,
પ્રિયા ગોપિકા કૃષ્ણ, થૈ આપ દાસી ૨

સરિતા સહુ સ્વામિની શ્રેષ્ઠ ગંગે,
મહાસિદ્ધિ પામી તમારે પ્રસંગે. ૩

અહો અત્ય અદ્ભૂત મહિમા શું ભાખું ?
સમુદ્રોથિ બિંદુ સમૂં જલ્પિ દાખું. ૪

થયું હોય જેણે પયઃપાન માતા!
કદી તેહને યમ નહિ દુઃખ-દાતા ૫

કદા દુષ્ટ તોહે સ્વસા-સૂત કહાવે,
વિચાર્યું યમેં, યાતનામાં ન આવે. ૬

કર્યે સ્નાન નિશ્ચેં નવો દેહ થાયે,
તદા યોગ્યતા સેવવા કૃષ્ણ રાયે. ૭

જગત્ પાવની જાહ્નવી વેદ વાણી,
શિવે શીશ રાખી પરાપૂત જાણી. ૮

ત્રિવિક્રમ પાદોદકી એજ હેતુ,
સદાનંદ શ્રીકૃષ્ણ તે મૂલ કેતૂ. ૯

રવીજા! તમો તે તણાં પટરાણી,
શકું કેમ કીર્તિ તમારી વખાણી! ૧૦

પતિ નામ છે કૃષ્ણ,કૃષ્ણા!તમારૂં,
રૂપ એક વસ્તુ, કશુ છે ન ન્યારૂં ૧૧

રંગે શામળા, સ્નાનથી શ્વેત પ્રાણી,
વદૂં એજ આશ્ચર્ય અદ્ભૂત કહાણી. ૧૨

કૃપા સાગરી નાગરી જગતમાતા,
હરી વલ્લભા ઈશ્વરી ભદ્ર-દાતા! ૧૩

સદા સપ્ત સિંધૂ થકી નીર ન્યારૂં,
બને કોણથી કર્મ અદ્ભૂત તમારૂં? ૧૪

નદી નવ્વશેં ને નવાણૂં ન્હવાયે,
સમૂ પુણ્ય ગંગાવરાં! એક ન્હાયેં. ૧૫

વિધિ કલ્પ ગંગા ભજે મન ગાત્રે,
ફળે યુકત તે યમુના-સ્મરણ માત્રે. ૧૬

મિનાદી રૂપે કાલિંદી-કં-નિવાસી,
થયા જીવ જે પૂર્વે મ્હા પુણ્ય રાશિ. ૧૭

ગિરા ગોમતી ગૌતમી નર્મદાજી,
ભિમા ગંડકી સર્યુ આદીક રાજી. ૧૮

કુરૂક્ષેત્ર કાશી ગયા પુષ્કરાદી,
વસે નૈમિષારણ્ય જહાં બ્રહ્મવાદી. ૧૯

નદી તીર્થ ઈત્યાદી સંગે સમાજા,
તમોમાં કરે સ્નાન પ્રયાગ રાજા. ૨૦

ઘણા જન્મનાં પાપ મ્હા ઓઘ કાપે,
કદા વર્ણ કો નામ યામી આલાપે. ૨૧

ધરે પાય તે પૃથ્વી પૂત માનુ,
કુળેં યુકત પાવન ત્યાં ચિત્ર શાનું? ૨૨

કરે સ્નાન સૌ તીર્થમાં નિત્ય કોઈ,
કહું પુણ્ય તે તીર્થ રાજે થિ હોઈ. ૨૩

રવી પર્વત કોટિક સિંઘુ ભજયેથી,
મળે તેટલું પુણ્ય કૃષ્ણા-રજેથી. ૨૪

નદી ક્ષેત્ર સ્હૌ તીર્થ પ્રત્યેક સાઘે.
અયૂતા શબ્દથી જેટલું પુણ્ય લાઘે. ૨૫

પરીક્રમ્મા પચ્ચાશ કોટી ફરેથી,
ફળે પુણ્ય તે "મથુરાજાસાંભળેથી. ૨૬

મઘુપુર ગોકુળ વૃંદાવને વા,
વસે પ્રાણિ તે પ્રાણ પ્રાણેશ લ્હેવા. ૨૭

વડૂં મ્હાત્મ્ય સહેજેં વસી માત્ર રહેવું,
વસી, 'કૃષ્ણ-કૃષ્ણા'ભજે તો શું કહેવું. ૨૮

તટે રાસ ક્રીડા સદા કૃષ્ણ-ગોપી,
'લીલા લાડિલી-લાલ'એકાંત ઓપી. ૨૯

જયહાં વૃક્ષે-વૃક્ષે વસ્યા વેણું પાણી,
'પત્રે-પત્રે'ચૌ ભુજ વેદ વાણી. ૩૦

અલૌકિક આનંદ-દાતાર માજી!
'દયો દાસ મ્હારો'મુખે કહોનિ ગાજી. ૩૧

ફલશ્રુતિ

ભણે વા સુણે 'સ્તોત્ર' આ પ્રેમ આણી.
કૃપા દ્રષ્ટિ ત્હેને કરે 'કૃષ્ણ-રાણી'. ૩૨

ા ઈતિ શ્રીયમુનાજીનું લલિત સ્તોત્ર ભકત કવિ દયારામ કૃત સંપૂર્ણમ્ ા

નવ વિલાસ ના પદ
(શ્રી હરિરાયજી કૃત)

વિલાસ ૧ (રાગ-માલવ)

પ્રથમ વિલાસ કિયો શ્યામાજુ કીનો વિપિન વિહારજુ
ઉનકે વિધકી શોભા વરનો કહત ન આવે પારજુ ૧

વાકે યુથકી ગણના નાહી નિગુર્ણ ભકત કહાવે
તાકી સંખ્યા કહત ન આવે શેષ હું પાર ન પાવે ૨

ઘોષ ઘોષ પ્રતિ ગલિન ગલિન પ્રતિ રંગ રંગ અંબર સાજે
કિયો શૃંગાર નખશિખ અંગ યુવતી જયોં કરની મધ્ય રાજે ૩

બહુ પુજા લે ચલી વૃંદાવન પાન ફુલ પકવાને
તાકે યુથ મુખ્ય ચંદ્રાવલી ચંદ્રકલાસી વાને ૪

પોહોંચી જાય નિકુંજ ભવનમેં દરસી વૃંદા દેવી
તાકે પદ વંદન કરી માગ્યો શ્યામ સુંદર વર એવી ૫

તિહિ છિન પ્રભુજી આપ પધારે કોટિક મન્મથ મોહે
અંગ અંગ પ્રતિ રૂપ રૂપ પ્રતિ ઉપમાં રવિ શશિ કોહે ૬

દ્વૈ જુગ જામ શ્યામ શ્યામા સંગ કેલી વિવિધ રંગ કીને
ઉઠત તરંગ રંગ રસ ઉછલિત દાસ રસિક રસ પીને ૭

વિલાસ ૨ (રાગ-માલવ)

દ્વિતિય વિલાસ કિયો શ્યામાજુ ખેલ સમસ્યા કીની
તાકી મુખ્યા સખી લલિતાજુ આનંદ મહારસ ભીની ૧

ચલી સંકેત વિહાર કરન બલી પૂજા સાજી સંપૂરન
બહુ ઉપહાર ભોગ પાયસલે બાંહ હલાવત મૂરન ૨

મંદિર દેવી ગાન કરત યશ આય મીલે ગિરિધારી
મનકો ભાયો ભયો સબનકો કામ વેદના ટારી ૩

શ્યામા કો શૂંગાર શ્યામકો લલિતા નીવી ખોલી
લીલા નિરખત દાસ રસિકજન શ્રીમુખ શ્યામા બોલી ૪

વિલાસ ૩ (રાગ-માલવ)

તૃતીય વિલાસ કિયો શ્યામાજૂ પ્રવીન
ખેલનકો ઉત્સાહ સખી એકત્ર કીન ૧

તિનમેં મુખ્ય સખિ વિશાખાજૂ એન
ચલી નિકુંજ મહેલમેં કોકિલા જયોંબેન ૨

ભોગ ઘરિ સંવાર બાસોંઘી સની
કુસુમ રંગ અનેક ગૂહિ કામિની ૩

ગાન સ્વર કિયો વનદેવી વિહાર
નવપ્રિયાકો વેષ કોટિ કામવાર ૪

ઢિંગ આસન કરાય પ્યારીકો બેઠાય
દોઉ એકત્ર કીને નિરખત લેત બલાય ૫

યહ લીલાકો ધ્યાન મમ હદય ઠહરાય
દેખત સુર નર મુનિ ભૂલે રસિકબલબલ જાય ૬

વિલાસ ૪ (રાગ-માલવ)

ચોથો વિલાસ કિયો શ્યામાજૂ પરાસોલી વનમાંહી
તાકે વૃક્ષ લતા દ્રુમવેલી તન પુલકિત આનંદ ન સમાઇ ૧

ચંદ્રભાગા મુખ્ય યુથાવલિ અપની સખી સબ ન્યોતિ બુલાઇ
ખંડમંડા જલેબી લડુવા પ્રત્યેક અંગકો ભાવ જનાઇ ૨

સાજ કિયો પુજન દેવીકો બહુ ઉપહાર ભેટ લે આઇ
ખેલન ચલી બની તિહિ શોભા જો ઘનમેં ચપલા ચપલાઇ ૩

પહોંચી જાય દરશ દેવી તબ બ્હે ગયે શ્યામ કીશોર કન્હાઇ
મનકો ચીત્યો ભયો લાલનકો હાસ વિલાસ કરત કિલકાઇ ૪

શ્યામા શ્યામ ભૂજભર ભેટે તૃણ તોસ્ત ઓર લેત બલાઇ
કહી ન જાય શોભા તા સુખકી કુંજન દુરે રસિક નિધિ પાઇ ૫

વિલાસ ૫ (રાગ-માલવ)

પાંચો વિલાસ કિયો શ્યામાજૂ કદલવીવન સંકેત
તાકી સખી મુખ્ય સંજાવલી પ્રિયા મિલન કે હેત ૧

ચલી રહી ઉમગી યુવતી સબ પૂજન દેવી નિકસી
ધુપ દીપ ભોગ સંજાવલી કમલ કલીસી વિકસી ૨

આનંદ ભર નાચત ગાવત વધુ રસમેં રસઉપજાતી
મંડલમેં હરિ તતછિનઆયે હિલમિલ ભયે એકપાતી ૩

દ્વૈયુગ જામ શ્યામા શ્યામ સંગ ભામિની યહ રસ પિનો
ઉનકી કૃપા દ્રષ્ટિ અવલોકત રસિકદાસ રસ ભીનો ૪

વિલાસ ૬ (રાગ-સામેરી ઢાળ)

છઠો વિલાસ કિયો શ્યામાજૂ ગોધન વનકો ચલી ભામાજૂ
પહેરે રંગ રંગ સારી, હાથન પુંજા થારી
તાકી મુખ્ય સહચરી રાઈ, ખેલનકો બહુત સઘરાઈ
છંદ: ચલી વનવન વિહસિ સુંદરી હાર કંકણ જગમગે
આય મંદિર પૂજિ દેવી ભોગ સિખર ન સગમગે
તા સમય પ્રભુ આય પધારે કોટિક મનમથ મોહરિ
નિરખ સખિયન કમલ મુખ માનો નિધન ધનજો સોહહી
નિરખ સખિયન કમલ મુખ માનો નિધન ધનજો સોહહી
ખેલકો આરંભ કીનો રાધા માધો બિચ કિયે
વાકી પરછાંઈ પરી તબ રસીક ચરનન ચિત દિયે...

વિલાસ ૭ (રાગ-માલવ)

સાતો વિલાસ કિયો શ્યામાજૂ ગહવરવનમે મતોજુ કીન
તાકી મુખ્ય કૃષ્ણાવતી સહચરી લઘુ લાઘવ અતિહી પ્રવીન ૧

વનદેવી હે ગુંજા કુંજા પોહોપન ગુહી સુમાલ
ચંદ્રાવલી પ્રમુદિત વિકસત મુખ જૈસે મુનિયા લાલ ૨

રચ્યો ખેલ દેવી ઢિંગ યુવતી કોક કલા મનોજ
અતિ આવેશ ભયે અવલોકત પ્રકટે મદન સરોજ ૩

કોઉ ભુજધર કર ચરન ઉર કોઉ અંગે અંગ મિલાય
કુંવર કિશોર કિશોરી રસિકમણિ દાસ રસિક દુલરાય ૪

વિલાસ ૮ (રાગ-માલવ)

આઠો વિકાસ કિયો શ્યામાજૂ શાંતન કુંડ પ્રવેશજુ
ઉનકી મુખ્ય ભામા સુરંગી ખેલત જાનિત આવેશજુ ૧

સૂરજ મંદિર પૂજન કર મેવા સામગ્રી ભોગ ધરી
આનંદ ભરી ચલી વ્રજ લલના ક્રીડન વનકો ઉમગિ ભરી ૨

ભદ્રવન ગમન કિયો વનદેવી પૂજન ચંદન વંદન લીને
ભોગ સ્વચ્છ ફેની એની સબ અંબર અભરન ચીતે ૩

ગાવત આવત ભાવત ચિતવત નંદલાલ કે રસમાતી
કૃષ્ણ કલા સુંદર મંદિર મેં યુવતી ભઈ સુહાતી ૪

દેખિ સ્વરૂપ ઠગી લલના તે ચકચોંધીસિ ભઈ
અચવત દગ ન અઘાત દાસ રસિક વિહારિન રાઈ ૫

વિલાસ ૯ (રાગ-માલવ)

નવમો વિલાસ કિયોજૂ લડેંતી નવધા ભકત બુલાય
અપને અપને સિંગાર સબે સજ બહુ ઉપહાર લિવાયે ૧

સબ શ્યામા જૂર ચલી રંગ ભીની જયોં કરિણી ઘનઘોર
જયોં સરિતા જલ ફુલ છોંડિકેં ઉઠત પ્રવાહ હિલોરે ૨

બંસીબટ સંકેત સઘનવન કામકલા દરસાયે
મોહન મૂરતિ વેણુ મુકુટમણિ કુંડલ તિમિર નસાયે ૩

કાછની કટિ તટ પીત પીછોરી પગ નૂપુર ઝનકાર કરે
કંકણ બલય હાર મણિ મુકતા તીન ગ્રામ સ્વર ભેદ ભરે ૪

સબ સખિયન અવલોક શ્યામ છબિ અપનો સર્વસ્વ વારે
કુંજ દ્વાર બૈઠે પ્રિય પ્યારી અદ્રભૂત રૂપ નિહારે ૫

પૂવા ખોવા મિઠાઈ મેવા નવઘા ભોજન આને
તહાં સતકાર કિયો પુરૂષોતમ આપનો જન્મ સફલ માને ૬

ભોગ સરાય અચવાય બીરાઘર નિરાજન ઉતારે
જય જય શબ્દ હોત તિહું પુરમેં ગુરૂજન લાજ નિવારે ૭

સઘન કુંજ રસપુંજ અલિ ગુંજત કુસુમન સેજ સંવારે
રતિરણ સુભટજુરે પિય પ્યારી કામ વેદના ટારે ૮

નવ રસ રાસ વિલાસ હુલાસ વ્રજ યુવતિન મિલકીને
શ્રી વલ્લભ ચરણ કમલ કૃપાતે રસિકદાસ રસ પીને ૯

નવ વિલાસ ના ગરબા
(શ્રી શોભા માજી કૃત)

ગરબો ૧

(રાગ: ધન્ય આઠો અંધારી રાત કે ભાદરવા વદી રે લોલ)

શ્રી વલ્લભ વિઠ્ઠલ ગુણ ગાઉં કે, નિત્ય પ્રતિ નેમ શું રે લોલ
આપના ચરણ કમલ ચિત્ત લાઉં કે, એવા પ્રેમ શું રે લોલ ૧

નવેરે પર્વ નૌતમ ખેલ કે, છે નવરાત્રના રે લોલ
તેના-નિત્ય પ્રતિ નૌતમ ભોગ કે, છે બહુ ભાતના રે લોલ ૨

નિર્ગુણ જુથ તણો નહિ પાર કે, શોભા અતિ ઘણી રે લોલ
સર્વે જુથ તણા સરદાર શ્રી રાધા મુકુટ મણિ રે લોલ ૩

પડવે માન્યુ પહેલું પર્વ કે શ્રી રાધા સહી રે લોલ
પહેલા ખેલ તણા મુખીયાય કે, શ્રી ચંદ્રાવલી કહી રે લોલ ૪

લીધા પાન ફુલ પકવાન, ચાલ્યા શ્રી વૃંદાવનમાં રે લોલ
આવ્યા કુંજ ભવનને દ્વાર કે, મોદ બહુ મનમાં રે લોલ ૫

દર્શન વૃંદા દેવી કરૂં કે, કીધું છે તીહાં રે લોલ
દેખું નંદ કુંવર મહારાજ કે, આવે નજરે ઈહાં રે લોલ ૬

ઘેર ઘેરથી આવી વૃજનાર કે, શુંગાર સજી બહુ રે લોલ
ગરબે રમવા શરદની રાત કે, જુથ મલ્યા સહુ રે લોલ ૭

પ્રભુજી પધાર્યા એણે ઠામ કે, કોટી કામ વારણે રે લોલ
સર ભરી રમતાં જુએ વ્રજનાર કે, કુંજને બારણે રે લોલ ૮

કુંજ બિહારી કુંજ વિલાસ કે, કરી પૂરી આશા છે રે લોલ
શોભા જોઈ વસે ચિત્તમાંહ કે, કહે હરિદાસ છે રે લોલ ૯

ગરબો ૨

(રાગ: શ્રી યમુનાજીના ઘાટમાં રે લોલ)

બીજે બીજું પર્વ બીજા ખેલમાં રે લોલ
શ્રી રાધાજી રમે છે રાસ રેલમાં રે લોલ ૧

એના યૂથમાંતે મૂખિ શ્રી લલિતા કહે રે લોલ
જાણેપ્રેમ ભરી સરીતા વહે રે લોલ ૨

પૂજા કેરો સાજ લઈ હાથમાં રે લોલ
ચાલ્યાં મલપતાં સરવે સાથમાં રે લોલ ૩

ચાલી સંકેત સદનમાં પધારીયા રે લોલ
પૂજી સંકેત દેવીને મન ભાવીયા રે લોલ ૪

મળ્યા શ્રી ગિરિધારીજી વાટમાં રે લોલ
સુંદર શ્રીયમુનાજીના ઘાટમાં રે લોલ ૫

શ્યામા કેરો શૃંગાર સોહે શ્યામને રે લોલ
લલિતાજી ખેલે નિજ ધામને રે લોલ ૬

હરિદાસ પ્રભુ શોભા નિરખતા રે લોલ
પ્રિય પ્યારી ખેલે મન હરખતાં રે લોલ ૭

ગરબો ૩

(રાગ: શરદ પૂનમની રાત મુજને વ્હાલીજી)

સખી ત્રીજે ને ત્રીજો ખેલ ખેલે શ્યામાજી
ગરબે રમવા ને કાજ મલી સર્વે ભામાજી ૧

તેમાં મુખી સ્વરૂપ વિશાખા સહુ કહે જી
મુખ બોલે મધુરાં વેણ કોકિલા ટહુકે જી ૨

તે કુંજ સદનમાં આવી ભોગ સમર્પેજી
કોઈ વનદેવી ને રંગ રંગ પુષ્પ લઈ અર્પેજી ૩

ત્યાં પ્રભુજી બેઠા ધરી વન દેવીનું રૂપજી
છબી વારૂ કોટી કામ શ્રી વ્રજ ભૂપજી ૪

ત્યાં રાધા નવલ સખી બેસાડયાં જોડેજી
ત્યાં કરવા કુંજ વિલાસ ભરિયા કોડેજી ૫

એ લીલા ધરી ધ્યાન ભામણાં લીધાજી
શોભા જોઈ હરિદાસ એ રસ પીધાજી ૬

ગરબો ૪

(રાગ: નિશ્ચયના મહેલમાં વસે મારો વાલમો)

ચોથે ચતુરા ચોથા ખેલમાં હોજી રે,
ખેલે પરાસોલી (૨) વનમાં હોજી રે

વૃક્ષલત્તા દ્રુમ વેલી બહુ રે હોજી રે,
થવા પ્રફુલિત અંગો અંગમાં હોજી રે ૧

ત્યાં ચંદ્રભાગા સખી યુથમાં હોજી રે,
લીધી સખીયો પોતાને સંગ હોજી રે

પુજા કેરો સાજ લીધો હાથમાં હોજી રે,
લીધા વિવિધ કુસુમ રંગ રંગ હોજી રે ૨

સામગ્રી લીધી સર્વે ભોગની હોજી રે,
ચાલ્યા દેવી પૂજનને કાજ હોજી રે

પૂજા કીધી છે પૂરી પ્રીત શું હોજી રે,
નિરખીને નંદકુંવર મહારજ હોજી રે ૩

હાસ્ય વિનોદ કીધા મળી હોજી રે,
પહોંચી મનડાં કેરી આસ હોજી રે

પ્રિય પ્યારી અંકભરી ભેટીયાં હોજી રે,
ભામણા લીધા છે નિજ દાસ હોજી રે ૪

શોભા જોઈ હરિદાસ વિનંતી કરે હોજી રે,
પૂજી સુખ દીજીએ નિત હોજી રે

અવગુણ હોય તે ટાળીયે હોજી રે,
મારૂં નિર્મળ કરજો ચિત્ત હોજી રે ૫

ગરબો ૫

(રાગ: આજ મારે મંદિર પધાર્યા વ્હાલા વ્રજપતિ)

પંચમ ખેલ ખેલે મળી,
હાંરે શ્રી શ્યામાજુ કદલી વનજો
તેમાં સખી મુખી છે સંજાવલી,
હાંરે જેનું દીસે પ્રફુલિત તનજો-પંચમખેલ ૧

મલવાને ત્યાં નંદલાલને,
હાંરે ત્યાં કીધો ઘણો સંકેતજો
આશા ધરી સરવે ચાલીયાં,
મનમાંહે ધરીને હેતજો-પંચમખેલ ૨

પૂજન કીધું દેવી તણું,
હાંરે ધૂપ દીપ સમર્પ્યાં ભોગજો
કુંજ મૂખી મૂખ ફુલિયા,
હાંરે દેખી શ્યામ તણો સંજોગજો-પંચમખેલ ૩

નાચે ને ગાય આનંદમાં,
હાંરે રસમાંહે વધ્યો છે રસ રંગજો
શ્રી હરિ રૂપ પ્રકાશ્યું,
હાંરે મળી બેઠા સહુ શ્યામા સંગજો-પંચમ ખેલ ૪

મંડળ કીધું છે રાસનું,
હાંરે ત્યાં વિતી નિતી નિશા જૂગ જામજો
હરિદાસ પ્રભુ શોભા નિરખતાં,
હાંરે તીહાં પહોંચી મનની હાશજો-પંચમખેલ ૫

ગરબો ૬

(રાગ: આજ મારે મંદિર પધાર્યા વ્હાલો વ્રજપતિ રે)

ગરબે રમવા શ્યામાતે સંચર્યા,
હાંરે માન્યું છઠું પરવ છઠે દિનજો-ગરબે ૧

સહુ મળી આવ્યા ગોવર્ધન ગામમાં,
હાંરે રમવાને ચાલી તે વનજો-ગરબે ૨

કંચન ઝારી તે લીધી કરભરી,
હાંરે લીધો પૂજા કેરો સહુ સાજ્જો-ગરબે ૩

વિવિધ વસ્ત્રો અંગો અંગ સજ્યા,
હાંરે જોવા નંદ કુવર મહારાજ્જો-ગરબે ૪

યુથ યુથ મળી વ્રજ સુંદરી,
હાંરે રાધા ખેલ તણી સરદારજો-ગરબે ૫

એ તો ખેલ કહ્યો છે એહુનો,
હાંરે એતો ગુણ રૂપ ચતુર સુજાણજો-ગરબે ૬

ભોગ ધરી દેવીનું પૂજન કર્યું,
હાંરે વળી નાથ પધાર્યા તેણે ઠામજો-ગરબે ૭

કોટી કામ શ્યામ પર વારીયે,
હાંરે નિર્ધન ધન પામ્યા અપારજો-ગરબે ૮

ખેલ તણો આરંભ કર્યો સહી,
હાંરે મધ્ય પ્રિય પ્યારીની જોડજો-ગરબે ૯

શોભા જોઇ હરિદાસ વિનતી કરે,
હાંરે પ્રભુ પુરો મારા મનડાના કોડજો-ગરબે ૧૦

ગરબો ૭

(રાગ: શ્રી લક્ષ્મણ ભટ્ટજીનું ધામરે દીસે અતી સુખકારી)

એતો પ્રિય પ્યારીનો વિહાર ગાઉં પ્રેમ ધરી
બંસી બટ વૃંદાવન રજ બુહારી પલક કરી ૧

તિથી સાતમે સાતમો ખેલ ખેલે રાધા ગોરી
એના ખેલ વિષે મુખી જુથ ગુણવંત કિશોરી ૨

લઘુ લાઘવી બુધ્ધિ પ્રવિણ ચાલી કરવા પુજા
પહોચ્યા દેવી મંડપ માંહી પહોપ માલા ગુંજા ૩

ગજ ગામિની આવી ભામિની ખેલે મોદ ભરી
લઇ ગુંજા ફુલનો હાર આરોપ્યા કંઠે હરિ ૪

કોઈલે આલિંગન અંગ વિરહ તાપ નિહારે
કોઇ કરે આરતિ સંગ ન્યોછાવર સર્વસ્વ વારે ૫

સોહે નંદકુંવરને સંગ શ્રી વૃષભાન દુલારી
હરિદાસ પ્રભુ એ શોભા જુએ વ્રજની નારી ૬

ગરબો ૮

(રાગ: પિલ્લુની તરજ, તાલ દીપમંદી)

સાંતન કુંડની પાસ રે શ્યામા લાડલી આવ્યા
ખેલે આઠમે ખેલ વિલાસ શ્યામા લાડલી આવ્યા ૧

રૂડો આઠમ કેરો દિન શ્યામા લાડલી આવ્યા
ફુલ્યાં સાંગા સારંગી મન શ્યામા લાડલી આવ્યા ૨

એતો ખેલના મૂખી છે એહ શ્યામા લાડલી આવ્યા
સૂરજ મંદિર આવ્યા તેહ શ્યામા લાડલી આવ્યા ૩

પૂજા કરીને ભોગ ધરાય શ્યામા લાડલી આવ્યા
મળી માનુની મંગળ ગાય શ્યામા લાડલી આવ્યા ૪

ત્યાંથી ચાલ્યા ભદ્રવન શ્યામા લાડલી આવ્યા
કર્યું દેવી કેરૂં પુજન શ્યામા લાડલી આવ્યા ૫

ચંદન કપુરને પુષ્પની માલ શ્યામા લાડલી આવ્યા
લાવી ગૃહ ગૃહ તે વ્રજનાર શ્યામા લાડલી આવ્યા ૬

પહેરાવ્યા વસ્ત્રોને આભરણ શ્યામા લાડલી આવ્યા
વળી લાગી તેને ચરણ શ્યામા લાડલી આવ્યા ૭

મનમાં વસિયા નંદ કુમાર શ્યામા લાડલી આવ્યા
તે તો કરે છે વિવિધ વિહાર શ્યામા લાડલી આવ્યા ૮

નિરખ્યું નવલ સખીનું રૂપ શ્યામા લાડલી આવ્યા
એ તો વ્રજ વૃંદાવન ભૂપ શ્યામા લાડલી આવ્યા ૯

એ છે કૃષ્ણ કળા સંપૂર્ણ શ્યામા લાડલી આવ્યા
વેણુ વગાડી કર્યાં આતુર શ્યામા લાડલી આવ્યા ૧૦

ખેલે કુંજમાં કુંજબિહારી શ્યામા લાડલી આવ્યા
હરિદાસ પ્રભુ શોભા સુખકારી શ્યામા લાડલી આવ્યા ૧૧

ગરબો ૯

(રાગ: ધનાશ્રી)

આ નવમી આવી નવ દિનની
કંઇ નવમું પર્વ કહેવાય ખેલો હરીસાથે
આ નવધા ભકત સહુ મળ્યા
તેની શોભા કહી નવ જાય ખેલો હરીસાથે ૧

આ ગરબે રમવા નિસર્યાં
નવ સત કીધા શૃંગાર ખેલો હરીસાથે
આ આસો માસ અજવાળિયા ને
કરવા રાસ વિહાર ખેલો હરીસાથે ૨

આ જેમ મદમાતી હસ્તિની
તેમ આવી જમુનાતીર ખેલો હરીસાથે
આ ખેલે ખેલ પ્રવાહમાં
તેની સંગે શ્યામ શરીર ખેલો હરીસાથે ૩

આ વન સંકેત બંસીબટ ખેલે
પુરે સહુનાં કામ ખેલો હરીસાથે
આ મોર મૂગટ મકરાકૃત કુંડલ
મોહન જગ અભિરામ ખેલો હરીસાથે ૪

આ પીતાંબર કટી કાછની
ને પગ નેપુર ઝંકાર ખેલો હરીસાથે
આ કંકણ બલય બાંયે
બાજુબંધ મુકતાફળનાં હાર ખેલો હરી સાથે ૫

આ તીન ગામ સ્વર ભેદ
કરીને વાયો વેણું નાદ ખેલો હરીસાથે
આ સર્વસ્વ વારે વારણે
છબી પર વ્રજની બાલ ખેલો હરીસાથે ૬

આ નવધા નવે પ્રકારનાં
કાંઈ લાવ્યા છે ભોજન ખેલો હરીસાથે
આ મેવા મિઠાઈ પાન સમાગ્રીને
વિવિધ જાતના અન્ન ખેલો હરીસાથે ૭

આ પુજા કીધી પ્રેમ શું
વળી ભોગ ધર્યો વ્રજનાર ખેલો હરીસાથે
આ આચમન દઈ બીડાં ધર્યા
એક રાઈ લુણ ઉતાર ખેલો હરીસાથે ૮

આ જય જયકાર ત્રિભૂવન થયો
ત્યાં આરતી નીરખીનાથ ખેલો હરીસાથે
આ સઘન કુંજ પધારીયાં
પ્રીતમ પ્યારી બેઉ સાથ ખેલો હરીસાથે ૯

આ કિસલ દ્વયલ સજયા
રચીને મધુપ કરે ગુંજાર ખેલો હરીસાથે
આ યુગલ સ્વરૂપ બિરાજ્યા
તે સખી રસ ક્રીડા સાર ખેલો હરીસાથે ૧૦

આ યહ વિધ દેવી પુજીયાં
તે સર્વે કૃષ્ણ સ્વરૂપ ખેલો હરીસાથે
આ ઘેર ઘેરથી આવી
સહુએ લીલા કરી અનૂપ ખેલો હરીસાથે ૧૧

આ શ્રી વલ્લભ પદ રજ
પ્રતાપે પુરણ કીધી આસ ખેલો હરીસાથે
આ નવરસ ખેલ પ્રગટ કર્યા
તે શોભા જોઈ હરિદાસ ખેલો હરીસાથે ૧૨

॥ ઈતિ શ્રી શોભા માજી કૃત નવ ગરબા સંપૂર્ણ ॥

શ્રી યમુનાજીના નવ આખ્યાન

શ્રીયમુનાજીના નવ આખ્યાનનું પ્રકાશન ઘણા સ્થાનેથી થયું છે. આ આખ્યનની રચના પૂ. શ્રી ગૌ.વા. શ્રીકૃષ્ણલાલજીએ લગભગ ૧૯૫૮માં કરી હતી. ૧૯૬૪માં આ રચનાનું પ્રકાશન નિ. લી. ગો. શ્રીમાધવરાવજી મહારાજે શ્રીદ્ધારકેશ ગ્રંથમાલાના અંતર્ગત કર્યુ હતું.

મહાનુભાવ શ્રીગોપાલદાસજી દ્વારા વલ્લભાખ્યાન વૈષ્ણવ સમાજમાં પરંપરાથી ગવાય છે. ૯ નો આંક પૂર્ણાંક છે. નવ પ્રકારના રસ છે. નવ પ્રકારની ભકિત છે. એ રીતે વલ્લભાખ્યાન પણ નવ છે, જેમાં શ્રી ગુંસાઈજીના અલૌકિક રસાત્મક સ્વરૂપનું આખ્યાન છે. તેમ આ આખ્યાનોમાં શ્રી મહારણીજીના લીલામધ્યપાતી સ્વરૂપનું ચિંતન છે. જે મનન કરનારને અલૌકિક રસથી તરબોળ કરે છે.

આ નવ આખ્યાનના પાઠથી (સ્મરણથી) શ્રી મહારાણીમાની કૃપા વૈષ્ણવો ઉપર ઉતરે તેમજ ભકિતરસને વધારે એવી પ્રાર્થના સહ.

-નયનાના ભગવદ્ સ્મરણ.

આખ્યાન-પહેલું

(રાગ : કેદારો)

શ્રી યમુનાષ્ટક - શ્લોક : ૧ (સ્વરૂપ વર્ણન)

નમામિ યમુનામહં સકલ સિદ્ધિ હેતું મુદા ।
મુરારિપદ પંકજ-સ્ફુરદ મંદ રેણૂત્કટામ્ ॥
તટસ્થ નવ કાનન પ્રકટ મોદ પુષ્પામ્બુના ।
સુરાસુર સુપૂજિત સ્મરપિતુઃ શ્રિયં બિભ્રતીમ્ ॥૧॥

વન્દુ શ્રીયમુના મહારાણી સકલ સિદ્ધિ હિતકારીજી,
ચરણ કમલ મુરરિપુ ઉત્કટ, ઉજ્જવલ સ્ફુરિત રેણુ દુઃખહારીજી.

સકલ જીવન અજ્ઞાન હરવા, શ્રી હરિ પરમ ઉદારજી,
પંકજ સરીખાં ચરણ એમનાં, શીતલ આરકત સુકુમારજી.

તે પદરેણુ અલંકૃત કહીયે, યમુના પરમ દયાલજી,
સકલ જીવવપુ નૂતનકરવા, શોભા સુખદ રસાલજી.

સુંદર તટ કુચ ઉભય સરીખા, લેપન સરસ સુગન્ધજી,
કસ્તુરી કુમકુમ રસ સિંચિત, ચરણ રેણુ રતિ બન્ધજી.

હૃદય ભાવ દાસત્વ સુશીતલ, ભાવ યુકત રસરૂપજી,
તટ કાનન રોમાવલિ કહીયે, મોદ પુષ્પ સુઅનૂપજી.

કરુણ રસ શ્રમ સ્વેદ આર્દ્ર, બહુ રોમાવલિ હરખાયજી,
સાત્વિક ભાવસુ રાજસ તામસ, ભકત સુપૂજીત થાયજી.

પ્રાણનાથ રતિ ધારણ કરતાં, મદન સુરત સોહાયજી,
સગુણ ભકત નિર્ગુણ સુકરવા, હૃદય પ્રવેશ પ્રભાયજી.

રમણ રસોદ્‌બોધે ગુણ રાજસ, સહજ પ્રિયા હૃદે માનજી,
રસવાધે તમસ ગુણ પ્રકટે, ભ્રભંગે નખક્ષત દાનજી.

તેહ થકી રસ વાધ્યો જ્યારે, સાત્વિક ભાવ પ્રવેશજી,
કરૂણા રસ પ્રકટયો બેઉ અન્તર, દીન ભાવ આવેશજી.

સકલ ભકતના ભાવ વિસ્તર્યા, શ્રી યમુના હૃદયે આવ્યાંજી,
નિર્ગુણ ભાવ હૃદય સુખ પ્રકટયો, હરખે નયન મિલાવ્યાંજી.

પ્રેમ રસોદ્‌ગમ અધિક સુઉમગ્યો, લોચન અશ્રુ ભરાયજી,
તન્મય થઈ રસ સાગર ભાવે, દ્રષ્ટિ તે સ્થિર ન અઘાયજી.

એણી પેરે રસવશ થઈ અન્તર, પ્રીતમ છબિ અવધારીજી,
પરમ પ્રકાશ નિકુંજે ફેલ્યો, ભકત પરમ સુખકારીજી.

એ છબિ નીલ રન્ધ્રથી નિરખે, ભકત ભર્યા સૌભાગજી,
એ લીલા મન વસો નિરંતર, કૃષ્ણ પરમ અનુરાગજી.

આખ્યાન-બીજું

(રાગ : રામકલી)

શ્રી યમુનાષ્ટક - શ્લોક : ૨ (ઉદ્‌ગમ અને પ્રયાણ)

કલિન્દગિરિ મસ્તકે, પતદમન્દ પુરોજ્જવલા ।
વિલાસ ગમનોલ્લસત્‌-પ્રકટ-ગણ્ડશૈલોન્નતા ॥
સઘોષ ગતિ દન્તુરા, સમધિ રૂઢ દોલોત્તમા ।
મુકુન્દ રતિ વર્ધિની, જ્યતિ પદ્મબંધોઃ સુતા ॥૨॥

શ્રમસરિતા શ્રીયમુના મહારાણીજી, શ્રીવલ્લભ પ્રભૂએ શોભા વખાણીજી,
એમની કૃપાએ કાંઈ એક જાણીજી, ગુણ અનેક ગાયે ભકત સુવાણીજી.

ઢાળ : ગાય ગુણ સુઅનેક ભાવે, ભકત હૃદય વિચાર,
પ્રાકટ્ય એમનો સુખદ સુન્દર, પામે નહીં કોઈ પાર.

શ્રી યમુના પ્રાકટ્ય કારણ, કહું ભાવ પ્રકાશ,
પ્રાણ-પતિ રસ પ્રિયા યૌવાન, પ્રકટ વિવિધ વિલાસ.

તેહ સમે રસ રમણ કરતાં, કરૂણ રસ મદમાંત રમણે,
વિપરિત સ્વેદ કણ, ઉમગ્યાં પ્રિયા મુખકાંત.

ગિરિ કલિન્દ રૂપી કુચદ્ધય, ઉન્નત નિબિડ ચુચાગ્ર,
શ્રમ સ્વેદ-જલ રસકેલિ પ્રિયતમ, હૃદય ભરિત ભુવાગ્ર.

તેહ શ્રમજલ પૂર ઉજ્જવલ, વેગ યુકત સહાય,
વિલાસ - ગમને ચલ પયોધર, પ્રિયા પ્રકટ પ્રભાવ.

શૈલ ઉન્નત ગણ્ડ સુંદર, કુચ ઉભય ગતિ સાથ,
ઘોષ સાત્વિક કરૂણા રસમય, શબ્દ સહ લેહેરાત.

જાણે ઉત્તમ ડોલ બેઠાં ઝુલે પરમ રસાલ,
દેહ-શુદ્ધિ ભલે સુપ્રિત, વધે મુકુન્દ દયાલ.

એણી પ્રકારે ભકત ભાવે, બોલે જય જય કાર,
સર્વસ્વ વરે તે સમે એવા, રસિક જન રસભાર.

રૂપ યુગલ સહૃદય કમલ, સુબન્ધૂ સૂર્ય પ્રચણ્ડ,
વિપ્રયોગ સ્વરૂપ તાપે, સુતા દ્રવ હૃદય ખણ્ડ.

તપ્ત હૃદય સુતાપ ભાવે, દ્રવિત શ્રીયમુનાય,
જયરૂપ થયે અતિ સુહાયે, શોભા તે રૂડી મન માંય.

એણી પેરે પ્રાકટ્ય તે રસ, રૂપ પરમ અગમ્ય,
શ્રીવલ્લભ પરમ પ્રતાપ હૃદયે, કૃષ્ણદાસ સુગમ્ય.

આખ્યાન-ત્રીજું

(રાગ : ધનાશ્રી)

શ્રી યમુનાષ્ટક - શ્લોક : ૩
(ભુતળ પર પ્રગટ થવાનો પ્રકાર અને હેતુ)

ભુવં ભવન પાવની-મધિ ગતા મનેકસ્વનૈઃ ।
પ્રિયાભિરિવ સેવિતાં, શુક મયૂર હંસાદિભિઃ ॥
તરંગ ભુજ કંકણ-પ્રકટ મુકિત કા વાલુકા ।
નિતમ્બ તટ સુન્દરી, નમત કૃષ્ણ તર્ય પ્રિયામ્ ॥૩॥

આ નિત્ય નિકુંજ સેજે પ્રિતમ જી, પ્રિયાજી કરે રે વિવિધ વિહાર,
આ સાર સકલ રસનો એણે સમે.

આવિપરિત રતિરંગે, પ્રાણપોષતાજી, પ્રિયાજી ઉર ઉપન્યો આનંદ,
આ ફન્દ ટાલી શ્રીયમુનાજી પ્રકટિયાં.

આ સહચરી સખી, સહુ આવીયાં, લાવિયા કુમકુમ થાલ,
આ માલ મલ્લિકા કુસુમ, તણી મહમહે.

આ સૌ મલી સૌભાગ્ય મદે નૃત્ય કરે, ભરે આનંદ રસ ઉરમાંય,
આ ગાય સકલ ભાવે ભેટતાં.

આ રાજસ તામસ સાત્વિક રસે વશે, નિર્ગુણે થાય પ્રવેશ,
આ દેશ ભુવન ત્રણ જાણિયે.

આ ફેલે સુધા પાવન કરે, ભરે ઉજ્જવલ ભાવનું દાન,
આ માન પામે ભકત નિર્દોષ થાય ઘણાં.

આ અધિક રસ ફેલ્યો ભૂમિયે, શ્રીજી હ્રદયે પરમ રસાલ,
આ કૃપાલ થઈ નિજ ભકતતણાં.

આ પૃથ્વી રૂપે તે શ્રીજી હ્રદય છે, વિજય શ્રમ સ્વેદ ધાર સુહાય,
આ થાય સુખદ ઘણા હરખિયા.

આ પ્રિય સખી પેરે ઉચ્ચાર કરે, ભરે રસ મિત્રત્વે સુહાય,
આ થાય રમણ રસે નિપુણ તે.

આ શુક ચંચુ સમીતે નાસિકા, સૌરભિકા શ્વાસોચ્છશ્વાસ,
ઉલ્લાસ દ્વરા સેવિત મહા.

આ મયુર રૂપી ભાવ ઉદ્બુદ્ધ જે, વિબુધ રસ મગનસુ કૂંજે,
આ પૂંજે પરસ્પર રતિ કૂંજન કરે.

આ એણી પેરે શ્રીયમુના તણી, ઘણી કરે રે તે સેવા અનંત,
આ કન્ત વાણી તે જાણે મયૂરની.

આ હંસ ગાન પ્રભુ તણું રસે, વસે સામગ્રી શ્રી અંગ ભાવ,
આ ભાવસું દંપતિ સેવા કરે.

આ આણી પેરે નિત્ય સરસતાં વરસતાં, શોભા તે અનન્ત,
આ અન્ત ન પામે શ્રીયમુના સ્વરૂપ તણો.

આ ભુજ તરંગે રસ વિલસતાં, ચમકતાં મુકતા કણ સ્વેદ,
આ ભેદે કંકણ ભુજે વાલુકા.

આ નિતમ્બ તટ સીમા સુન્દરી, ઢરી રસ શ્રૃંગાર કૃષ્ણ રૂપ,
આ અનૂપ પ્રિય તે તૂર્ય જાણિયે.

આ ચોથી અવસ્થા જે નિર્ગુણ તણી, ઘણી સિદ્ધિ તે રસનું દાન,
આ સમાન તે રૂપે ચોથી પ્રિયા.

આ રતિ વિપરીતે રસસાગરે, આ ગ્રહે અવલંબન રૂપ,
આ અનૂપ તે તટ, નિતમ્બ સમા.

આ એણી પેરે પ્રાણનાથનું સાથ કરે રે હિત અત્યન્ત,
આ કાન્ત શૃંગાર રસ કૃષ્ણ પ્રિયા.

આખ્યાન-ચોથું

(રાગ-ભૂપકલ્યાણ)

શ્રી યમુનાષ્ટક - શ્લોક : ૪
(શ્રી ઠાકોરજીના સમાન ષડ્‌વિધ ઐશ્વર્ય)

અન્નતગુણ ભૂષિતે શિવવિરંચિદેવસ્તુતે ।
ઘનાઘનનિભે સદા ધ્રુવપરાશરાભીષ્ટ દે ॥
વિશુદ્ધમથૂરાતટે સકલ ગોપ ગોપીવૃત્તે ।
કૃપા જલધિ સંશ્રિતે મમ મનઃ સુખં ભાવય ॥૪॥

તે પદ વન્દુ શ્રીયમુના સુખકન્દજી, ત્રિભુવન મંગલ પરમાનંદજી,
સુખદ અનિર્વચનીય આનન્દજી, ચાલ લટકતી મોહ્યા ગયન્દજી.

ઢાળ : સુખદ વન્દુ, શ્રી યમુનાજીનાં, પદ કમલ શુકુમાર,
આનંદ સાગર અનુપમ સુન્દર, પામે નહિં કોઈ પાર.

ગુણ અનન્ત વિભૂષિતા, શિવ બ્રહ્માદિ સ્તુતિ અવતાર,
બ્રહ્મા રજોગુણ, ભકતનો, શિવ તમોગુણ ચિતધાર.

સકલ ઈન્દ્રિય અધિષ્ઠાતા, દેવ અનેક પ્રકાર,
નિર્ગુણ પોતાને કરવા સ્તુતિ કરે નિરાધાર.

કોમલ હૃદય કરી અમારાં, દ્રવિત રસ આધાર,
નિર્ગુણ ભાવે ટહેલ કરવા, સકલ ઈન્દ્રિય સાર.

એણી પેરે ઘણી સ્તુતિ કરીયે, એવાં શ્રયિમુના પરમ ઉદાર,
કરૂણા રસસાગરે, વ્યાકુલ થાય અમિત અપાર.

મેઘવર્ણ શૃંગાર રસાત્મક, ગૂડ રસ અનુભાવ,
રસ સઘનતાએ સુહાય, મેઘક્રાન્તિ સુભાવ.

ધ્રુવ પરાશર રૂપી અચલ, દ્રડ ભાવે મનોરથ પૂર,
ઈચ્છિત ફલ જે દૈન્ય, કોમલ ભાવ સુજીવન મૂર.

વિશુદ્ધ મથુરા તટ વિભૂષિત, ગોપ ગોપી અંગ,
નેત્ર રૂપી તટ સુલજ્જા, ભાવ મથુરા સંગ.

તટ પલક યુગનેત્રે, ગોપીભાવ પ્રિય આરોપ,
શ્રીજીના પુંભાવ કટાક્ષે, આકર્ષણ કરી ઓપ.

પરમ રસમય કૃપા સાગર, શોભે શ્રી યમુના અપાર,
ભકત ઉપર કૃપા દ્રષ્ટિએ જુએ અમિત ઉદાર.

પરસ્પર આશ્રિત સુપ્રિતમ, ભકત સુખ હૃદે ધાર,
નિરન્તર રસવૃષ્ટિ કરે, કૃષ્ણ ભાવને અનુસાર.

એણી પેરે નિત્ય નૌતન લીલા, કરે રતિ રસરાજ,
ગોકુલપતિ પદ રજ પ્રતાપે, સકલ સરિયાં કાજ.

આખ્યાન-પાચમું

(રાગ : સામેરી)

શ્રી યમુનાષ્ટક - શ્લોક : ૫ (શ્રી યમુનાજીનો ઉત્કર્ષ)

યથા ચરણપદ્મજા, મુરરિપોઃ પ્રિયં ભાવુકા ।
સમાગમનતો ભવત, સકલસિદ્ધિદા સેવતામ ॥
તયા સદ્રૂશતામિયાત્, કમલજા સપત્નીવયત્ ।
હરિપ્રિય કલિન્દયા મનસિ મે સદા સ્થીયતામ્ ॥૫॥

શ્રમ-સરિતા સુખકારી સમરે નિષ્પાપ થાય નરનારી,
ચરણ શરણે તાપહારી, પ્રકટયા શ્રીયમુના નિકુંજવિહારી.

વદન સુધારસ જો હે, ભકત હૃદય કરૂણા રસ પોહે,
નવ જલ ઘન વપુ સોહે, કોટિક રતિપતિના મન મોહે.

સંગમ માત્રથી ગંગા કરે, પાવન ત્રિભુવન સુઉમંગા,
પ્રિય કરતા શ્રીકૃષ્ણ સુઅંગા, દનિભાવ રસ ઉજ્જવલ ઉછંગા.

તામસ યુકત જે ક્રીડા, અનેક બંધન આદિ, નખ ઉત્પીડા,
રસ આધિકયે શકિત, રસ પીડા, રોમાંચિત શ્રમ કણ સુખ ભીડા.

ઢાળ : જેનો ભિડે સકલ સુખ થાયે રે, કરૂણા રસે શ્રી યમુના સુહાયે,
દીન ભાવ ગંગાસુવખાણો રે, કરૂણા રસ ઉજ્જવલ સુખ માણો રે.

એ બેઉનો સમાગમ થાય રે ત્યારે દ્રવિત હૃદય રસમાય,
પ્રભુ પ્રસન્ન, ત્યારે હોય રે, દાસભાવે નિવેદન જો હોય.

સ્વામિની કૂચ મધ્યે રાજે રે, ગંગા ઉજ્જવલધા રાજે,
પ્રથમ દ્રવિત શ્રમ કણ છે રે પાછલ ગંગા ધારણ છે.

તેથી સકલ સિદ્ધિ સુખ દાન રે, આપે ઉજ્જવલ ભાવ સુમાન,
નિત્ય સિદ્ધા શ્રી યમુનાજી કહિયે રે, દીનભાવ સદા સુખ લહિયે.

લક્ષ્મી સમાન ભાવ દેતા રે, દીનભાવે પ્રસન્ન પ્રભુ લેતાં,
દાસભાવે મનોરથ કીધો રે, કર ગ્રહી લીલા માંહે તણી લધો.

સર્વે ભકત સદા પ્રિયકારી રે, સ્વામિની મન આનંદ ભારી,
ભકત મન હરણ હરિ પોતે રે, તેમના અતિપ્રિય યમુના હોય રે.

એણી પેરે શ્રી યમુનાજીને જાણો રે, જાણી નિશદિન ગાઈ વખાણો,
મનમાંહિ સ્થિતિ સદા કીજે રે, કૃષ્ણા દાસી હૃદયે રસ દીજે.

આખ્યાન-છઠ્ઠું

(રાગ : વરજ)

શ્રી યમુનાષ્ટક - શ્લોક : ૬ (અલૌકિક પ્રભાવ)

નમોસ્તુ યમુને સદા, તવ ચરિત્રમત્યદ્ભુતમ્ ।
ન જાતુ યમયાતના, ભવતિ તે પયઃ પાનતઃ ॥
યમોઽપિ ભગિની સુતાન-કથમુહન્તિ દુષ્ટાનપિ ।
પ્રિયો ભવતિ સેવનાત્, તવ હરેર્યથા ગોપિકાઃ ॥૬॥

નમન કરૂં શ્રી યમુના સુદર, નિશનિદ દર્શન આપોજી,
અતિ અદ્‌ભૂત તે ચરિત્ર તમારા, હૃદયે સ્થિર કરી સ્થાપોજી.

શીતલ સુખદ સુપાન પ્રિયનું, કરીને અતિ સુખ થાયજી,
રાજસ તામસ ભાવરૂપી, યમભયથી મુકત કરાયજી.

સુંદર રસિક સ્વરૂપ તમારું, હૃદયે જ્યારે આવેજી,
આર્તિ સકલ હરે તત્ક્ષણ, કોમલ હૃદય સુદ્રાવેજી.

વિકલતા રૂપી યમ સુભગિની, શીતલ ભાવે રાજેજી,
વિપ્રયોગ રૂપી સુર્ય સુતાએ, વિકલતા યમ ભાગેજી.

સુખદ રૂપ તમારા આશ્રિત, પુત્ર સમા કહેવાયેજી,
તેને દેખી યમ ત્રાસ નાસે, પોષિત પય સુખ થાયેજી.

ગોપીજન પ્રભુ પ્રિયા ઘણા તે, આપની સેવાએ કીધાંજી,
અનેક ભકત સુકૃપા ભાવે, અંગીકૃત રસ દીધાંજી.

એણી પેરે જશ ગાય નિરન્તર, મહિમા ઉર અનુરાગેજી,
લોચન ભરી પાન કરે સહુ, રૂપ-સુધા-રસ પાયેજી.

સહચરી સહુ ટોળે મલી, રસ ભાવ અનેક પ્રકારજી,
એ છબિ મન વસો નિરન્તર, વિવિધ રસ સુખ સારજી.

સઘનનિકુંજે પ્રિયા પ્રિયતમ, રસ વિલાસ બહુ થાયજી,
કૃષ્ણ-રસમન શીતલ ભાવે, મગ્ન થઈ જશ ગાયજી.

આખ્યાન-સાતમું

(રાગ : સમોરિ)

શ્રી યમુનાષ્ટક - શ્લોક : ૭ (સાન્નિધ્યતાનું ફળ)

મમાસ્તુ તવ સન્નિધૌ, તનુ નવત્વ મેતાવતા ।
ન દુર્લભ તમા, રતિ મુરરિપૌ મુકુન્દપ્રિયે ॥
અતોઽસ્તુ તવ લાલના, સરધુની પરં સંગમાત્ ।
તવૈવ ભુવિ કીર્તિતા, ન તુ કદાપિ પુષ્ટિસ્થિતૈઃ ॥૭॥

દાસ ભાવે કરી, સેવે નિત્ય પ્રિય હરિ,
સકલ નિજ ભકતના માન હરતાં.
લીલા રસ પોષણે, પરમ કરૂણા ભર્યા,
શ્રમ જલ સ્વરૂપ આનંદ ભરતાં.

પોતાને સાનિધ્યે ભકત નૂતન દેહ, હદય દ્રવીભૂત ઉજજવલ સુકિઘો,
દૈન્ય ભાવે સરસ સ્વામી હિત ભોગ્ય, તે મઘુર માઘુર્ય લોચને પીઘો.

દોષગુણ રજો તામરા આદિ.ભકતના દૂર કરી, રસ રૂપ ભકિત દેતાં,
રોમ પ્રતિ રોમમાં, દૈન્ય પ્રાદુર્ભાવે,નવ તનુ ભકત આનંદ લેતાં.

સદા સાનિઘ્ય માગું ચરણ શરણમાં, મોક્ષદાતા મુકુન્દને મિલાવે,
આપની કૃપાએ સુલભ શ્રીજી ઘણા, પ્રકટ તે પ્રતાપ સુખ હૃદે સમાવે.

એણી પેરે આપનું લાલન કૃપારૂપ, નિત્ય અમને સદા પ્રાપ્ત થાયે,
ભકતના હદય તે શુદ્ધ અવની સમા, ઉજજવલ ભાવે સકલ હદય છાયે.

તેણે સમે અઘિક અઘિક રસ વાઘિયો, તે રસ માંહે શ્રમસ્વેદ ઉપન્યો,
ઉજજવલ રસ પ્રીતમ પ્રવેશ હદયે થયો, સ્વામિની દ્વારા તે સરસ નૂતનો.

ત્યારે દંપતિ તે પરમ નિર્ગુણ થઇ, વિવિઘ રસકેલ આનંદકારી,
પુષ્ટિસ્થ સૃષ્ટિથી ન ગાન ગંગાતાણુ, આપના રૂપે સર્વ સિદ્ધિકારી.

એહ રસસિન્ઘુ અજ્ઞાન તે શું કહે, મન્દમતિ હીન જે રસ વિહોણા,
મૂલ લીલા રૂપ રમણ ગોકુલપતિ, કૃપાએ કંઇક અમૃત વિલોણા.

તેહ થકી પરમ રસ મધુર તે નીપનો, ભાગ્યવંત જીવ જેણે શ્રવણે પીધો,
પરમ રસ વાધિયો, હૃદે પ્રવેશ્યો ભાવ, કૃષ્ણ પ્રિયા શ્રીયમુના કૃપાએ દીધો.

અહર્નિશ ધ્યાન હૃદયે, શ્રીયમુનાજી તણું, સકલ નિજ ભકતના દોષ ટાળે,
દાસ 'કૃષ્ણા'કહે, સકલ સજ્જન સુણે, શ્રીયમુનાજી આપનું બિરૂદ પાળે.

આખ્યાન-આઠમું

(રાગ : ધનાશ્રી)

શ્રી યમુનાષ્ટક - શ્લોક : ૮ (શ્રી યમુનાજીનો ઉત્કર્ષ)

સ્તુતિ તવ કરોતિ કઃ કમલજા સપત્નિ પ્રિયે ।
હરેર્યદનુ સેવયા, ભવતિ સૌખ્ય મા મોક્ષતઃ ।।
ઈયં તવ કથાધિકા, સકલ ગોપિકા સંગમ ।
સ્મરશ્રમજલાણુભિઃ સકલગાત્રજૈઃ સંગમઃ ।।૮।।

શ્રમ સરિતા રસ, સિન્ધુ પરમ સુજાણ,
સરસ મનોહર, શ્રીહરિ જીવન પ્રાણ.

વદન કાંતિ જાણે, કોટિક ચંદ્રપ્રમાણ,
મેઘવર્ણ સ્વરૂપ, સુસકલ કલ્યાણ.

ભકત સકલ આપે સદૈન્યનું દાણ,
ટાળે વિકલતા શિર પર ધરી નિજ પ્રાણ.

ભાવ પ્રવેશે સકલ દોષ વિત્રાણ,
નિર્ગુણ કરી નિજભકતનું કીધું ત્રાણ.

કોમલ કીધાં જે હતાં હૃદય પાષાણ,
સકલ કુમારિકાનું જુવો તમે પ્રકટ એધાણ.

રતિ વિપરીતે, દમ્પતિ રસની ખાણ,
શ્રી મુખ સોહે શ્રમકણ શીતલ પાણ.

ઉમગી હૃદયકુચ, પરમ આ લ્હાણ,
ત્યાં થકી પ્રિય હૃદયે, પરસ્યો એ લ્હાણ.

દંપતિ મધ્ય રસની લ્હેર તે જાણ, પરમ દ્રવ્યો રસ,
કોઈ નહિ એહ સમાન.

ઢાળ: એવાં તે નિર્ગુણ પ્રિય ગાતાં, ભકતના સહુ અઘ ટલે,
હૃદયે શુદ્ધ થઈને દીન ભાવે, રમણ રસિકને જઈ મલે.

નિત્ય ધામ, નિકુંજ ભવને, પ્રિયા પ્રીતમ શોભતાં,
નમિત દ્રુમ ફલ, પુષ્પ ભારે, ભ્રમર ગન્ધે લોભતાં.

મત્ત થઈ ગુંજે ચુતર્દિશ, ગાન જસ મન મોહતા, નેક સહચરિ,
અનેક સહચરિ મધ્ય નાયક, સુંદર પરમ સુશોભતા.

અનેકવિધિ શૃંગાર ભૂષણ, ફુલ ગૂંથે સહચરિ,
હાર કંકણ કર્ણ ભૂષણ, ક્ષુદ્ર ઘંટા ગલ સરી.

રસરૂપ શ્રીયમુના પધાર્યા, કમલ કર માલા ધરી,
દાસ ભાવે દંપતિયુગલ ચરણમાં વંદન કરી.

એણી પેરે નિત્ય વિવિધ લીલા, કરે અતિ સુકુમાર ત્યાં,
રસ ભરતિ હૃદયે, નાના ભાવે, એવા નાથ અમિત ઉદાર જ્યાં.

એવાં તે શ્રીયમુના તણી સ્તુતિ કરવા કોણ સમર્થ છે ?
અનેક સ્વામિની ભાવ પૂરિત, સપત્નિ સુખ અર્થ છે.

નિત્ય સિદ્ધા પ્રિયા શ્રીયમુના, સકલ સ્વામિની પ્રિય કરે,
માનાદિ લીલા મધ્ય પોતે, મિલન યુગલ રસે ભરે.

અનેક સ્વામિની દાસ ભાવે, ભકત જો સેવે સદા,
તારતમ્યે ફલ મળે તેથી, શ્રીયમુના સેવે સર્વદા.

શ્રીયમુનાજી તમ વિના હૃદે, દીનભાવ ન પ્રકટતા,
સર્વ લીલામય સુકોમલ રૂપ, વિશિષ્ટ સુગણિતા.

એહી થકી એ અધિક ઉત્કર્ષે, શોભે શ્રીયમુના ઘણાં,
પ્રિયા પ્રીતમ ગોપીજન રસ, કેલિજલ તે શ્રમતણાં.

એ રીતે રસ વૃદ્ધિ કરતાં સર્વથી અધિક વિરાજતાં,
લક્ષ્મી કૃપાએ મોક્ષ પુષ્ટિ, ફલ સુતારતમ્ય ભ્રાજતાં.

સ્મર-શ્રમ-જલ બિન્દુ રૂપે, કૃપા કરી સુખસાર,
સકલ રસ-લલિા, સુસંગમ, આપે પરમ ઉદાર.

એણી પેરે સુખરૂપ યમુના તણો કરો રે ઉચ્ચાર,
મનોરથ પૂરી ભકતના, સુખ આપો ચરણ વિહાર.

મગ્ન થઈ લીલા પયોનિધ, ગાય જશ અતિ મોદ,
દાસી “કૃષ્ણા” હૃદયે, આપો દીનભાવ સુખોદ.

આખ્યાન-નવમું

(રાગ : બિભાસ)

શ્રી યમુનાષ્ટક - શ્લોક : ૯ (પાઠનું ફળ)

તવાષ્ટકમિદં મુદા પઠતિ સૂરસૂતે સદા ।
સમસ્ત દુરિતક્ષયો ભવતિ વૈ મુકુન્દે રતિઃ ॥
તથા સકલ સિદ્ધયો મુરારિપુશ્ચ, સંતુષ્યતિ ।
સ્વભાવ વિજયો ભવેત્ વદતિ વલ્લભઃ શ્રીહરેઃ ॥૯॥

અહર્નિશ ક્ષણ ક્ષણ સમરિયે, શ્રયિમુના પરમ સુખરાસ રે - રસના
શ્રમજલ સિન્ધુ સુધા ભર્યા તે દંપતિ મધ્ય વિલાસ રે - રસના

અતિ કૃપાલ કરુણા ભર્યા તેભકત હૃદય રસ ભાર રે - રસના
શ્રીઅંગ કાંતિ કૃપા રસે બહુ, મણિ મરકત ધનવાન રે - રસના

સરસ વસન ચિત્રિત ઘણા તે અનેક ભાવ અનુભાવ રે - રસના
પરમ રસિક ચૂડામણિ તે, રતિ રસકેલિ સ્વભાવ રે - રસના

મધુર હાસ્ય મુખ શોભતાં રે, કરૂણા દ્રષ્ટિ વિશેષ રે - રસના
સૌરભ અધિક શ્રીઅંગની રે, સુંદર પરમ સુવેશ રે - રસના

પરમ ચતુર રતિ કેલિમાં રે, ભકત હૃદય શૃંગાર રે - રસના
દંપતિ સુખ હૃદયે ધરી, તે દાસભાવ અનુસાર રે - રસના

નીલ કાંતિ ફેલે ઘણી, તે ભકત સુશીતલ ભાવ રે - રસના
અંતરંગ લીલા તણી, રસરેલ અધિક ફેલાય રે - રસના

નિર્ગુણ રસ વાધે સદા, તે ઉજ્જવલ પરમ પ્રકાશ રે - રસના
કોમલ હૃદય દ્રવિત મહારસ, ક્રીડા હૃદય વિકાસ રે - રસના

ભકત મનોરથ અતિ ઘણા તે, પૂરવા મન ઉલ્લાસ રે - રસના
શીતલ કટાક્ષે નિરખતાં તે, મધુર દ્રષ્ટિ ઉચ્છ્વાસ રે - રસના

ભકત હૃદય નિર્ગુણ કરી દે, દીન ભાવનું દાન રે - રસના
સકલ સ્વામિની કેલિમાં તે, સહુના નિવારે માન રે - રસના

અનેક સામગ્રી લીલા તણી તે, પ્રકટ કરે બહુ ભાત રે - રસના
રસ વાધે દંપતિ તણો તે, મન કર્મ વચન સુહાત રે - રસના

વિકટ સઘન દ્રુમવેલમાં રે, કુંજ કુસુમ ફલ ભાર રે - રસના
ફેલે સૌરભ અતિશે ઘણો, મકરન્દ લુબ્ધ મધુપ ગુંજાર રે - રસના

સઘન નિકુંજ સુખધામમાં, તે સ્વચ્છ સેજ સુખ રાસ રે - રસના
ફુલ વિવિધ સૌરભ ભર્યા, તે સેજે સજયા સુવિકાસ રે - રસના

પ્રીતમ વિલાસ પ્રિયા તણો, ત્યાં રસમય પુષ્પ સુવાસ રે - રસના
શૃંગાર રસિક ચૂડામણિ તે, વિલસે વિવિધ વિલાસ રે - રસના

વિપરિત રતિ ક્રીડા કરે, પ્રભ પૂરણ અનુરાગ રે - રસના
કોટિ મદન રતિ લાજતાં રે, મન્મથ મુદિત સુહાગ રે - રસના

ક્રીડા રસ ઉમગ્યા બહુ તે, રૂપ ભાન વિસરાય રે - રસના
તેહ સમે રતિ શ્રમ ઘણો, મુખકમલ સ્વેદ ઉમંગાય રે - રસના

તે શ્રમજલ બિન્દુ રસભર્યા, તે સ્વામિની હ્રદયે ઠહેરાય રે - રસના
વેગ અધિક શ્રમજલ તણો તે, શ્રીહરિ હ્રદયે સરસાય રે - રસના

તે શ્રમજલ સિન્ધુ રૂપ અદ્દ્ભૂત, પ્રિતમ હ્રદયે ભરાય રે - રસના
છબિ સુંદર અતિ માધુરી, ધનવાન પ્રકટ મન ભાય રે - રસના

લોચન યુગલ કમલ સમા તે, મધુર મધુર મુસકાય રે - રસના
રમણ સમે સાક્ષી સમા તે, શ્રીયમુના અનુભાવ રે - રસના

એ છબિ નિરખે સહચિર, તે જાલરંધ્રે સુખ થાય રે - રસના
આનંદ ઉચ્છલિત કંપસૂં,ત્યાં દીનભાવ પ્રકટાય રે - રસના

શ્રીયમુના રસસિન્ધુની તે, અનિર્વચનીય પ્રભાવ રે - રસના
ભકત હ્રદયે પ્રકાશતાં તે, આનંદ ઉર ન સમાય રે - રસના

શ્રીયમુના-રસ-રૂપનું તે, અષ્ટક કર્યુ તે પ્રમાણ રે - રસના
હર્ષયુકત થઈ સહુ મલી, જો પાઠ કરે રતિ જાણ રે - રસના

મૂલ સ્વરૂપ ગોકુલપતિ, તેના ચરણ કમલ રતિ થાય રે - રસના
સકલ દૂરિત ક્ષય તત્ક્ષણ થઈ, સકલસિદ્ધિ અનુભવાય રે - રસના

પરમ પ્રસન્ન થાય અતિ ઘણા તે, રસિક ચૂડામણિ રાય રે - રસના
ભકત સ્વભાવ વિજય કરે તે, મદન મોહન વશ થાય રે - રસના

એણી પ્રકારે સુખ પામવા, શ્રીવલ્લભ સ્તોત્ર પ્રકટાય રે - રસના
એ પ્રભુ ચરણ પ્રતાપથી તે, “કૃષ્ણા” હ્રદય વિકસાય રે - રસના

કુમુદની ચન્દ્ર કૃપા રસે સહુ, પદ લીલા પરમ અનુભવાય રે - રસના
મૂલ સ્વરૂપ ગોકુલ પતિ-પદ-કમલે, સુખદ રતિ થાય રે - રસના

શ્રી યમુના બાવની

કૃષ્ણ પ્રભુજી પૂરો આશ
યમુનાના ગુણ ગાવું ખાસ,
આપ તણા એ પટરાણી
ગણાય યમુના મહારાણી,
મહા પુણ્યે પામ્યા કિરતાર
જગમાં કિધો જયજયકાર,
રૂડાં રૂપને જલ છે શ્યામ
વંદે એને દેવ તમામ,
સૂર્ય પુત્રીએ ચતુર સુજાણ
વેદ પુરાણો રે વખાણ,
કૃષ્ણ પ્રભુના પ્રિય ચતુર્થ
ન જાણે એ જીવન વ્યર્થ,
પ્રગટ્યા શ્રીઅંગથી જેહ
સ્નાને પાપો બાળે તેહ,
ભુતળ પર છે સુવિખ્યાત
સર્વ ગુણ સંપન્ન એ માત,
યમુના માએ ધરિયા રૂપ
થવાય નિરખતાં તદ્દરૂપ,
પગમાં ઝાંઝરના ઝણકાર
ગળે શ્વેત મોતીની માળ,
કાને કુંડળ રત્ન જડીત

બાંહે બાજુ બંધ શોભે નિત,
ચુંદલડીનો વિધ વિધ રંગ
દર્શનથી ઉર વધે ઉમંગ,
લાલ કમળનો કંઠે હાર
શોભે મુગટ શીર અપાર,
કમળપુષ્પ કર શોભે અપાર
કમળ દડાનો કરમાં હાર,
યમુનાજી ના સોળે શણગાર
નિરખતા નહિ આવે પાર,
તટ પર મથુરા વૃંદાવન
નીરખી જન થાતા પાવન,
પવિત્ર તિરથ વિશ્રામ ઘાટ
ને તટ પર ઠકરાણી ઘાટ,
રામ ઘાટ સુંદર દેખાય
શ્યામ ઘાટ પણ દિસે ત્યાંય,
યમુનાજીની દયા અપાર
વ્રજ તણો કિધો વિસ્તાર,
વિધ વિધ વૃક્ષો ને વળી વેલ
યમુના તટ પર કરતાં ગેલ,
હંસ શુક મેનાને મયુર
બોલે તીરે અતી મધુર,
મોહક લાગે શ્યામ તરંગ
આપે તે અતિ ઉમંગ,
ભગીની યમરા જાના થાય
ભાઈ બીજ મહિમા લેખાય,
ષોડશ ગ્રંથમાં તેનું નામ
વળી સહુમાં પ્રથમ સ્થાન,
પતિતિને કરવા પાવન
ભૂતળ પર છે શુભાગમન,
રાખ્યો મા એ ખ્યાલ
વલ્લભ કુળને કીધું ન્યાલ,

શ્રી કૃષ્ણના જશોદા મા
ને ભકતોના યમુના મા,
ચિર હરણ યમુનામાં થાય
રાસ અનેરા ખૂબ રમા,
ગોપ ગોપીઓ આનંદ કરે
નટખટ નંદકુવરને વરે,
કરે મોરારી મોરલી નાદ
દોડે ગોપી સુણી સાદ,
રેતાળ પટ છે અતિ વિશાળ
એમાં ખેલે ગોપ ગોવાળ,
કાત્યાયની માનીને મન
કુમારી કા કરતી પૂજન,
યમુનાજીને કરે નમન
મેળવવાને મન મોહન,
યમુના તટ પર દડો રમાય
પડયો એ યમુના માંહ્ય,
કૃષ્ણ પ્રભુ તે લેવા ધાય
નાગદેવ ત્યાં જાગી જાય,
નાગણીઓ સૌ કરે વિલાપ
બાળક છો સિધાવો આપ,
શ્રી કૃષ્ણે સાધીને લાગ
નાથ્યો કાલિન્દીમાં નાગ,
યમુનાજીએ કીધૌ યજ્ઞ
ઠાકોરજીને કીધા વશ,
શિવ બ્રહ્માદિ સઘળા દેવ
યમુનાજીની કરતા સેવા,
સૂરનર મુનિવર મૂકી માન
ગાતા મા યમુનાના ગાન,
પુષ્ટિમાર્ગના ભકત અપાર
એને યમુનામાની સહાય,
સ્તુતિ યમુનાજીની કરે

તે ભવસાગર સહેજે તરે,
યમુનાજીના નીરે ન્હાય
રહે ન તેના પાપ જરાય,
કરે પ્રેમથી જે જલપાન
સ્વર્ગે એને મળશે માન,
નિર્મળ જળમાં ન્હાવો નિત
ચરણોમાં ચોટાડો ચિત્ત,
શ્રી પ્રિયાજીને વારંવાર
ચરણે વંદન કરૂં હજાર,
મા યમુનાજીનો ઉપકાર
જેથી લખાયો અલ્પ જ સાર,
યમુનાજીની લીલા અપાર
શું વર્ણું હું છેક ગમાર,
શુદ્ધ બની પ્રગટાવી ભાવ
લીલા યમુનાજીની ગાવ,
નિત્ય નિયમ જે ગાશે ગીત
તેની થાસે જગમાં જીત,
મા યમુનાજી રાખે લાજ
કદી નહી દંડે યમરાજ,
સંકટ પણ એ હરશે માત
દર્શન પણ દેશે સાક્ષાત,
વૈષ્ણવને પણ એક જ આશ
દેજો ભકિત મા જીવનમાં.

સાખી

મા યમુનાની બાવની પ્રેમે જે કોઇ ગાય
તન મન પાવન થાય ને અંતે વ્રજમાં જાય
બોલો શ્રી યમુના મહારાણી કી જે જે જે.

અષ્ટસિદ્દિ નિરૂપણ નું પદ
(રાગ : યથારુચિ)

શ્રી યમુના કો નમન કરીએ, હરખિ સકલ સિદ્ધિ અષ્ટ હી પૈયે,
લૌકિક દેહ યહી સેવા કો, એક અલૌકિક રૂપ હી પૈયે. ૧

લીલા દર્શન દૂસરી સિદ્ધિ, કાલિંદી રતિવર્ધિની કહીએ,
સો રસ અનુભવરૂપ તીસરી સિદ્ધિ, ભુવન પાવની તાતે કહીએ. ૨

સર્વાત્મભાવ સિદ્ધિ હેં ચોથી, અનંત ગુણ ભૂષણ પૈયે,
સો સેવા આધીન પ્રાણપતિ, મનમેં સુખભાવન કરી લૈયે. ૩

આદિ પદતે ચરણ પદ્મજા, મુરરિપુ કી પ્રિય ભાવુક કહીએ,
વિપ્રયોગમેં અંતર પ્રાગટ્ય, કૃષ્ણભાવન સિદ્ધિ પંચમી કહીએ. ૪

સિદ્ધિ છઠ્ઠી હે લીલા દર્શન, અંતરદ્રષ્ટિ કરી પૈયે,
નમન કરત હી સદા યમુના, ગોપિકાવત પ્રિય હી પૈયે. ૫

સિદ્ધિ સાતમી ભાવરૂપ કરિ, રસ અનુભવ હી પૈયે,
સાનિધ્ય તિહારે સ્તુતિ કો ગાન કરી, ભાવ દઢ કરી લૈયે. ૬

સિદ્ધિ અષ્ટમી પ્રાગટ્ય હરિકો, અંતર અનુભવ કરિયે,
હરિ સેવા ફિર અનુભવ કરિ કે, મોક્ષ લો સર્વ સુખ પૈયે. ૭

યહી કથા શ્રીયમુનાજી કી સકલ ગોપિકા સંગમ કહિયે,
મર્દન શ્રમજલકણ કરિ કે, સકલ અંગ રસ પૈયે. ૮

યહ અષ્ટક હરિરૂપ કથનમેં સેવાફલ લો પૈયે,
મુરરિપુ પ્રસન્ન હોવે હેં, સ્વભાવ વિજય કર લૈયે. ૯

ભાવવૃદ્ધિ પ્રભુ વિરહ દે કે,કરે હેં યમુના સ્વામિ સ્મરણ તે,
શ્રી વલ્લભ શ્રીવિઠ્ઠલ સુરતરુ, બ્રહ્મસંબંધ કરાવન તેં. ૧૦

કહી કથા યહ શ્રી “હરિરાય” હી, શ્રીમુખકમલ મકરંદ તે,
સોહી જશ મકરંદ કો લે, જીવેં મધુપરસ ગનુગાન તેં. ૧૧

અષ્ટસિદ્દિ નિરૂપણ નું પદ
(ગરબાના ઢાળમાં)

કરીએ વંદન શ્રીયમુના માતને રે,
અષ્ટ સિદ્ધિ સકલ હરખે પામીએ જો,
સેવા લૌકિક દેહથી આ કરીએ રે,
રૂપ એક અલૌકિક પામીએ જો. ૧

બીજી સિદ્ધિ તે લીલા દરસન રે,
રતિ વર્ધિની કાલિંદી કહીએ જો,
ત્રીજી સિદ્ધિ રસાનુભવ રૂપ રે,
તેથી ભુવન પાવની કહીએ જો. ૨

સિદ્ધિ સર્વાત્મભાવની ચોથી રે,
ગુણ અનંત ભૂષણ પામીએ જો,
પ્રાણપતિ સેવન આધિન રે,
લઈએ મનમાં કરી સુખ ભાવીએ જો. ૩

આદિ પદમાં યમુના પાદપદ્મજા રે,
મુરરિપુ તણી પ્રિયં ભાવુકા જો,
વિપ્રયોગે પ્રાગટ્ય અંતરમાં રે,
સિદ્ધિ પાંચમી કહીએ કૃષ્ણ ભાવુકા જો. ૪

સિદ્ધિ છઠ્ઠી તે લીલા દર્શન રે,
કરી ઝાંખી અંતરમાં પામીએ જો,
નિત નમીએ યમુના માતાને રે,
ગોપી સદર્શન પ્રિયને પામીએ જો. ૫

સિદ્ધિ સાતમી ભાવરૂપ કહીએ રે,
રસનો અનુભવ પામીએ જો,
તારું સાનિધ્ય સ્તુતિ ગાને પામીએ રે,
ભાવનો દ્રઢાવ કરી લઈએ જો. ૬

હરિ પ્રાગટ્ય સિદ્ધિ આઠમી રે,
અનુભવ અંતરમાં કરીએ જો,
હરિ સેવા અનુભવ કરીએ રે,
સુખ સઘળાં રે મોક્ષતઃ પામીએ જો. ૭

આ કથા શ્રી યમુના માતાની રે,
સકળ ગોપકિા સંગમ કહીએ જો,
કામશ્રમના તે જલકણ બિંદુઓ રે,
સકળ અંગના રસને પામીએ જો. ૮

હરિરૂપી અષ્ટકના કથનમાં રે,
હોજી સેવાના ફળને પામીએ જો,
મુરરિપુ પ્રસન્ન તેથી થાય છે રે,
સ્વભાવ વિજય કરી લઈએ જો. ૯

ભાવવૃદ્ધિ પ્રભુ વિરહ દઈને રે,
યમુનાજી કરે છે સ્વામિ સ્મરણે જો,
શ્રી વલ્લભ શ્રી વિઠ્ઠલ સુરતરુ રે,
જીવ જ્યારે કરે છે બ્રહ્મસંબંધ જો. ૧૦

કહી કથા આ શ્રી હરિરાયજી રે,
શ્રી મુખકમલ મધુ પામતા જો,
આ યશના મધુને પામતા રે,
જીવ ભ્રમર રસગુણગાનથી જો. ૧૧

શ્રી કાલિન્દી મોહિની અવતાર

(રચયિતા : મુખિયા શ્રીગોપાલાલજી અવદીચ્ય "ગોવિંદ" શુદ્ધાદ્વૈત કોવિદ)

શ્રી કાલિન્દી કલિહરા શ્રી મોહની અવતાર,
ભાવગતં અનુસાર હિ વિરચ્યોં સામ્ય પ્રકાર.

સુરત સુધા રસદાન હિત અસુર વિમોહન હેત,
શ્રી કાલિન્દી મોહની એક મેક જન હેત. ૧

નીલ કમલ તન મોહન યમુના નવ ઘનશ્યામ,
વો સર્વાંગ સુંદર યે રતિ કોટિક કામ. ૨

શ્રી સમાન કર્ણાભરણ શ્રીમુખકમલ કપોલ,
નવ યૌવન વ સ્થલં કૃશોદરી અનમોલ. ૩

મુખામોદ અનુરકત અલિ ઝંકૃત લોચન લોલ,
અલકાવલિ માલા ગ્રથિત મલ્લિક પ્રફુલ અમોલ. ૪

સુગ્રીવા કંઠાભરણ, સુભૂજાંગદ ભૂષાય,
ભૂજ તરંગ કંકણ પ્રકટ વાલુકા મુકતા ભાય. ૫

સ્વેત પીત અંબર લસત તટ નિતંબ શોભય,
કટિ કાંચિત સમન હરં નૂપૂર પદ કમલાય. ૬

મંદ હસન ભ્રૂવિલસનં અવલોકન મધુરાય,
સુરા સુર સુપૂજિત સદા મોહની શ્રીશ્યામાય. ૭

કદલી ખંભન સે જઘન કટિ તટ લસત દુકૂલ,
કનક નૂપુર કૂંજાતિ કુચ કુંભન રસ મૂલ. ૮

કર્ણ કનક કુંડલ વિલસત્; નાસાસુમુખ કપોલ,
સુરાસુર સુમોહિત લખત કરકમલામૃત લોલ. ૯

સુરન સુધારસ દાન પ્રદ અસુરન સુરા સમાન,
શ્રી કાલિન્દી મોહની સ્નેહ દ્રષ્ટિ સુખ સાન. ૧૦

ગોવર્ધન મુખ રાહુસો સુવ્રજ કેતુ કમનીય,
મોહનિ યમુના સુધારસ પરિપૂજન રમનીય. ૧૧

સૂર્ય સુતા મન મોહની પૂરન ચંદ્ર કલાય,
ચક્રાકૃતિ ચારહુ દિશા મંડલ રાસ મહાય. ૧૨

શિવ વિરંચિ ઈન્દ્રાદિક સંસ્તુત સબ સુખરાસ,
મન મોહની યમુના સદા પ્રણમત "ગોવિંદદાસ". ૧૩

શ્રી યમુનાજીની
વધાઇ - ધોળ - ગરબા - ભજન

ઢાળ-ભકિત કરતા છૂટે મારા પ્રાણ, પ્રભુજી માગું એટલું રે

ચૈત્ર શુકલ છઠ્ઠી ગરૂવાર, પ્રગટ્યા શ્રીમહારાણી રે,
અધમ જનનો કરવા ઉધ્ધાર, પ્રગટ્યા શ્રીમહારાણી રે.

પિતા સુરજ માતા સંજ્ઞારાણી, યમરાજ ભગિની યમુના શાણી,
કૃષ્ણચંદ્ર પ્રભુનાં પટરાણી, પ્રગટ્યા શ્રીમહારાણી રે.

પ્રથમ કલિંદગિરિ પર ચરણ ધર્યા ત્યાંથી વસુધા ઉપર ઉતરીયા,
કાલિંદીએ કલિમલને હર્યા, પ્રગટ્યા શ્રીમહારાણી રે.

જલરૂપી ડોલીમાં બિરાજે મૈયા, શુક મોર હંસોથી સેવાય રહ્યા,
મળવા મોહનને આતુર થયા, પ્રગટ્યા શ્રીમહારણી રે.

કીર્તિ વધારી મથૂરાની ભારી, દેશ દેશથી આવે નરનારી,
સ્નાન પાન કરે સુખકારી, પ્રગટ્યા શ્રીમહારણી રે.

જેને મળવા મુનિજન દેહ દમે, શિવ બ્રહ્મા ને લક્ષ્મી વ્રજમાં ભમે,
"સખી" લળી લળી ચરણે નમે, પ્રગટ્યા શ્રીમહારણી રે.

❋ ❋ ❋

યમુનાજીની વધાઇ
રાગ-ધનાશ્રી

બધાવનો હેલી ભાન કે આજ, જન્મી હૈ જીવન મૂલ. ૧

ધન્ય ધન્ય સંજ્ઞા કૂખ સજની, ધન્ય ધન્ય એ યામ,
પ્રકટી શ્રીયમુના જગતારન, સફલ ભયે સબ કામ. ૨

ઋતુ બસન્ત મધુ માસ ગુરુ, કીન પક્ષ પુન્ય ઉજિયાર,
ઘોસ છઠ જન્મ લીનો, સૂરજ સુતા કુમાર. ૩

ધર્યો નામ કલિંદનંદિની રૂપ ગુન કી ખાન,
મહિમા અપરંપાર જાકી, બરની વેદ પુરાન. ૪

બહત શ્રી વિશ્રામ ઢિંગ નિત, સકલ સુખ કી રાસ,
ચાર પદારથ દાન દાતા ભકિત મુકિત અનુસાર. ૫

અદભૂત કન્યા દેખ દિનપતિ, બઢયો મન ઉલ્લાસ,
જલ જમના તીર તપકૂં, દિયો દિનકર બાસ. ૬

લિયે અરજુન સંગ યદુપતિ, સુનત આયે ધાય,
જાન જિય કી દોઉ કર ગહે, લીની રથ બૈઠાય. ૭

તુરત પિય પટરાની બ્યાહી, દ્વારકા નિજ ધામ,
ઢોલ મૃદંગ નિસાન બાજત, ગાવત મંગલ વામ. ૮

ચઢિ વિમાન મુનિ દેવ બરખત, કુસુમ લૈ લૈ ધાય,
નિરખ સોભા નૈન ફૂલે રહે થકિત નભ છાય. ૯

નાગરકુલ મેં જન્મ, મથુરા વાસ કીનો આય,
કૃપા બલ ગિરિધરન વૈષ્ણવ જીવન જસ ગાય. ૧૦

❋ ❋ ❋

દિનકર ઘર આનંદ ઉદિત બઢયો અતિ, ચલ ચખિ આજ વધાયે,
પ્રકટભઇ યમુના જગતારન, સબ મિલ મંગલ ગાયે. ૧

ધન્ય કુખ સંજ્ઞારાની કી, ઐસી સુતા જો જાઇ,
કૃષ્ણપ્રિય પટરાની જન્મ સુન, જિતતિત બજત બધાઇ. ૨

ચૈત્ર માસ સુભલગ્ન મુહરત, છઠ ગુરુવાર ઉજેરી,
જુરત નિસાન નાચત નરનારી, ગાવત દે દે હેરી. ૩

ઘર ઘર મંગલ મુદિત માનિની, મોતિન ચોક પુરાયે,
ધ્વજા પતાકા કદલી રોપત, બંદનવાર બંધાયે. ૪

અધમ ઉદ્ધારન કારન ભૂ પર, ભાગ્યન તેં દરસાઇ,
મહિમા અપરંપાર કહા કહું, વેદ પુરાનન ગાઇ. ૫

મજ્જન કરત હરત અઘઓઘન, ભકિત મુકિત ગતિ દેની,
માનોં વિધિ વૈકુંઠ ચઢન કું, ઉભય તટ રચિ હૈ નિસેની. ૬

સોભા શ્રી મથુરા મંડલ કી, ચરન સરન હોં તાકી,
મથુરા રમણી નિસદિન પોષત, જિયેં ભરોસે જાકી. ૭

શ્રી વિશ્રામ નિકટ બહત હૈ, લાગત ધાર સુહાઇ,
જાકે દરસ પરસ યમકિંકર, કબહું ન દેત દિખાઇ. ૮

કીજે કૃપા નિજદાસ જાન કેં, મન વાંછિત ફલ પાઇ,
વૈષ્ણવ મધપુરી બસ કે, જન્મ કર્મ ગુન ગાઇ. ૯

❋ ❋ ❋

ઢાળ-શ્રીમદ્ વલ્લભાધીશ મારા શિરપર રાજે છે

પ્રગટયા યમુનાજી રસધાર,(૨) વરત્યો જગમાં જય જય કાર,
કરવા અધમ તણો ઉદ્ધાર, (૨) વરત્યો જગમાં જય જય કાર.

નિત્ય લીલામાં સદા બિરાજે, તૂર્ય પ્રિયા મુરાર,
રસ-ઘનરૂપ દ્વિવિધ સુખસાર, (૨) વરત્યો...

મુકુટ કાછની શૃંગાર ધર્યો છે શ્યામ તણી મનુહાર,
સુંદર શ્યામ સ્વરૂપ સુકુમાર, (૨) વરત્યો...

સુરત કેલિ શ્રમજલની સરિતા, સદા વહે એક સાર,
જેનો મળે નહિ કિનારો, (૨) વરત્યો...

સ્નાન-પાન કરે જન કોઇ, તે ઉતરે ભવપાર,
તેમાં સંશય છે ન લગાર,(૨) વરત્યો...

સકલ સિદ્ધિના દાતા માતા, કરૂણાવંત ઉદાર,
જેનો મહિમા અપરં પાર,(૨) વરત્યો...

આપ કૃપાવિણ મળે નહિ, નિકુંજ લીલા અધિકાર,
“સખી” મુખ યમુના નામ ઉચ્ચાર(૨) વરત્યો...

❋ ❋ ❋

હાંરે સુણો નોબતના નાદ રે, શરણાઈના સૂર રે,
શ્રી યમુના મહારાણીના મંદિરે.

હાંરે ત્યાં તો આનંદ ઓચ્છવ થાય રે,
હાંરે મલી માનુની મંગળ ગાયે રે,
હાંરે બાંધ્યા તોરણીયાં દ્વાર રે, ફૂલડાના હાર રે, શ્રી યમુના...

હાંરે માને સોળે શણગાર ધરાવ્યો,
હાંરે ગાદિ તકીયા તો કેસરી બિછાવ્યા,
હાંરે શોભા વરણી નવ જાય રે, ઉરમાં ન સમાય રે, શ્રી યમુના...

હાંરે માતો શ્રીનાથ ધામમાં બિરાજે,
હાંરે મુખડું (સ્વરૂપ) નિરખીને કોટી કામ લાજે,
હાંરે ભીડ ભકતોની થાય રે, દર્શને જાયરે, શ્રી યમુના...

❋ ❋ ❋

શ્રી યમુનાજીના દર્શન કરવા, ચાલો ગોકુલ જઈએ રે,
શ્રી ઠકુરાણી ઘાટે નિરખી માને, મન પ્રફુલ્લિત થઈયે રે. ૧.

ધીર ગંભીર નીર શ્યામલ વરણા, સ્નાન-પાન જેનાં પૈયેરે,
ગોવિંદ ગોપાલને જસોદા ઘાટની, શોભા ધરીએ હૈયે રે. ૨.

ચતુર્થ નિધિ શ્રી ગોકુલનાથજીની, ઝાખી કરવા ધૈયે રે,
ઝારી ભરીએ શ્રી મહાપ્રભુજીની, મેવા પ્રસાદ મુખ લઈયે રે. ૩.

કૃષ્ણ સખા વ્રજવાસી બાલકને, પાઈ પૈસો દઈયે રે,
સખી માતા શ્રી યમુનાજી પર, બલબલ બલબલ જઈએ રે. ૪.

❋ ❋ ❋

પ્રેમે પધારી મહારાણી બોલાવું મારે મંદિરિયે,
મારા હૈયાના (૨) ભાવભણી પધારો મારે મંદિરિયે.

મેં તો આોસોપાલવના રે તોરણ બાંધ્યા દ્વારે,
હુંતો કુમકુમના (૨) સાથીયારે પુરાવું મારે મંદિરિયે.

શ્યામ સુંદરના પટરાણી રે સ્નેહથી સ્વાગત કરૂં,
મારા પ્રેમ તણા (૨) પુષ્પોની માળ પહેરાવું મારે મંદિરિયે.

તમે શ્રીજી બાવાને રે કે સાથે લઈને આવો,
મારા મનના (૨) મોતીડે રે વધાવું મારે મંદિરિયે.

તમે ઠાકોરના ઠકરાણીરે ઉરમાં આસન આપું,
મારી અંતર (૨) આરતી રે ઉતારૂં મારે મંદિરિયે.

મારી સરખી સહેલીઓરે સગા વ્હાલા આવે,
મારી માડીના (૨) ગુણલારે ગવડાવું મારે મંદિરિયે.

મા ચણીયોને ચોળીરે નવરંગ ચુંદલડી,
હીરામોતીના (૨) શણગાર રે સજાવું મારે મંદિરિયે.

સારી સામગ્રી કીધી રે લીલા સૂકા મેવાની,
હુંતો કટોરા (૨) દૂધ ના રે ધરાવું મારે મંદિરિયે.

માડી અંતરથી અંતર રે રાખશો કયાં સુધી,
માડી વૈષ્ણવને (૨) દર્શન દેજોરે મારે મંદિરિયે.

વૈષ્ણવ-વીનેવે છે વારંવાર જોવી ન પડે વાટલડી,
માના ચરણ (૨) કમલમાંરે શીશ નમાવું મારે મંદિરિયે.

સાખીઃ મથુરામાં છે વિશ્રામઘાટ, યમુનાજી ત્યાં તમારો વાસ,
મહારાણીમાં કૃપા કરે તો દોડતી આવું તારીપાસ.

❋ ❋ ❋

મારે ધ્વારે પધારો મહેમાન યમુના મહારાણી,
તારા પ્રેમે કરૂં સન્માન, યમુના મહારણી...

હુંતો વર્ષોથી જોઉં તારી વાટલડી,
તને જોવા અધીરી મારી આંખલડી,
મારા પુરા કરો અરમાન, યમુના મહારાણી...

મન મંદિરમાં પ્રેમની જ્યોત કરું,
ઉર આંગણિયે સ્નેહના સાથિયા પુરું,
મારા હૈયામાં આપુ તને સ્થાન, યમુના મહારાણી...

તારી કૃપાથી સેવાને સ્મરણ કરું,
મારા હૈયાના ભાવ તારા ચરણે ધરું,
રોજ ગાઉં હું તારા ગુણગાન, યમુના મહારાણી...

શ્રીજી બાવાની સાથે તારા દર્શન કરૂં,
વળી યુગલ સ્વરૂપનું ધ્યાન ધરૂં,
મારે કરવું છે પ્રેમ તણું પાન, યમુના મહારાણી...

તારૂં પાન કરૂં તો મારા પાપ બળે,
મારા જન્મ મરણના ફેરા ટળે,
તારી દાસીનું ટાળો અભિમાન, યમુના મહારાણી…મારે

❁ ❁ ❁

ધીરે પધારો મહારાણી શ્રી યમુના મૈયા ધીરે પધારો,
વિશ્રામ ઘાટ પર આપ બિરાજો શ્રીજી બાવાના પટરાણી, શ્રી યમુના…

મોહિની મૂરત, શામળી સૂરત,
આંખો તમારી અણિયાળી, શ્રી યમુના…

મસ્તક ઉપર મુગટ ધર્યો છે,
કુંડળ ઉપર બલીહારી, શ્રી યમુના…

મન મંદિરિયું ખાલી પડયું છે,
ઉઘાડી રાખી છે બારી, શ્રી યમુના…

નાકે નકવેસર સુંદર શોભે,
કંકણ પર જાઉં વારી, શ્રી યમુના…

પાયે તે ઝાંઝર રૂમ ઝૂમ વાગે,
લટકંતી ચાલ છે તમારી, શ્રી યમુના…

મનડાના મેવા પ્રેમે ધરાવું,
આરોગોને પટરાણી, શ્રી યમુના…

મન મંદિરિયાની શોભા છે સારી,
બંધ કરી દઉં બારી, શ્રી યમુના…

વલ્લભ કૂળના તમે છો રસીયા,
તુમ પર જાઉં વારી વારી, શ્રી યમુના…

❁ ❁ ❁

આવો મારે મંદિરિયે પધારો મહારાણીમા,
આવો મારી શોભા વધારો મહારાણીમા, આવો....

કઈ તિથિ કયા વારે કયારે પધારશો,
વાટ જોઈ ઉભી રહું ધ્વારે મહારાણીમા, આવો....

સ્વપ્ના આવે સારી રાત ઝબકીને જાગું,
ચારેકોર નિરખવા લાગુ મહારાણીમા, આવો....

હમણા આવે (૨) વાગે ભણકાર,
સંભળાય ઝાંઝરના ઝમકારા મહારાણીમા, આવો....

આવો તો માડી તમે એકલાના આવશો,
સાથે શ્રીનાથજીને લાવજો મહારાણીમા, આવો....

સાથે શ્રીવલ્લભને જરૂર તેડી લાવજો,
ધીરજના ખૂટે કૃપા કરજો મહારાણીમા, આવો....

આવો તો ઝાલી લઉં મા તારો છેડલો,
એવો મને લાગ્યો તારો નેડો મહારાણીમા, આવો....

સર્વે વૈષ્ણવ ભેગા મળીને ઉત્સવ મનાવશું,
ગુણલા તારા ગાશું ગવડાવશું મહારાણીમા, આવો....

દાસીને હૈયા સાથે કયારે મા ચાંપશો,
કસોટી કરીને ના માપશો મહારાણીમા, આવો....

❁ ❁ ❁

મનના મંદિરમાં પધારો રે મહારાણીમા,
મનના મંદિરમાં પધારજો રે.

દીન થઈને હુંતો યાચું રે મહારાણીમા,
મનના મંદિરમાં પધારજો રે.

આચરણ ન જાણું મા હું વિચાર ન જાણું,
ન જાણું ભકિતનો ભાવરે મહારાણીમા, મનના...

તનુજા ન જાણું મા હું વિતજા ન જાણું,
ન જાણું માનસી સેવારે મહારાણીમા, મનના...

પુત્ર કુપુત્ર કદી હોય રે મહારાણીમા,
માતા ન છોડે એના બાળ રે મહારાણીમા, મનના...

તમારે ખોળે મારે રમવાના કોડ છે,
નિકુંજમાં લેજો અમને તાણીરે મહારાણીમા, મનના...

* * *

આજે મહારાણીમા પધાર્યા રે, સખી મંગલ ગાવો,
મેં તો મોતીડાનાં ચોક પુરાવિયા રે, સખી મંગલ ગાવો.

રંગે ભર્યા મા શ્યામ સંગ રમતા,
સારસ, મોર શુક ચરણોમાં નમતા.
હાંરે સુખ ધામ મહારાણી કહાવિયા રે, સખી મંગલ ગાવો, ...આજે

બ્રહ્મસંબંધ જ્યારે જીવોનું થાય છે,
મહારાણી મા આપનાં મન હરખાય છે.
હાંરે એ તો લીલામાં જીવને સમાવિયા રે, સખી મંગલ ગાવો, ...આજે

ભકત હિત કારણે મા પ્રથમ પધાર્યા,
સ્નેહનાં સંબધો મા તમે નભાવ્યા.
હાંરે એ તો "સખી" ના હરખ વધાવિયા રે, સખી મંગલ ગાવો, ...આજે

* * *

(રાગ - નગરી નગરી)

ચુંદડી પહેરીને યમુના પ્રિયતમ સાથે આવ્યા રે,
મનના માંડવડે મેંતો મોતીડે વધાવ્યા રે,
રૂમઝૂમ રૂમઝુમ ઝાંઝરીયાને ઝણકારે આવ્યા રે.

ત્રાંસી આંખે પાછળ જોતા પ્રિયતમ નિરખી આવ્યા રે,
માથે સહેરો કાને કુંડળ મુખપર મલવડ (આડ) માડીરે,
પાનેતર ને ચુંદડી ઓઢી મન મંદિરમાં આવ્યા રે, ચુંદડી...

આગળ યમુનાં પાછળ પ્રિયતમ બન્ને સાથે આવ્યારે,
પગલે પગલે ફૂલડાં વેર્યા કુંજ ભવન સિધાવ્યારે,
નયન કુંભના જળથી મેં તો ચરણ ચોળી પખાળ્યા રે, ચુંદડી...

મસ્તક રૂપી શ્રીફળ મેંતો ચરણ ઉપર મૂકયું રે,
હૈયાના ઉમળકે હું તો લાવી આરતી ઉતારૂં રે, ચુંદડી...

મનનું મોટું કુંજ સદન છે સદા યુગલ સ્વરૂપે બિરાજો રે,
યમુનાને ગિરિધરને નિરખી સખી જાય બલિહારી રે, ચુંદડી...

❋ ❋ ❋

આવો આવો યમુનાજી મારે મંદિરિયે જોવું તમારી વાટડી
મુજને ઓઢાડો ઓ યમુનામાં શ્યામ કેરી ચુંદડી.

તમારે આધારે - આવી ઉભી છું (૨)
શ્યામ વિરહમાં - જલી રહી છું (૨)
કૃપા કરો મા શ્યામ મિલાવો,
તરફડી રહી દીન રાતડી, મુજને...

કરો કૃપા મા-શ્યામ તેડાવો (૨)
ઘડીયા લગ્ન-મા લેવડાવો (૨)
વચન લેજો મા જો જો ભૂલે ના,
પછી સોંપો તમારી લાડલી, મુજને...

વહેલા પધારે તો મા-ફુલડે વધાવું (૨)
કુમકુમ કેરા - સાથીયા પુરાવું (૨)
એ મારા હું એની બની જાઉં,
સોંપી દઉં મારી જાતડી, મુજને...

બે દર્દી મને - ભૂલી ભૂલી જાતા (૨)
વચન આપી મને - ફસાવી જાતા (૨)
તમ શરણે મા આવી ઉભી છું,
સ્વહસ્તે સોંપી દો માવડી, મુજને...

તનમનથી હું - એની બની જાઉં (૨)
સર્વે સમર્પી - દાસી બની જાઉં (૨)
કરો કૃપા વ્રજદાસી બનીને,
જલાવી દઉં આ જાતડી, મુજને...

આવો આવો યમુનાજી...
મુજને અઢાડો...

❋ ❋ ❋

હાંરે વાગે વાગે શરણાઈના સૂર રે,
આજે જમનાજી પધાર્યા મારે ઘેર રે,
આજે આનંદની થાય લીલા લહેર રે,
સોનાનો સુરજ આજ ઉગ્યો આંગણીયે,
હાંરે મારા હૈયામાં હરખ ન માય રે, આજ આનંદની...

લીલા તોરણ આજે બાંધ્યા છે બારણે,
કુમકુમના ચોક પૂર્યા જમુનાજી કારણે,
હાંરે આજ ફુલડાં વેર્યા ઘેર ઘેર રે, આજ આનંદની...

જમુનાજીને દેખી મારી આંખલડી હરખાય છે,
મંગલગીત સારી મંડળીયો ગાય છે,
હાંરે વાગે વાગે શરણાયુના સૂર રે, આજ આનંદની...

ઉરના આસન ઉપર માને પધરાવશું,
ભક્તિને ભાવથી આરતી ઉતારશું,
હાંરે આજ સમી ગયા માયાના નીરે, આજ આનંદની...

❋ ❋ ❋

જય જય જમુનાજી દાતાર,
તમોને વંદન વારંવાર,
કરતી જીવોનો ઉદ્ધાર, તમોને...

તપ કરી હરીને તેં આરાધ્યા,
સંદર વરદાનો તેં માગ્યા,
વશ કરી લીધા જુગદાધાર, તમોને...

નિજ સ્વાર્થ તેં કદી નવ જાણ્યો,
પ્રભુનો અખંડ આનંદ માણ્યો,
પામી પ્રિતમનો તું પ્યાર, તમોને...

મા તું પરબ્રહ્મની પટરાણી,
દૈવી જીવ પર કરૂણા આણી,
વહેતી કરૂણા કેરી ધાર, તમોને...

યમુના કિનારે જે કોઈ નહાશે,
તેમાં સઘળાં પાપો જાશે,
પહોંચી જાશે પ્રભુને ધ્વાર, તમોને...

અવિચળ ભકિત દેજો માડી,
લેજો બાળકને સંભાળી,
ભકતોને તારો છે આધાર, તમોને...

❋ ❋ ❋

એવી શ્રી જમુનાજી દયાળ, મુજને પ્રાણ પ્યારી છે,
પ્રાણ પ્યારી છે, મુજને અતિશય વ્હાલી છે. એવી શ્રી...

જે કોઈ માના શરણે આવે માડી એને તારે,
પાપો સર્વે કરતી માફ, (૨) મુજને પ્રાણ પ્યારી છે. એવી શ્રી...

કરૂણાળુશ્રી કાલીન્દીજી કૃષ્ણ સંયોગ કરાવે,
કૃપા વરસાવે દિન રાત, (૨) મુજને પ્રાણ પ્યારી છે. એવી શ્રી...

સ્નાન પાન દર્શનથી માંડી અંતર નિર્મળ કરતી,
એવાં દીન દયાળી માત, (૨) મુજને પ્રાણ પ્યારી છે. એવી શ્રી...

યમભગિની યમુનાજી માગે વર યમરાજા પાસે,
ના દે મુજ બાળકને ત્રાસ, (૨) મુજને પ્રાણ પ્યારી છે. એવી શ્રી...

ભકતો વિનંતી માને કરતાં માડી શરણું આપજો,
સર્વે સિદ્ધિ તમારે હાથ, (૨) મુજને પરાણ પ્યારી છે. એવી શ્રી...

❋ ❋ ❋

ધન્ય શ્રી યમુના કૃપા કરી શ્રી ગોકુલ વ્રજસુખ આપજો,
વ્રજની રજમાં અહર્નિશ અમને સ્થિર કરીને સ્થાપજો.

તમે મોટાં છો શ્રી મહારાણી, તમે જીવ તણી કરુણા જાણી,
અમને શરણે લેજો તાણી, ધન્ય શ્રી યમુના...

શ્રી વૃન્દાવનની વાટમાં ન્હાવું શ્રી યમુનાજીના ઘાટમાં,
વ્હાલે રાસ રમાડયાં રાતમાં, ધન્ય શ્રી યમુના...

ચાલો તો થઈએ વ્રજવાસી પરિક્રમા કરીએ ચોરાસી,
મારા જન્મ મરણની ટળી ફાસી, ધન્ય શ્રી યમુના...

પધરવો સાત સ્વરૂપ સેવા આરોગાવો મીઠા મેવા,
વૈષ્ણવને લાભ ઘણો લેવા, ધન્ય શ્રીયુમુના...

શ્રી ગોકુળ મથુરાની ગલીઓમાં મહારાજ મુજને ત્યાં મળીયા,
મારા સકળ મનોરથ સફળ થયા, ધન્ય શ્રી યમુના...

નંદજીનો વ્હાલો વનમાળી કાલિન્દીને કાંઠે ધેનુચારી,
વ્હાલો હસી હસી અમ શું લે તાળી, ધન્ય શ્રી યમુના...

ચાલો તો શ્રી યમુના નાહીએ એવા અખંડ વ્રજવાસી થઈએ,
એવી નૌતમ લીલા નિત્ય ગાઈએ, ધન્ય શ્રી યમુના...

સખી સમરોને સારંગ પાણી વૈષ્ણવને વ્હાલી એ વાણી,
એ લીલા હરિદાસે જાણી, ધન્ય શ્રી યમુના...

❋ ❋ ❋

દરશન દ્યો મા શ્રી યમુનાજી,
હું તો બીજા કશાથી નથી રાજી.

પાન કરાવો અમૃત જલનાં,
જોર હટાવો માયા બળનાં,
રટણ કરાવો શ્રી રાધાવરનાં,
દરશન દ્યો મા શ્રી યમુનાજી. ૧

શરણ પડયો છુ દુઃખડાં કાપો,
તાપ નિવારી સુખડાં આપો,
યુગલ સ્વરૂપ મારા હૃદયે સ્થાપો,
દરશન દ્યો મા શ્રી યમુનાજી. ૨

અહરનિશ સેવામાં દિન ગાળું,
કૃષ્ણ કૃપાળુ દીનતા માગુ,
અવિચળ પદ માગું પાયે લાગું,
દરશન દ્યો મા શ્રી યમુનાજી. ૩

માયા જાળ ટાળો શ્રી મહારાણી,
માજી લીલામાં લ્યો તાણી,
દૈવી જીવ ઉપર કરુણા જાણી,
દરશન દ્યો મા શ્રી યમુનાજી. ૪

છોડાવી દ્યો વિષયાશકિત,
માનસી સેવામાં અનુરકિત,
શયામ ચરણમાં દ્યો મા દઢ ભકિત,
દરશન દ્યો મા શ્રી યમુનાજી. ૫

દુર્ગુણ મારા કાઢી નાખો,
વાંક હમારો હોય તો સાંખો,
વ્રજમાં વાસ કરું એમ મુખ ભાખો,
દરશન દ્યો મા શ્રી યમુનાજી. ૬

લાલ લહેરી સેવક તારો,
દીન થઈ આયો અતિ દુખિયારો,
ઉગરવાનો બીજો મા નથી આરો,
દરશન દ્યો મા શ્રી યમુનાજી. ૭

❋ ❋ ❋

જુમનાજી મારા આવાજો રે હૃદયમાં,
ભવના તે બંધન કાપજો રે આ જીવનના.

તમને અધમ ઉધ્ધારણ જાણી,
દર્શન યમરાજાનો ભયભાગી, જુમનાજી...

કાંઠે લલિત ત્રિભંગી ગૌવા ચારે,
શ્યામા શ્યામની જોડી સોહાયે, જુમાનજી...

તમને સૂર્ય મંડળે તેજ દીધું,
ગોપીજનોને બહુ સુખ દીધું, જુમાનજી...

દાસ વિનંતી કરે કર જોડી,
મારે શ્રીજી ચરણની છે સેવાં, જુમાનજી...

❋ ❋ ❋

(ઝુલે ઝુલે છે ગબ્બરની માત)

જુઓ જુઓ મહારાણી મા નું રૂપ,
શ્યામ સંગે શ્યામ બન્યાં રે,

નિજ ભકતોનો કરવા ઉધ્ધાર,
કૃષ્ણ સંગે કૃષ્ણ બન્યાં રે,

પહેર્યા ચણિયો ચોળી ને ચુંડી અંગે,
ભાલે કુમ કુમ કેસરની ટીલડી શોભે,
મોહયા મોહયા મદન ગોપાળ, શ્યામ સંગે...

માના હસ્ત કમળમાં ચૂડીઓ રણકે,
માના પાયે ને પૂરની ઘુઘરી રણકે,
માને મોતીની માળા સોહાય, શ્યામ સંગે...

મા ના નેત્રો નિજ ભકતોને શોધી રહ્યાં,
માના શ્રી હસ્ત અભય પદ આપી રહ્યાં,
કરવા કૃષ્ણ અધરામૃત પાન, શ્યામ સંગે...

કૃષ્ણ તૂર્ય પ્રિયાજીની સંગે ખેલે,
ત્યાં તો ગોપીજન ઉરમાં આનદ ભરે,
જાય દાસનો દાસ બલિહાર, શ્યામ સંગે...

❋ ❋ ❋

મહારાણી મહારાણી કે યમુના મહારાણી,
મહારાણી મહારાણી કે જય જય મહારાણી,

તમે શ્રીજી બાવાના પટરાણી કે યમુના મહારાણી,
તમે ગોવિંદના પટરાણી કે યમુના મહારાણી,

પહેલા સ્વરૂપે પરણ્યાં મહારાણી,
બીજા સ્વરૂપે જલ પાણી કે, યમુના...

સોળે શણગાર સજયાં મોરી મૈયા,
ઉપર જરકસી સાડી કે, યમુના...

સાંવરી સૂરત મૂર્તિ મનોહર,
અણિયાળી આંખો છે તમારી, યમુના...

શિર પર મુગટ આપે ધર્યો છે,
છુટા કેશજ વાળી કે, યમુના...

નાકે નકવેસર આપે ધર્યો છે,
મોતીની શોભે છે વાળી કે, યમુના...

મન મંદિરયું ખાલી પડયું છે,
ઉંઘાડી રીખી છે બારી કે, યમુના...

મન મંદિરીયામાં આપ બિરાજો,
બંધ કરી દઉં બારી કે, યમુના...

પગમાં ઝાંઝર આપે ધર્યા છે,
ચટકંતી ચાલ છે તમારી કે, યમુના...

અષ્ટમી તિથિ ને અડધીશી રાત્રી,
શ્યામ ચરણ સુખ માણી કે, યમુના...

મનડાના મેવા માડી દિલડાનાં દૂધડાં,
પ્રેમે આરોગો પટરાણી કે, યમુના...

પુરૂષત્તોમની છબી નીરખતાં,
રાધા કૃષ્ણ મન માણી કે, યમુના...

વલ્લભ કુળના સ્વામી શામળિયા,
ચરણ કમળ બલિહારી કે, યમુના...

❋ ❋ ❋

ધન્ય શ્રી યમુના કૃપા કરીને મુજને દર્શન આપજો,
મને જાણી બાળ દોષ જરાય મનમાં ન લાવશો.

મને અહંતા મમતાનો અભાવ નથી,
પ્રભુ સેવામાં મારો ભાવ નથી,
હું આવી પડી ભવ કૂપ માંહી, ધન્ય...

મને ઘરમાં આસકિત ઝાઝી,
રહું નિશદિન એમાં હું રાચી,
મને છોડાવો મા સંસારથી, ધન્ય...

મા સેવાને સ્મરણ આપો,
પ્રભુ સેવામાં મુજને સુખ આપો,
મારા ભવના બંધન સહુ કાપો, ધન્ય...

મા હરિ સેવામાં દો આસકિત,
દો શ્યામ ચરણમાં દઢ ભકિત,
દો માનસિ સેવામાં આસકિત, દન્ય...

તમે કિશોરી બાઈ પર કૃપા કરી,
ચાર દિવસ રસોઈ કરી તેને ધરી,
તેની મનની વ્યાધિ તમે દૂર કરી, ધન્ય...

જે યમુનાજીના પયપાન કરે,
એને યમના કિંકરનો ભય ન રહે,
એ તો શ્યામ ચરણમાં જઈને રહે, ધન્ય...

તમે અધમ ઓધારણ છો,
નિજ ભકતોના ભવજળ તારણ છો,
નિજ ભકતોના સુખ કારણ છો, ધન્ય...

❋ ❋ ❋

વિનવું રે તમને ધન્ય રે યમુનાજીમા કૃપાળુ મહારાણીમા,
વૈષ્ણવને દર્શન દેજો મોરી મા.

નીર રે વળી ધીરને ગંભીરમા, મદ ભર્યા ચાલ્યા મા,
દૈવી જીવને કારણ વ્રજમા વસ્યા મોરી મા, વિનવું...

કરમાં રે લીધી કમળની માળા મા, ધીમે પગલે ચાલ્યા મા,
શ્યામ સુંદરને કંઠે માળા રોપી મોરી મા, વીનવું...

સૂરજ દેવતાનાં દીકરી યમુનાજીમા, યમરાજાના બેની મા,
વીરને વચને અધમ ઓધારણ તાર્યા મોરી મા, વિનવું...

બેઉ કર જોડીને કરૂં રે વિનંતીમા, વ્રજમા વાસ દેજોમા,
નિજ કૂળમાં લેજો અમને તાણી મોરી માં, વિનવું...

❋ ❋ ❋

લાગી લગન મને દર્શનની,
જય જય જય શ્રી યમુનાજી.

શુભ દિન આજે આનંદનો,
ગુણલા ગવાય મહારાણીમાના.

પાયા પડું મા શ્રી યમુનાજી,
જય જય જય શ્રી યમુનાજી.

છોરૂં છીએ મા યમુના ના,
સેવક છીએ મહારાણીમાના.

આશિષ દ્યો મા શ્રી યમુનાજી,
જય જય જય શ્રી યમુનાજી.

ગોપીઓ સંગાથે વ્હાલો રાસ રમે,
રાસ રમે તે સૌને ગમે.

રાસ રમોને તમે ગિરધારી,
જય જય જય શ્રી યમુનાજી.

બાળ તમારો ચરણે નમે,
વૈષ્ણવ તમોને વિનંતી કરે.

દર્શને દયો મા શ્રી યમુનાજી,
જય જય જય શ્રી યમુનાજી.

* * *

ઓ રે ઓ યમુનામા શું કરે વિચાર,
તારી યાદીમાં મારૂં લખી લેજે નામ.
ભૂલો પડયો છું હુ રે સંસારી,
ભૂલ્યા ભટકયા ને ઠરવાનું ઠામ (૨) તારી...

જપ તપ તીર્થ યાત્રા કાંઇ નથી કરતો,
સેવા કરવાનો મને સમય નથી મળતો,
ઝટપટ દોડુંને તારી ઝાંખી થઇ જાય (૨) તારી...

કાંઇ નથી કરતો ને આશા મોટી ધરતો,
હરતાં ને ફરતાં તારૂં નામ રટણ કરતો,
સંકટમાં સાથ મને દેજે મારી મા (૨) તારી...

ઓ રે ઓ યમુનામા દિલ માં દયા લાવજે,
એક વખત મને તારો કહીને બોલાવજે,
તેમાં તુજને શું થવાનુ છે નુકશાન (૨) તારી...

ઓરે ઓ મા મારી ઝાઝી નથી માગણી,
કળિયુગમાં વિકટ છે જીવનની કહાણી,
સખીઓની માં મારો ઝાલી લેજે હાથ (૨) તારી...

❁ ❁ ❁

રૂડા દિસે છે વિશ્રામ ઘાટ રે,
જય જય યમુના મહારાણી.

યમુનાના પાનનો મહિમા મોટો,
મહારાણીમા નો જગમાં ના મળે જોટો,
શ્રીજીબાવા છે તમ સાથરે, જય જય...

જુગલ જોડી સુંદર શોભે,
દર્શન કરતાં મનડું લોભે,
ઉભી જોડીને બે હાથ રે, જય જય...

ચણીયો ચોળીને ચુંદડી પહેર્યા છે,
સોળે શણગાર મારી માએ ધર્યા છે,
કમળની માળા ઝાલી હાથ રે, જય જય...

વિશ્રામ ઘાટે આરતી થાયે,
દેવ અને દેવીયો દર્શને જાયે,
વેદો ભણે છે નિત્ય પાઠરે, જય જય...

વિશ્રામ ઘાટની શોભા છે સારી,
દાસી કહે છે આવો નરનારી,
જોવા જેવો છે માનો ઠાઠ રે, જય જય...

❁ ❁ ❁

ઓ શ્રીનાથજીના પટરાણી, તારી મૂર્તિ મંગલકારી છે.

તારી મૂર્તિ મં ગલકારી છે, તારા જળ પાવન કારાં છે,
તારી ચૂંદડી આસમાની રંગની છે, તારી મૂર્તિ મંગલકારી છે.

તારે કાને કુંડલ શોભે છે,તારે કંઠે હાર એકાવન છે,
તારે નાકે નથની શોભે છે, તારી મૂર્તિ મંગલકારી છે.

મા કલિન્દગિરીમાં વસી રહ્યા, મા ભકતોના હૈયે ઝુલી રહ્યા,
તું વૈષ્ણવને અતિ વ્હાલી છે, તારી મૂર્તિ મંગલકારી છે.

તારે પાયે રૂમઝુમ ઝાંઝરીયા, હું તો જોંઉ તમારી વાટડીયા,
મને દર્શન દયો માં યમુનાજી, તારી મૂર્તિ મંગલકારી છે.

તારે ધ્વારે ભકતો આવે છે, માખણ ને મિસરી લાવે છે,
દૂર દૂરથી ભકતો આવે છે, માને સોળે શણગાર સજાવે છે.

મને શરણે લ્યોમા યમુનાજી, તારી મૂર્તિ મંગલકારી છે.
ઓ શ્રી નાથજીના પટરાણી, તારી મૂર્તિ મંગલકારી છે.

❋ ❋ ❋

યમુનાજી (૨) કે — જય જય યમુનાજી
તમે શ્રીજી બાવાના પટરાણી કે — જય જય યમુનાજી
મેં તો યુગલ સ્વરૂપે જોયાં રે — જય જય યમુનાજી
મારા ભવનાં બંધન ખોયાં રે — જય જય યમુનાજી
માએ પહેરી કસુંબલ સાડી રે — જય જય યમુનાજી
એવા સ્વરૂપ નિરખવા દોડી રે — જય જય યમુનાજી
નેપૂર ઘૂઘરી વાગે ચરણે રે — જય જય યમુનાજી
મારૂં મન તમારે શરણે રે — જય જય યમુનાજી
ઘેર બેઠાં તપે મારૂં તન રે — જય જય યમુનાજી
શોભા નંદકુંવરની સંગે રે — જય જય યમુનાજી
સુંદર રૂપે શ્યામ સ્વરૂપ રે — જય જય યમુનાજી
તમને મોહયાં છે વ્રજના ગોપ રે — જય જય યમુનાજી
સદા બિરાજે શ્રી વ્રજ માંહ્યરે — જય જય યમુનાજી
પુષ્ટિ ભકતની કરવા સહાય રે — જય જય યમુનાજી
શોભા જોઇ કહે હરિદાસ રે — જય જય યમુનાજી
અમને આપો શ્રી વ્રજમાં વાસરે — જય જય યમુનાજી
માજી હું છું તમારી દાસી રે — જય જય યમુનાજી
રાખો ચરણ કમળની પાસ રે — જય જય યમુનાજી
યમુનાજી (૨) કે — જય જય યમુનાજી

❋ ❋ ❋

શ્રી યમુનારાણી મહાપટરાણી નિકુંજમાં પધારો,
નિકુંજમાં પધારો મૈયા, ફુલડે વધાવું (૨)
શ્રી યમુનારાણી મહાપટરાણી નિકુંજમાં પધારો.

શહનાઈ કેરા સૂરથી ગગન ગજાવું,
નોબત કેરા નાદથી વ્રજ મંડલ નચાવું,
મોગરા, જાઈ, જુઈના, તોરણો બંધાવું રે (૨), શ્રી યમુનારાણી...

બટ મોગરાના ગુચ્છા કરી તોરણમાં લટકાવું,
નાની નાની કળીયો લઈને જાળીઓ ભરાવું,
છજ્જા ઝરૂખા બારી, દરવાજા રચાવું રે (૨), શ્રી યમુનારાણી...

ઊંચા નીચા માળમાં ગુલાબ ભરાવું,
રંગ બેરંગી ફુવારાઓમાં કેવડા જલ છંટાવું,
કુમ કુમ કેરા, મોતી કેરા, સાથીયા પુરાવું રે (૨), શ્રી યમુનારાણી...

નાચું ગાવું ધૂમ મચાવું, મંગળ ગીતડાં ગાવુ,
સુંગધ કેરા કૂંડા ભરીને શેરીએ છંટાવું,
સામગ્રીના થાળ સજાવી, કુંનવારા કરાવું રે (૨), શ્રી યમુનારાણી...

અષ્ટ સિધ્ધિ નવ નિધિ બારણે બોલાવું,
આપની કૃપાથી પ્યારા પ્રિતમને પધરાવું,
કૃપા કરો મારાં પ્યારી, નિજ ગૃહે પધારો રે (૨), શ્રી યમુનારાણી...

તમારી બની છું નિજ દાસી બનાવો,
અંતરંગ દાસી બનીને માડી નાદ ગજાવું,
નાદ ગજાવું માડી, જયનાદ ગજાવું રે (૨), શ્રી યમુનારાણી...

❋ ❋ ❋

જોતાં મનડું મલકાય,
નિરખતાં લોચનિયા છલકાય,
એવું રૂપ યમુનાનું.

ઠકરાણી ઘાટે જાતાં, રસમય પાન કરતાં,
હૈયું પુષ્ટિ બની જાય (૨), એવું...

મા ચુંદડીમાં શોભે, મારૂં મનડું દર્શને લોભે,
મારૂં તન મન આતૂર થાય (૨), એવું...

મા લહેરાતાં ચાલે, ઝમક ઝાંઝર નાદે,
માની ભમ્મરી પડતી ચાલ (૨), એવું...

મા કમલ સૌરભ ફેલાવે, નિજ ભકતો પર રેલાવે,
પ્રેમે ભકતો ખેચાઇ જાય (૨), એવું...

મા કૃપા દ્રષ્ટિ કરતાં, પતિતનો ઉધ્ધાર કરતાં,
વ્રજદાસી ઝૂકી જાય (૨), એવું...

❋ ❋ ❋

તું ઠાકોરની ઠકરાણી કે યમુના મહારાણી,
તને વૈષ્ણવ જનોએ વખાણી કે યમુના મહારાણી.

નિર્મળ પ્રવાહ તારો ગંભીર વહે છે,
લાખો જીવો તારા ચરણે નમે છે,
તારા પાપ હરનારા પાણી કે યમુના મહારાણી.

યમની તું બેનડી ને સૂરજની દિકરી,
કાલિન્દી થઇને કૃષ્ણને તું વરતી,
તું પ્રગટ થઇને પૂજાણી કે યમુના મહારાણી.

તારી માટીને કોઇ અંગ પર લગાવે,
ભકિત દેવીના ચરણોમાં શીશ પધરાવે,
એના મટી જાય ચોરાશીના ફેરા કે યમુના મહારાણી.

સ્નાન ધ્યાન કરે તેના દોષ નિવારતી,
આદિ થી અંત પાપ હરણી કહેવાણી,
મા છોડાવી ધ્યોને અહંતા મમતા કે યમુના મહારાણી.

તારી સેવાથી પ્રભુ રાજી રાજી થાય છે,
આપમતી સખીયો ગુણ તારા ગાય છે,
મારી નિર્મળ કરી દો ને વાણી કે યમુના મહારાણી.

❋ ❋ ❋

મા કલિદગીરીથી ઉતર્યા મહારાણીમા,
મા સુંદર બાળાવેષ ઝાંઝર ઝમકે મા.

આ પ્રાંત સમયે જાગતાં ઠકરાણી મા,
નીર ધીમે વહેતાં જાય ઝાંઝર ઝમકે મા.

એ દુહિતા છે સૂર્યનાં મહારાણીમા,
દૈવી જીવોને કરતી સહાય ઝાંઝર ઝમકે મા.

આ છોરૂં બાળક માનવી ઠકરાણીમા,
તારી ગોદમાં નાહિ પાવન થાય, ઝાંઝર ઝમકે મા.

જ્યારે સાંજ પડે રળિયામણી મહારાણીમા,
માની આરતી ઘાટે થાય ઝાંઝર ઝમકે મા.

આ કાચબા, માંકડા, માછલાં ઠકરાણીમા,
તારા જળમાં ડૂબકી ખાય ઝાંઝર ઝમકે મા.

મા ઠકરાણી ઘાટે બિરાજતાં મહારાણીમા,
તુજ ચરણે આપો વાસ ઝાંઝર ઝમકે મા.

❋ ❋ ❋

શ્રી યમુનાજીતો પ્રિતમના પટરાણી,
કે રમે રાસ કુંજમાં રે લોલ.

શ્રી યમુનાજીતો મોહનના મહારાણી,
કે રમે રાસ કુંજમાં રે લોલ.

શ્રી યમુનાજી શ્યામવરણ સુકુમારી,
કે વશ કીધા ગિરિધારી રે લોલ, શ્રી યમુના...

શ્રી યમુનાજીના કમલ સરખાં નેણ,
કે ઉચ્ચરે અમૃત વેણ રે લોલ, શ્રી યમુના...

શ્રી યમુનાજી તો સોળે સજે શણગાર,
કે કંઠે એકાવન હાર રે લોલ, શ્રી યમુના...

શ્રી યમુનાજીને ચરણે ઝાંઝરનો ઝમકાર,
કે ચાલે છે હંસ ગતી રે લોલ, શ્રી યમુના...

શ્રી યમુનાજીને અંગેચટક ચુંદડી લાલ,
કે શોભા છે અપરંપાર રે લોલ, શ્રી યમુના...

શ્રી યમુનાજીના ગોપીજન ગુણ ગાયે,
કે પ્રેમ સુધારસ પીએ રે લોલ, શ્રી યમુના...

શ્રી યમુનાજીને રસિકપ્રિયા પાય લાગે,
કે ચરણ કમલ રજ માગે રે લોલ, શ્રી યમુના...

❋ ❋ ❋

જીરે જીરે ચુંદડી એ રંગ લાગ્યો,
હોવે હોવે ચુંદડી એ રંગ લાગ્યો,
ખમ્મા ખમ્મા ચુંદડી એ રંગ લાગ્યો,
મારી યમુનામાની ચુંદડી એ રંગ વાગ્યો,
તારી ચુંદડીમાં ચટકા ચાર ચુંદડી એ રંગ લાગ્યો.

માના દર્શનનો મને રંગ લાગ્યો,
માનું મુખડું જોઈને મારો ભય ભાગ્યો,
હે મારા હૈયામાં હર્ષ નવ માય ચુંદડી એ રંગ લાગ્યો, જીરે જીરે...

માને બાંયે બાજુબંધ બેરખાં,
માને કંકણ રણકે હાથ ચુંદડી એ રંગ લાગ્યો, જીરે જીરે...

માને લલાટે દામણી શોભતી,
માને હડપચીએ હીરલા ચાર ચુંદડી એ રંગ લાગ્યો, જીરે જીરે...

માને કાંબીને કડલા શોભતાં,
માને ઝાંઝરનો ઝણકાર ચુંદડી એ રંગ લાગ્યો, જીરે જીરે...

માની ચુંદડી છે રંગબેરંગી,
હે મા ઓઢતાં આઠમની રાત ચુંદડી એ રંગ લાગ્યો, જીરે જીરે...

માના ચરણોમાં શીશ નમાવું,
હે મારા હૈયામાં હર્ષ નવમાય ચુંદડી એ રંગ લાગ્યો, જીરે જીરે...

❁ ❁ ❁

ઓ યમુના માત રે... હું આવ્યો તારે દ્વારે,
કરજોડી કરૂં પોકાર રે, તું સાદ સૂણજે મારો.
ઓ માત રે તારા પરચા જોયા અપાર રે,
સંકટથી સહુને ઉગારે, તું સાદ સૂણજે મારો. ઓ યમુના...

પરભવની મા પ્રીતિ જાગી,
ભકિતની મા લગની લાગી.
ઓ માતરે....મારી નૈયા છે મઝધારે,
એને લાવી દે જે કિનારે, તું સાદ સુણજે મારો. ઓ યમુના...

લોકો ઉડાવે હાંસી મારી,
થાયે મા બદનામી તારી.
ઓ માત રે...તું સહુની જીવન દાતા,
ભકતોની ભાગ્ય વિધાતા, તું સાદ સુણજે મારો. ઓ યમુના...

ભાગ્યની રેખા પડી છે આડી,
સીધી કરી દે ભાગ્ય જગાડી.
ઓ માતરે...તું ધારે તો પલમાં તારે,
પાપીને પણ ઉધ્ધારે, તું સાદ સુણજે મારો. ઓ યમુના...

દુનિયાએ મુજને ઠુકરાવ્યો,
દુઃખિયારો તુજ શરણે આવ્યો.
ઓ માતરે...તું સહુના દુઃખ નિવારે,
તો શાને મને વિસારે, તું સાદ સુણજે મારો. ઓ યમુના...

આંખે વહે છે આંસુધાર,
કોણ હરે મા દુઃખો મારા.
ઓ માતરે...તારા ભકતો તારે સહારે,
મા વહેલી ચડજે વ્હારે તું સાદ સુણજે મારો. ઓ યમુના...

❋ ❋ ❋

કરી પ્રણામ માને કરીએ પ્રણામ,
મહારાણી યમુનાને કરીએ પ્રણામ.
પાવન કીધા માએ વનરાવન ધામ,
મહારાણી યમુનાને કરીએ પ્રણામ.

શ્રીજી પ્રભુના પટરાણી પ્યારા,
શ્યામ સ્વરૂપ છો ભકિતની ધારા.
વેદ પુરાણ સૌ કરતા વખાણ, મહારાણી...

પાપીના પાપને દેતા રે બાળી,
ઘટમાં રમે છે ગોવર્ધનધારી.
નવખંડ ગાજે છે યમુનાનું નામ, મહારાણી...

ચણીયા ચોળી ચુંદલડી સાથે,
કંકણ કુંડળને ટીલડી લલાટે.
રૂડા સજ્યા માએ સોળે શણગાર, મહારાણી...

યમુનાના જળથી પાવન સૌ થાતા,
સર્વે વૈષ્ણવના હૈયા હરખાતા.
ભકતોના નાથના રૂદિયામાં સ્થાન, મહારાણી...

❋ ❋ ❋

ઓ શ્યામ સુંદિરના પટરાણી મને દર્શન દોને દીન જાણી,
મા વિશ્રામ ઘાટે નિવાસ કર્યો, જયાં શ્રીકૃષ્ણએ વિશ્રામ કર્યો,
મા ઠાકોરજીના ઠકરાણી, મને દર્શન દોને દિનજાણી.

શ્રી વલ્લભ કુળની બલિહારી, તારાં ચરણ કમળમાં જાયવાળી,
મા વેદ પુરાણે વખાણીરે, મને દર્શન...

મા જળ ઘેરા ગંભીર ભર્યા, તારૂ પાન કરીને વૈષ્ણવ તર્યા,
મા અધમ ઉધ્ધારણ મહારાણી, મને દર્શન...

મારા મનના મનોરથ પૂર્ણ કરો, હૈયામાં ભરપૂર ભાવ ભરો,
મારૂં શુધ્ધ કરો વર્તન વાણી, મને દર્શન...

તારી કૃપાથી સેવા સ્મરણ કરું, વાળો તો સત્યના પંથે વળું,
મને ભકિત રસની દયો લ્હાણી, મને દર્શન...

મારે શ્રીજી બાવાને મળવું છે, મા તારા ખોળે રમવું છે,
મા પતિત પાવન પટરાણી, મને દર્શન...

વૈષ્ણવ હારી થાકી ચરણે આવે, મારા લાખ લાખ વંદન તમ ચરણે,
મારી અરજ સ્વીકારો મહારાણી, મને દર્શન...

❋ ❋ ❋

યમુનામા આ જીવને સંભાળજો,
શરણે આવેલાને અપનાવજો, યમુનામા...

જન્મો જન્મથી ભટકતો એ આવીયો,
જો જો ઘટમાળમાં સરી જાય ના, યમુનામા...

હજારો વર્ષોથી નિજ સ્વરૂપ ભૂલીયો,
મમતાના બંધનમાં પડી જાય ના, યમુનામા...

કૃપા કરીને વલ્લભે અપનાવીયો,
પયપાને ભકત બનેલ હવે રહી જાય ના, યમુનામા...

પ્રભુ મિલનનો વિરહ કે તાપ નથી,
મૂળ સુખકે આનંદનું એને ભાન ના, યમુનામા...

ભવસાગર પાર કરવાની હામ નથી,
મા પકડો જો જો સરી જાય ના, યમુનામા...

કામ ક્રોધ મનમાંથી કદી જાતો નથી,
માયા મમતા હૃદયમાં રહી જાય ના, યમુનામા...

શરણસ્થ જીવ તમ પાસે આજે આવીયો,
ભવસાગરમાં તે ડુબી જાય ના, યમુનામા...

મા દિન હિન અજ્ઞાન છતાંયે બાળ છું,
તારણહાર બની દોડી આવ મા, યમુનામા...

મા તું છે અલૌકિક વૈષ્ણવોની માવડી,
તુજ શરણે આવી વ્રજસુખ જાય ના, યમુનામા...

❋ ❋ ❋

એકવાર બોલો તમે યમુના મહારાણીમા,
કેમ નથી બોલતા તમે યમુના મહારાણીમા,
બોલો બોલાવું તમને યમુના મહારાણીમા, એકવાર બોલો...

મથુરામાં પ્રગટયા તમે યમુના મહારાણીમા,
યમરાજાનો ભય ભાગ્યો યમુના મહારાણીમા, એકવાર બોલો...

ગોકુળમાં પ્રગટયો કનૈયો મહારાણીમા,
રાસ રમવાને કાજે યમુના મહારાણીમા, એકવાર બોલો...

ચંપારણયમાં પ્રગટયા શ્રી વલ્લભ મહારાણીમા,
દૈવી જીવને કાજે યમુના મહારાણીમાં, એકવાર બોલો...

ચૈત્ર સુદ છઠ્ઠનો દિન મહારાણીમા,
મહારાણીનો પ્રાગટય દિન ઉજવાય મહારાણીમા, એકવાર બોલો...

જતીપુરામાં ગીરિરાજ શોભે મહારાણીમા,
ગીરિરાજની પરિક્રમા કરીશું મહારાણીમા, એકવાર બોલો...

ભાઇ બીજનું સ્નાન જે કરશે મહારાણીમા,
તેને યમનો ભય નહીં રહે મહારાણીમા, એકવાર બોલો...

સખી મંડળના અલૌકિક મા છો મહારાણીમા,
વ્રજમાં વાસ અમને દેજો મહારાણીમા, એકવાર બોલો...

❋ ❋ ❋

મા વૃંદાતે વનના ચોકમાં રે દેવી શ્રીયમુના,
મા ખેલો રંગીલા રાસ રે દેવી શ્રીયમુના.

મા શ્યામ સુંદિર વર સંગમા રે દેવી શ્રીયમુના,
મા કરતાં મધુરું હાસ્ય રે દેવી શ્રીયમુના.

મા ચણિયા ચોળીને ચુંદડી રે દેવી શ્રીયમુના,
મા શોળે સજયા શણગાર રે દેવી શ્રીયમુના.

મા નાકે નકવેસર શોભતાં રે દેવી શ્રીયમુના,
મા ઉર એકાવન હાર રે દેવી શ્રીયમુના.

મા સરખી સૈયરના સાથમાં રે દેવી શ્રીયમુના,
મા તાળી દેતા હાથ રે દેવી શ્રીયમુના.

મા અમૃત વાણી ઉચ્ચરે રે દેવી શ્રીયમુના,
મા ગાતા ગુણ વ્રજનાથના રે દેવી શ્રીયમુના.

મા દાસ કરજોડી કરગરે રે દેવી શ્રીયમુના,
મા દેજો વ્રજમાં વાસ રે દેવી શ્રીયમુના.

મા ભકતો કરે વિનતી રે દેવી શ્રીયમુના,
મા રાખો ચરણની પાસ રે દેવી શ્રીયમુના.

મા વૃંદાતે...

❋ ❋ ❋

તું છે મારી માવડીને હું છું તારો બાળ,
ભકત તમારો પ્રેમે પૂકારે માડી આવો આજ,

અંતરની ઓરડીએ આવી પધારો,
મનના મંદિરીયે આવી બિરાજો,
બાળક તારી રાહ જુએ છે માડી આવો આજ, ભકત તમારો...

ભકિત ન જાણું પાઠ ન જાણું,
સ્તુતિ ન જાણું સ્તવન ન જાણું,
જાણું તારું નામ જ એક યમુના તારૂ નામ, ભકત તમારો...

કલિંદગિરી થી યમુના મા આવો,
ઠકુરાણી ઘાટના મહારાણીમા આવો,
સોળે શણગાર સજી યમુનામા આવો પાસ, ભકત તમારો...

શરણાગત ને શરણું આપો,
દ્વારે ઉભેલા બાળને બોલાવો,
ભૂલચૂક માડી મારી સૌએ કરજો માફ, ભકત તમારો...

❋ ❋ ❋

બેની યમુનાકો ધ્યાન લગાયા કરું,
શ્રી નવનિત પ્રિયાજીના દર્શન કરું,
શ્રી મહાપ્રભુજીને હૃદયામાં ધરું, બેની યમુનાકો...

શ્રી વિશ્રામ ઘાટે આરતી કરું,
શ્રી મહાપ્રભુજીને ભોગ ધરું,
બેની પ્રેમથી અહીં બોલાવ્યા કરું, બેની યમુનાકો...

શ્રી મહાપ્રભુજીની સેવા કરું,
શ્રી વલ્લભ કુળ હૃદયમાં ધરું,
બેની સેવા કો બડો ધર્મ ગણું, બેની યમુનાકો...

શ્રી નાથજીના હું દર્શન કરું,
શ્રી ગિરીરાજની પરક્રિમા કરું,
બેની માનસીગંગામાં નહાયા કરું, બેની યમુનાકો...

શ્રી ધ્વારિકાધીશના દર્શન કરું,
શ્રી બાલકૃષ્ણજીની સેવા કરું,
બેની યમુના ચરણમાં શરણ માગું, બેની યમુનાકો...

❋ ❋ ❋

મહારાણી મહારાણી કે યમુના મહારાણી,
તને વૈષ્ણવજનોએ વખાણી રે યમુના મહારાણી.

વ્રજની ભૂમિમાં તારો મહિમા છે મોટો,
હે તું તો, વેદના કાળથી પૂજાણી રે યમુના મહારાણી(૨)

નિર્મળ નીર તારી ધાર અખંડિત,
હે તું તો, કાલિન્દી વિશ્વમાં કહેવાણી રે યમુના મહારાણી(૨)

તારે કિનારે પગલાં પડયાં છે શ્યામના,
હે તું તો, મોટી થઈને મનાણી રે યમુના મહારાણી(૨)

તારી માટીમાં ખેલ્યો જગનો ખેલાડી,
હે તને, કિધી પ્રભુએ પટરાણી રે યમુના મહારાણી(૨)

સૂરજની દીકરીને યમની તું બનડી,
હે તું તો, સર્વથી ખૂબ જ વ્હાલી રે યમુના મહારાણી(૨)

તારા દર્શનથી દોષ બધા જાય છે,
હે તારા, પાનથી થાય કલ્યાણરે યમુના મહારાણી(૨)

તારા પાણીનાં સ્પર્શ અતિ દુર્લભ છે,
હે તારા,અમૃત સરખાં જળ રે યમુના મહારાણી(૨)

વૈષ્ણવજન તારા ચરણોના દાસ છે,
હે મારી, નિર્મળ કરજો વાણી રે યમુના મહારાણી(૨)

❋ ❋ ❋

(રાગ-ઓ ત્રિભૂવનના મોહન સ્વામી)

મારી આંખે આસુંડાની ધાર,
મહારાણીમા મારી સામુ જુઓ,
હુતો આવી ઉભી તમારે દ્વારે,
મહારાણીમા મારી સામુ જુઓ.

હું વ્રજયાત્રાની આશા કરૂં,
મા થાય કૃપા તો સફળ કરું,
અમને નહિ કરશો નિરાશ, મહારાણીમા...

મા બાળકોને ભેટવા દોડી આવે,
મા હરખ ભર્યા હૈયા હેલે ચઢે,
આતો લાગણીનાં પૂર કહેવાય, મહારાણીમા...

હુંતો વલ્લભ કુળની સાથે કરું,
હું ચોર્યાશી બેઠકની ઝારી ભરું,
હું તો લળીલળી પાયે લાગુ છું, મહારાણીમા...

મધુવન કોટવન સંકેતવન જાવું,
કોકીલાવન ચમેલીવન જાવું,
શું કહું વૃંદાવન ની માંય, મહારાણીમા...

દેહકુંડ વિમલકુંડ રાધાકુંડ નહાવું,
પીળીપોખર, પ્રેમ સરોવર નહાવું,
નહાવું માનસીગંગાની માંય, મહારાણીમા...

હું તો ગિરિરાજની પરિક્રમા કરૂ,
હું તો રમણરેતીમાં લોટયા કરૂં,
અમને રાસની ઝાંખી કરાવો, મહારાણીમા...

હુંતો કુંજ નિકુંજ માં શ્યામ શોધું,
હું તો કુંજ નિકુંજમાં બહાવરી ફરૂં,
યમુના કૃપા કરી શ્યામ બતાવ, મહારાણીમા...

મા તારે પગલે ચાલવાની શકિત દે જે,
મારા હૈયામાં શ્યામને સમાવી દેજે,
અમને આનંદ ઉરમાં આપ, મહારાણીમા...

હું તો વિશ્રામ ઘાટે માની આરતી કરૂં,
ભાઇ સંગાથે ભાઇબીજ સ્નાન કરૂં,
પાન કરીને ધન્ય થવાય, મહારાણીમા...

મા બાળકની અરજી ઉરમાં ધરો,
મા ભવો ભવના બંધન દૂર કરો,
અમને રાખો ચરણની પાસ, મહારાણીમા...

❋ ❋ ❋

જન્મઘરી જમુનાજીમાં નાહીએ,
પાપ મૂકી સહેજે પાવન થઈએ.

શ્રી જમુનાજી તો જમની પાસે રે આવ્યા,
બહેન જાણી બાંધવે રે બોલાવ્યાં.

માગ બહેની હું રે આપુ છું વચન,
હું તો તારા પર થયો છું પ્રસન્ન.

જમરાય જોર તારૂં છે ઝાઝું,
માટે તારી પાસે રે પસલી હું માગું.

માગું મુજ જળમાં આવી જે નહાય,
તેને કદી તારૂં તેડું નવ થાય.

ત્યારે હસી બોલ્યા જમરાય વાણી,
તારૂં જેને દિલ અડે પાણી.

તેની પાસે મારે કદી નવ જાવું,
ઘણો પાપી હોય તોય ના બોલાવું.

ધન્ય જેણે વ્રજમાં તે પૂર્યો વાસ,
બલિહારી જાય છે માધવદાસ.

❋ ❋ ❋

જો જો રે માડી ચરણે,આવી છું,
જો જો રે માડી બારણે આવી છું,
બારણે આવી છું તારા ચરણે આવી છું, જો જો...

રાત દિવસ મારા રોઈ રોઈ જાય છે,
મળવાને આજ મારૂં મનડું મુઝાય છે,
તું ના બોલાવે તો બેઠેલી શું કામની, જો જો...

મથુરા ધામમાં માડી વહેલા તેડાવજો,
વ્રજભૂમિના માડી દર્શન કરાવજો,
વ્રજભૂમિમાં ના તેડું તો જનમ શું કામનો, જો જો...

તને મળવા મારૂં અંતર ખેંચાય છે,
તારા તે નામ ઉપર જીવન વેચાય છે,
હાથ જાડીને કહું છું બોલાવી લે આ બાળને, જો જો...

તારૂં તે કહેણ મને ક્યારે મળવાનુ,
માતા-બેટી નું મિલન ક્યારે થવાનું,
સખી કહે છે હું તો દાસી તમારી, જો જો...

સખી મંડળ આજે પાયે પડે છે,
ભવો ભવ યમુના માને ભજે છે,
વલ્લભના સ્વામી જલ્દી તેડું મોકલજો, જો જો...

❋ ❋ ❋

ભજોને સખી યમુના મહારાણીમા,
પુષ્ટિ તણા વિધાતા રે લોલ,
પ્રેમ ભરી છે માની આંખલડી,
કૃપા અમૃત રસ સિંચે રે લોલ, ભજોને...

વાત્સલ્ય ભર્યા કર કમલે,
અભય પદ આપે રે લોલ,
શરણાગતને શરણે રાખે,
જેવી જેની અભિલાષા રે લોલ, ભજોને...

માના જળ સ્થળમાં સુંદિર શામળો,
ખેલે વ્રજભક્તોની સંગેરે લોલ,
અંગો અંગમાં સુંદિર શામળો,
ક્રીડા કરે નિશદિન રે લો, ભજોને...

શ્યામ સંગે રમણ કરતાં મહારાણીમાં,
બન્યા છે શ્યામ સ્વરૂપ રે લોલ,
દાસી માગે છે દીન થઈને,
માના ચરણમાં પ્રીતિ રે લોલ, ભજોને...

❋ ❋ ❋

યમુનાના નીર એવા મહિમા ગવાય રે,
પાન કરતાં ને સખી પાવન થવાય રે.

જલ સ્વરૂપે વ્રજમાં વહેતાં,
ભાવિક જાણે કરૂણા રસ રે, પાન કરતાં ને...

અંજલિ ભરીને પાન કરીને,
ધ્યાન ધરવું હર હંમેશ રે, પાન કરતાં ને...

હૈયે ધ્યાન મૈયાનું ધરતાં,
ભકિત સુધા રસ પિવાય રે, પાન કરતાં ને...

ભકિત રૂપી જયોત પ્રકાશે,
તિમિર જાય અવિદ્યા રૂપરે, પાન કરતાં ને...

અંગો અંગ પાવન થાયે,
થઈ જાય બેડો સહુનો પાર રે, પાન કરતાં ને...

આશા સહુની પુરણ કરતાં,
જેની જેવી અણિલાષા રે, પાન કરતાં ને...

યુગે યુગે દેવતાઓ ગાયે,
મહિમા વર્ણવ્યોના જાયરે, પાન કરતાં ને...

મહિમા અપાર જ્ઞાનીને કાજે,
કૃપા રસે ભકતો નહાય રે, પાન કરતાં ને...

દાસી માગે છે એવી રે કૃપા,
હૈયે રહે દીનતા ભાવરે, પાન કરતાં ને...

❋ ❋ ❋

શ્રી યમુનાજીની કુંજ માંહે,
સજયો ફૂલડા કેરો સાજ,
માગું સેવા સુખના લાભ.

ફૂલડે રચ્યો મંડપ મહેકે,
સખીજનોના મનડાં બ્હેકે,
પધાર્યા છે વ્રજનાથ,
શોભે પ્રિયાજીનો સાથ, માગું સેવા...

પ્રેમે પ્રિતમને પધરાવ્યા,
આંનદના ઉમળકે વધાવ્યા,
ધરાવી છે ફૂલ માળ,
સાથે દિલડાનો ભાવ, માગું સેવા...

સદન શોભા સખી કેમ કહેવી,
નિત્ય લીલા છે ત્યાં નવેલી,
અખંડ બસે શ્યામા શ્યામ,
જયાં છે યમુનાજીના ધામ, માગું સેવા...

યુગલ સ્વરૂપના ધ્યાન ધરીએ,
નિત્ય દર્શનના સુખ લઈએ,
દાસી માગે મૈયા પાસ,
આપો ચરણ કમળમાં વાસ, શ્રી યમુનાજી...

❁ ❁ ❁

વિશ્રામ ઘાટના યમુનાજીરે,
દર્શનની છે આશ મહારાણી.

શરણે આવી છું સ્વીકારજો રે,
લળી લળી લાગું પાય મહારાણી, વિશ્રામ...

સૂરજ દેવતાની દીકરી રે,
યમરાજાની બેન મહારાણી, વિશ્રામ...

શ્યામ સુંદરના પટરાણી રે,
વલ્લભકુળ વારી જાય મહારાણી, વિશ્રામ...

વૈષ્ણવને વ્હાલાં યમુનાજીરે,
પ્રાણ જીવનને પ્યારા મહારાણી, વિશ્રામ...

દર્શનથી દુઃખ દૂર જાય છે રે,
સેવાથી સુખ થાય મહારાણી, વિશ્રામ...

સેવામાં આપો અનુશકિતરે,
શ્યામ ચરણમાં ભકિત મહારાણી, વિશ્રામ...

પાપી અપરાધી તોય તારી રે,
વાંક સાંખીને સહાય કરજો મહારાણી, વિશ્રામ...

દાસી ચાહે છે એટલું રે,
ચરણોમાં આપો વાસ મહારાણી, વિશ્રામ...

❁ ❁ ❁

ધન્ય શ્રી યમુના, કૃપા કરી શ્રી ગોકુળ વ્રજ સુખ દિજીયે,
ઓ રવિતનયા, અઘઆવરણ દુઃખ દૂર કૃપા કરી કીજીયે.

તમે અધમ ઉદ્ધારણ શ્રીમહારાણી,
તમે ભવબંધન છોડયાં પ્રાણી,
તમે કરો કૃપા પોતાનાં જાણી, ધન્ય...

ઘનશ્યામ સ્વરૂપ તન સુખકારી,
તટ ખેલે નિત્ય પ્રતિ ગિરિધારી,
સંગ વિલસે સુંદર વ્રજનારી, ધન્ય...

તમે લીલારસ વનમાં ભરિયાં,
જલરૂપે દીઠે કારજ સરિયાં,
થયાં પરસ અલૌકિક અંગ કરિયાં, ધન્ય...

ગુણ અનંત તમારા અઘહરણી,
વ્રજલીલા સહુ સુખ વિસ્તરણી,
શ્રી ગિરિરાજધરણના ચિત્ત હરણી, ધન્ય...

તમો તુર્યપ્રિયા પ્રભુજીને ગમતાં,
સદા રાસમંડળમાં રંગ રમતાં,
થયા મનવાંછિત ફળ મન ગમતાં, ધન્ય...

હું અપંગ અઘમ અબળા બાલો,
મતિમંદશું જાણું કૃત્ય કાલો,
તમો આપનું પૂરણ બિરદ પાળો, ધન્ય...

❋ ❋ ❋

મા! વૃંદા તે વનની કુંજમા રે, શ્રી યમુનાજી!
રંગ રસિયો રમે છે રાસ, મા શ્રી યમુનાજી!

મા! વ્હાલે વગાડી રૂડી વાંસળી રે, શ્રી યમુનાજી!
પૂરી વ્રજસુંદરીની આશ,મા શ્રી યમુનાજી!

મા! રાસ રમવાને પધારજો રે, શ્રી યમુનાજી!
તમે સોળે સજો શણગાર, મા શ્રી યમુનાજી!

મા! ચણિયા ચોળી ને ચીર ચુંદડી રે, શ્રી યમુનાજી!
સોહે કંઠે એકાવન હાર, મા શ્રી યમુનાજી!

મા! બાંહે બાજુબંધ બેરખાં રે, શ્રી યમુનાજી!
સોહે કાને ઝુમખા તણી જોડ, મા શ્રી યમુનાજી!

મા! કેડે કંદોરો કટિ મેખલા રે,શ્રી યમુનાજી!
સોહે ચરણે ઝાંઝર ઝમકાર, મા શ્રી યમુનાજી!

મા! ચૂડી કંકણ હાથ સાંકળાં રે, શ્રી યમુનાજી!
સોહે નથમાં નાચતો મોર, મા શ્રી યમુનાજી!

મા! સરખી સાહેલીઓના સાથમા રે, શ્રી યમુનાજી!
સહુ રમજો ગરબા રાસ. મા શ્રી યમુનાજી!

મા! રસિકપ્રિયા કરે વિનતી રે, શ્રી યમુનાજી!
દે જો અવિચળ વ્રજમાં વાસ, મા શ્રી યમુનાજી!

❋ ❋ ❋

શ્રી જમુનાજી તો પ્રિતમનાં પટરાણી,
રમે છે રાસ કુંજમાં રે લોલ.

શ્રી જમુનાજીતો મોહનનાં મહારાણી, રમે છે રાસ...
શ્રી જમુનાજીતો શ્યામવરણ સુકુમારી, રમે છે રાસ...
શ્રી જમુનાજીએ વશ કિધા ગિરીધારી, રમે છે રાસ...
શ્રી જમુનાજીનાં કમલ સરીખા નેણ, રમે છે રાસ...
શ્રી જમુનાજીતો ઉચ્ચરે અમૃત વેણ, રમે છે રાસ...
શ્રી જમુનાજીતો સોળે સજે શણગાર, રમે છે રાસ...
શ્રી જમુનાજીને કંઠે એકાવન હાર, રમે છે રાસ...
શ્રી જમુનાજીને ચરણે ઝાંઝર ઝમકાર, રમે છે રાસ...
શ્રી જમુનાજીની શોભા છે અપરંપાર, રમે છે રાસ...
શ્રી જમુનાજીને ચટકે ચૂંદડી લાલ, રમે છે રાસ...
શ્રી જમુનાતો ચાલે છે હંસગતિ ચાલ, રમે છે રાસ...
શ્રી જમુનાજીનાં ગોપીજન ગુણ ગાયે, રમે છે રાસ...
શ્રી જમુનાજીતો પ્રેમ સુધારસ પાયે, રમે છે રાસ...
શ્રી જમુનાજીને "રસિક પ્રિયા" પાય લાગે, રમે છે રાસ...
શ્રી જમુનાજીની ચરણકમલ રજ માગે, રમે છે રાસ...

❋ ❋ ❋

જીરે મારાં જમુનાજી મા! મધુવનની કુંજમાં પધારજો,
જીરે મારાં જમુનાજી મા! પ્રિતમને પ્રીતશું રમાડજો. ૧

જીરે મારાં જમુનાજી મા! શરદ પૂનમની રૂડી રાતમાં રે,
જીરે મારાં જમુનાજી મા! રમજો સાહેલિયોના સાથમા. ૨

જીરે મારાં જમુનાજી મા! સોળે શૃંગાર ધર્યા શોભતાં,
જીરે મારાં જમુનાજી મા! દર્શન કરીને મન લોભતાં. ૩

જીરે મારાં જમુનાજી મા! ફૂલ્યાં છે ફૂલ ભાત ભાતના,
જીરે મારાં જમુનાજી મા! પક્ષી બોલે છે જાત જાતનાં. ૪

જીરે મારાં જમુનાજી મા! વાજિંત્રો વાગે સુરતાનમાં,
જીરે મારાં જમુનાજી મા! મનડું મોહ્યું છે મધુર ગાનમાં. ૫

જીરે મારાં જમુનાજી મા! જુગલ સ્વરૂપે સુખ આપજો,
જીરે મારાં જમુનાજી મા! કષ્ટ વિરહ તણાં કાપજો. ૬

જીરે મારાં જમુનાજી મા! વ્રજમાં વસ્યાની મને હામ છે,
જીરે મારાં જમુનાજી મા! 'રસિક' પ્રિતમ પૂરણ કામ છે. ૭

❁ ❁ ❁

ઢાળ - સુખ કહયા ન જાય સત્સંગના રે

ગુણ કહા ન જાય જમુના તણા રે,
જેનો ગણતા ન આવે પાર, ગુણ...

શેષ સહસ્ત્ર મુખથી ઉચ્ચરે રે,
જેનો વેદે ઘણો વિસ્તાર, ગુણ...

નામ અક્ષર ત્રણ ઉચ્ચારતા રે,
જીવ ઝાંખે નહી યમદ્વાર, ગુણ...

પયપાન કરે યમુના તણાં રે,
તેનો આપ કરે ઉદ્ધાર, ગુણ...

દોષ દેખે નહી નિજ બાળનાં રે,
મા કરૂણાવંત અપાર, ગુણ...

જેને આશ્રય એક યમુના તણો રે,
મળે સાધન વિના જ મોરાર, ગુણ...

ભકિત -મુકિત દેવાને સમર્થ છે રે,
જેને આધિન નંદકુમાર, ગુણ...

કરે પાઠ 'અષ્ટક-યમુના'તણાં રે,
સકળ સિદ્ધિ મળે સુખસાર, ગુણ...

દૂરિંત દૂર થાયે પળવારમાં રે,
વિજય થાય સ્વભાવ તે વાર, ગુણ...

રતિ વધે મુકુંદ ચરણે ઘણી રે,
વદે વલ્લભ પ્રભુ શિર ઘાર, ગુણ...

નામ નિર્મોલ નગસમ જાણવું રે,
આસૂરીને નહી અધિકાર, ગુણ...

મા'સખી'તવ શરણે પડી રે,
મા રાખજો સદા સંભાળ, ગુણ...

❋ ❋ ❋

ઢાળ-આંગણીયે રંગનો છોડ, રંગમાં રોળ્યા વાલમિયા

મારા માયાળુ યમુના મા...ય, શ્યામ સંગ કેવા શોભે છે,
માનાં દર્શનથી દુઃખડા જા...ય, શ્યામ સંગ કેવા શોભે છે. ૧

મુકુટ કાછની સિંગાર ઘરે છે,
મનમોહનનાં મન હરે છે,
રાઘાને આનંદ થા...ય, શ્યામ સંગ કેવા શોભે છે. ૨

જમુનાને તીરે વાલો ઘેનુ ચરાવે,
કદંબ ચડીને શ્યામ બંસરી સજાવે,
યમુના તરંગ લહેરા...ય, શ્યામ સંગ કેવા શોભે છે. ૩

જલ વિહાર કરે શ્યામ-શ્યામા,
રાઘાજી સંગે સકળ વ્રજ માં,
'સખી' સદા ગુણ ગા...ય, શ્યામ સંગ કેવા શોભે છે. ૪

❋ ❋ ❋

ઢાળ-જમનનાં નીર ઘણાં ઉંડા સાહેલડી

જમુનાનાં ગુણ ઘણાં ઝાઝા સાહેલડી,
કેમ કરી પાર પમાય રે - જમુનાનાં ગુણ. ૧

કરૂણાના સિંધુ મા, દયાના ભંડાર છે,
પતિત પાવની કહેવાય રે - જમુનાનાં ગુણ. ૨

વેદ પુરાણે જેનો મહિમા છે મોટો,
ધરણી પ્રત્યે શેષ ગાય રે - જમુનાનાં ગુણ. ૩

સ્નાન-પાનથી પાતક હરે છે,
યમ યાતના ટળી જાય રે -જમુનાનાં ગુણ. ૪

'સખી' શ્રીયમુના નામ જપાય તો,
ભવસાગર તરાય રે -જમુનાનાં ગુણ. ૫

❋ ❋ ❋

ઢાળ-ઓધવ શ્રી ગોકુળએ જાવ, એવા સુખ ગોકુલમાં

જુગતે જમુનાનાં જસ ગાય,(૨) બીજો કોઈ નહી ઉપાય,
મળવા મોહનને જો ચ્હાય,(૨) બીજો કોઈ નહી ઉપાય.

પરવશ કીધા પ્રાણજીવનને, પ્રેમ ઘણો દરસાય,
કહે શ્રી યમુનાજી ત્યાં જાય,(૨) બીજો કોઈ નહી ઉપાય, જુગતે...

નિજ ભકતોનાં સુખને કાજે, રીઝાવત મોહનરાય,
કૃપાનો સાગર ઉર છલકાય, (૨) બીજો કોઈ નહી ઉપાય, જુગતે...

શ્રી વલ્લભનું શરણ ગ્રહીને, ભજે શ્રીયમુના માય,
પળમાં પુરુષોતમ પમાય, (૨) બીજો કોઈ નહી ઉપાય, જુગતે...

યમુનાષ્ટકનાં પાઠ કરે કે, શિર સેવા પધરાય,
અથવા તીરપર વાસ કરાય,(૨) બીજો કોઈ નહી ઉપાય, જુગતે...

અગણિત મહિમા યમુનાજીનો, મુજથી વરણ્યો ન જાય,
'સખી' ની રસના પાવન થાય, (૨) બીજો કોઈ નહી ઉપાય, જુગતે...

❋ ❋ ❋

ઢાળ-તારો નેડો લાગ્યો મુજને, રાજા રણછોડ રે

ઝાંખી કરતા જમુનાજીની, આનંદ ઉંર ન સમાય રે,
વારે વારે દર્શન કરવા, મન મારૂં લલચાય રે, ઝાંખી...

ચંચલ નયન-કમલ અણિયાળા, ખિટલિયાળા કેશ રે,
ચટકુલી ચુંદડીએ શોભે, સુંદર બાળાવેશ રે, ઝાંખી...

કર કંકણ પગ નૂપુર સોહે, રૂમઝુમ રૂમઝુમ બાજે રે,
ભાલે ટીલડી કાને કુંડળ, હૈયે હાર બિરાજે રે, ઝાંખી...

સોળે સજ્યા સિંગાર શ્રીઅંગે, હસ્ત કમલની માળ રે,
રૂપ અનુપમ નિરખી નયણે, મોહ્યા નંદલાલ રે, ઝાંખી...

નવઘન-સમ તન શ્યામલ વરણું, મંદ મંદ મુસકાય રે,
કૃપા -દ્રષ્ટિની વૃષ્ટિ કરતા, ભકત હૃદય ભીંજાય રે, ઝાંખી...

યમુના યમુના નામ રટાય તો, તનનાં તાપ નસાય રે,
"સખી" શ્રીયમુના ચરણ શરણથી, વાસો વ્રજમાં થાય રે, ઝાંખી...

❋ ❋ ❋

ઢાળ-આવ્યા શ્રી ગોકુલ તારવા, છબીલો લાલ

આવ્યા અધમને ઉદ્ધારવા શ્રી યમુના,
આવ્યા અધમને ઉદ્ધારવા.

કાલિન્દી નિજનામ ધરીને,
દોષ કલિના નિવારવાં, શ્રી યમુના...

દોષથી ભરેલા જીવ દીન - હીનનાં,
ભાગ્યનો ઉદય કરાવવા, શ્રી યમુના...

યમુના યમુના નામ રટનારને,
ભવસાગરથી તારવા, શ્રી યમુના...

વિશ્રામઘાટે સ્નાન કરનાર,
પાપીનાં પાપને બાળવા, શ્રી યમુના...

નિજ પયપાન કરાવી પતિતનો,
યમ તણો ભય ટાળવા, શ્રી યમુના...

"સખી" આશ્રિત જે વલ્લભ કુળનાં,
કાર્ય સકલ તેનાં સારવા, શ્રી યમુના...

❋ ❋ ❋

ઢાળ-તમે માયાની જાળમાં જૂઠા સંસારમાં

મા અધમ ઉંદ્ધારણી, ભવ ભય હારિણી, વંદુ શ્રીયમુના માતને.

જેના નામે અમંગળ નાસે, ઉર આનંદ પ્રેમ પ્રકાશે,
મા સકલ દુઃખહારિણી, ભવસિંધુ તારિણી, વંદુ શ્રીયમુના માતને...

સ્નાન કરતા તે શુદ્ધ થવાયે, પતિત પાવન પળમાં થાયે,
મા અઘસંહારણી, પાપ પ્રજારણી, વંદુ શ્રીયમુના માતને...

પાન શ્રીયમુનાજલ કરતા, રહે યમ તેનાથી ડરતા,
મા જીવ સુધારણી, યશ વિસ્તારણી, વંદુ શ્રીયમુના માતને...

મા ભકિત-મુકિતની ખાણી, મા પ્રેમપિયુષ રસદાની,
"સખી" ભકતસુખ કારિણી, રાસ વિહારિણી, વંદુ શ્રીયમુના માતને...

❋ ❋ ❋

હાંરે ડંકો વાગે યમુનાનો ડંકો વાગે,
હાંરે જેનાં નામે અમંગળ ભાગે, યમુનાનો ડંકો...

હાંરે જેને આધિન વ્રજના નાથ,
હાંરે ભકિત-મુકિત છે જેમના હાથ,
હાંરે જેનો મહિમા ત્રિલોકમાં અગાધ, યમુનાનો ડંકો...

હાંરે મા ભકિત ચિંતામણિ રાજે,
હાંરે ભકત દુખે સદાયે દાઝે,
હાંરે સદા તત્પર રહે સુખ કાજે, યમુનાનો ડંકો...

હાંરે શેષ મહેશ ચરણે વંદે,
હાંરે ગુણ ગાય નિગમ શ્રુતિ છંદે,
હાંરે "સખી" સેવે સદા ઉમંગે, યમુનાનો ડંકો...

❋ ❋ ❋

ઢાળ : શરણ પડયો છું રે શ્રીહરિ

શરણ પડયો છું રે શ્રીયમુના, મારે એક તમારો આધાર,
માગ્યું આપો રે માવડી, છૂટે વિષ સાગર વિષમ સંસાર. ૧

શ્રીમદન મોહનના રે સ્વરૂપનું, અહર્નિશ રહે અખંડિત ધ્યાન,
કીર્તન સેવા રે શ્રીકૃષ્ણની, સદા કરૂં હું સરસ સુરતાન-શરણ. ૨

શ્રી ગુરુ ચરણે રે પ્રીતિ વધે, નિશદિન કરૂં સમીપમાં વાસ,
મન કર્મ વચને રે આપનો, બની રહું નિજદાસનો દાસ-શરણ. ૩

શિશ બિરાજે રે કૃપા કરી, શ્રીબાલકૃષ્ણજી રૂપ નિધાન,
સેવા એમની રે છૂટે નહીં, જયાં લગી રહે મુજ ઘટમાં પ્રાણ-શરણ. ૪

વૈષ્ણવજનનાં રે સંગમાં કરૂં નિત કૃષ્ણ કથા રસ પાન,
દોષ ન દેખું રે નિજજન તણાં, ચિત્ત ચળે નહીં માન-અપમાન-શરણ. ૫

દીન દયાળુ રે આપ છો, મા હું દીન ઘણો લાચાર,
કરૂણાવંત થઇ "સખી" ને આપો સેવાનો અધિકાર-શરણ. ૬

❋ ❋ ❋

શરણે આવ્યો છું મૈયા, હું બાળ તમારો,
ડૂબી રહી છે નૈયા, ન મળે કિનારો.

આરે સંસારમાં કોઇ નથી મારું,
સ્વારથ હોય ત્યાં લગી અહિયા મારું,
આપ વિના ન મારે કોઈ સહારો, શરણે આવ્યો છું...

કોટિ વરસોથી ભટકું છું ભવમાં,
દાઝી રહ્યો છું મા માયાના દવમાં,
કૃપા વૃષ્ટિ વિના ન ટળે તપારો, શરણે આવ્યો છું...

સાધન બને નહીં કોઇ મુજથી એવું,
પ્રસન્ન થાય પુરૂષોત્તમ એવું,
"સખી" દીન-હીન એક જીવ બિચારો, શરણે આવ્યો છું...

❋ ❋ ❋

હું તો માગું શ્રી મહારાણીજી એટલું રે,
કૃપા આપની મુને પ્રાપ્ત થાય, હું તો...

દિન રાત વસું આપના તીરે રે,
ત્યાં કૃષ્ણ બલરામના ગુણ ગાઉં, હું તો...

આપના પાવન જળમાં સ્નાન કરું રે,
તેથી ચિંતા કલેશ દૂર થાય, હું તો...

સુર્ય પુત્રી આપની કૃપા વડે રે,
હરિચરણે વ્હાલે વધાય, હું તો...

વૈષ્ણવ કરે વરદાનની વિનંતિ રે,
દુઃસંગથી દૂર રહેવાય, હું તો...

પ્રભુ છે સર્વ સુખના દાની રે,
તેવા મદનગોપાલને કરું લાડ, હું તો...

દાસનો દાસ માગે એટલું રે,
આપના ચરણ કમલમાં નિવાસ, હું તો...

❋ ❋ ❋

ઢાળ - નાગર ઉભા રહો રંગ રસિયા

સૈયર ચાલો હો જળ યમુના ના,
મોહન ચરાવે ત્યાં ઘેન રે, સૈયર...

માથે ઘડુલો લઈ નિસરી રે,
સરખી સાહેલી મૃગ નૈન રે, સૈયર...

રાધા વિશાખા વ્રજ મંગલારે,
ચંદ્રા લલિતા રસ રેલ રે, સૈયર...

લટકે ચાલે ગૌરી મલપતા રે,
બોલે મધુર વેણ રે, સૈયર...

કાંઠે ઉભા છે કાનજી રે,
વાલો વગાડે વેણ રે, સૈયર...

રૂપ દેખી મોહિત થઈ રે,
વ્યાપ્યો અંગો અંગ પ્રેમ રે, સૈયર...

સુધ-બુધ ભૂલી વ્રજ સુંદરી રે,
પડે નહીં ચિત્ત ચેન રે, સૈયર...

નેહ ભરી ઘટ નાગરી રે,
સરસ અતિ સુખ દેનરે, સૈયર...

“સખી” નટવરના નેહમાં રે,
છકી રહી દિન-રેન રે, સૈયર...

❋ ❋ ❋

ચાલો સખી, શ્રીગોકુલ જઈએ,
નિર્મળ શ્રી યમુનાજી નાહીએ, કે અખંડ વ્રજવાસી થઈએ, ચાલો...

નિત્ય પ્રતિ જશોદાજી ઘાટે,
મહાપ્રભુ ઊભા રંગીલી વાટે, કે પ્રગટયા ભકત રસિક માટે, ચાલો...

શ્રીગોકુલપતિ દાન દીયે ભારી,
અંગિકૃતને વૃષ્ટિ કીધી છે ન્યારી, કે સદા પ્રભુ મહામંગલકારી, ચાલો...

પ્રાણજીવન મંદિર રાજે,
ભકત તણાં મહાદુઃખ ભાજે, કે આનંદ શ્રીગોકુલમાં ગાજે, ચાલો...

નયણાં ભરી પ્રિતમજી નિરખું,
જન્મસ્થળ સફળ કરી પરખું, કે વહાલાજીના મુખડાં જોઈ હરખુ, ચાલો...

શ્રીગોકુલ રંગતણી રેલી
લત્તા દ્રુમ ફુલી રહી વેલી, કે નિરખતા થઇ રહી ઘેલી, ચાલો...

સ્ફુરિકમણી શ્રીગોવર્ધન સોહિયે,
શ્રીવૃંદાવન જોતાં મન મોહિયે, કયાં સ્થળ જન્મ જન્મ સોહિયે, ચાલો...

શ્રીગોકુલ વસીયે રે સહેલી,
મહારાણીજી સહાય કરે વહેલી, ખેલું જઇ પ્રિતમજી પહેલી, ચાલો...

શ્રીમહારાણીજી ઘેરા બહુ ભાવે,
ભકત સહુ દરશને આવે, "માધવદાસ" દેખી સુખ પાવે, ચાલો...

❋ ❋ ❋

ચાલો જળ જમુનારે નહાવા,
શ્રીગિરિધર આવશે ગાયો પાવા, ચાલો...

ગોવાળની મંડલી રે લઇને,
વહાલો મારો નાચે તાતા થેઈ તે, ચાલો...

સુખની શું કહું રે સજની,
વાત કંઇ વરણી ન જાય વ્રજની, ચાલો...

વ્રજ વરણવા માંહે ના આવે,
એ સુખ અનુભવીઓને આવે, ચાલો...

અનુભવમાં છે રે એને,
એ કયાંથી જેને તેને, ચાલો...

એ સુખ પાંડવોની પાસે,
એ સુખ અર્જુનને અભિલાષે, ચાલો...

દાસ વલ્લભના રે સ્વામી,
વહાલો મારો છે અંતયાર્મી, ચાલો...

❋ ❋ ❋

મેં તો જુગલ સ્વરૂપે જોયા, શ્રી જમનાજી રે,
મારા ભવનાં દુઃખડાં ખોયા, શ્રી જમનાજી...

પહેરી ચોળી કસુંબલ સાડી,
એવાં સ્વરૂપ નિરખવા દોડી, શ્રી જમનાજી...

નેપુર ઘુઘરી વાગે ચરણે,
મારૂં મન તમારે શરણે, શ્રી જમનાજી...

માજી તમ પાસે મારૂં મન,
ઘેર બેઠે તપે મારૂં તન, શ્રી જમનાજી...

નખ શિખ આભરણ સોહે અંગે,
શોભો શ્રી નંદકુંવરની સંગે, શ્રી જમનાજી...

સુંદર રૂપે શ્યામ સ્વરૂપે,
તેમને મોહ્યા છે વ્રજના ભૂપ, શ્રી જમનાજી...

સદા બિરાજે શ્રી વ્રજમાંય,
પુષ્ટિ ભકતની કરવા સહાય, શ્રી જમનાજી...

શોભા જોઈ કહે હરિદાસ,
અમને આપજો વ્રજમાં વાસ, શ્રી જમનાજી...

માજી હુ તો તમારો દાસ,
રાખો ચરણ કમળની પાસે, શ્રી જમનાજી...

મેં તો જુગલ સ્વરૂપ જોયા, શ્રીજમુનાજીરે.

❋ ❋ ❋

આવ્યાં શ્રી જમુનાજીનાં નોરતાંને,
મારે જાવું છે વ્રજ પરદેશ રૈ, આજ કોઈ રોકો નહિ રે, ૧

સ્હેજે સિધાવું હું તો એકલી ને,
મારે ધરવો છે સાદો વેશ રે, આજ કોઈ રોકો નહિ રે, ૨

આઘો પ્રદેશ આઘી વાટડીને,
કાંઈ આઘાં છે વિશ્રામ ઘાટ રે, આજ કોઈ રોકો નહિ રે, ૩

આઘો પ્રદેશ આઘી વાટડી ને,
કાંઈ આઘા ઠકરાણી ઘાટ રે, આજ કોઈ રોકો નહિ રે, ૪

નાહ્યાં ગંગા નાહ્નાં ગોમતી ને,
મારે કરવાં છે જમુના પાન રે, આજ કોઈ રોકો નહિ રે, ૫

કરવી છે વ્રજની પરિક્રમા ને,
દર્શન દેજો ગોકુલનાથ રે, આજ કોઈ રોકો નહિ રે, ૬

સદા સુહાગી હું તો એકલી ને,
મારે વસવું છે ગોકુળ ગામ રે, આજ કોઈ રોકો નહિ રે, ૭

આશા ભરી હું તો ઉપડી ને,
મારે જાવું છે પ્રેમ પરદેશ રે, આજ કોઈ રોકો નહિ રે, ૮

જમુના કિનારે ઉભી નાવડી ને,
મારો વ્હાલો જુએ છે મારી વાટ રે, આજ કોઈ રોકો નહિ રે, ૯

નાવે બેઠી હું તો સંચરી ને,
હું તો ઉતરી છું વિશ્રામ ઘાટ રે, આજ કોઈ રોકો નહિ રે, ૧૦

વિશ્રામ ઘાટે થાય આરતી ને,
ત્યાં તો વૈષ્ણવની ભીડ ભરાય રે, આજ કોઈ રોકો નહિ રે, ૧૧

દાસના દાસની વિનતિ ને,
મને આપો શ્રી વ્રજમાં વાસ રે, આજ કોઈ રોકો નહિ રે, ૧૨

દાસના દાસની વિનતિ ને,
મને રાખો ચરણની પાસ રે, આજ કોઈ રોકો નહિ રે, ૧૩

❋ ❋ ❋

જુગલ સ્વરૂપનાં દર્શન કરતાં, વૈષ્ણનાં મન હરખ્યાં રે.

ભાઈબીજ કેરા દિન વૈષ્ણવ, જમના પાન કરજો રે,
જમુના પાન કરજો વૈષ્ણવ, ચરણ કમળમાં રહે સે રે. ૧

કાને કુંડળ માથે મુગટ, ભાલે ટીલડી શોભે રે,
ભાલે ટીલડી શોભે માને, ભાલે ટીલડી શોભે રે. ૨

અણવટ વિંછુવા ધરીયા માજી, બાંહેબાજુ બંધ રે,
અણવટ વિંછુવા ધરીયા માજી, ઝાંઝરનો ઝણકાર રે. ૩

સોળે શણગાર સજીયા માજી, નાકે નિર્મળ મોતી રે,
દર્પણ લીધાં હાથ માજી, સુંદિર મુખડાં જાતાં રે. ૪

સેવા કુંજે ગોખ માજી, બંસી બટનો ચોક રે,
ચંદ્ર સરવર તીરે માજી, રાસ રમવા આવો રે. ૫

નીલકમળની માળા માજી, સુંદિર હસ્તે શોભે રે,
દાસી વિનવે કરજોડીને ચરણકમળમાં રાખો રે,
ચરણકમળ રાખો માજી, વ્રજ મંડળમાં સ્થાપો રે. ૬

❋ ❋ ❋

હેતે હરિગુણ ગાઈને, શ્રી યમુનાજી નાહીએ ભાગ્ય ભલાંરે, ભૂતલ વરસ્યાં.

જી રે કારણ કલિકાલમાં, વૈષ્ણવ જન જાણે (૨)
પ્રકટ પ્રભુ શ્રી ગુસાંઈજી, તે શું મહાસુખ માણે, ભાગય...

દાન લઈ સમર્પણ કરી, પ્રભુ શું પ્રીતડી જોડી (૨)
તન મન ધન અર્પણ કર્યા, ગર્વ ગાંઠડી છોડી, ભાગ્ય...

પ્રભુ વિના બીજું મને નવ ગમેં, સેવા અધિકારી (૨)
વૈષ્ણવદાસ કહીએ તેને, મન દ્રઢ કરી રાખી, ભાગ્ય...

જેનું મન શ્રીવૃંદાવન વસે, લીલારસ ભાવે (૨)
સ્નેહ બાંધ્યો શ્રીકૃષ્ણ-શું, ધન્ય ભાગ્ય કહાવે, ભાગ્ય...

જેહને કૃપા શ્રી મહારાજની, દાન સમર્પણ આપ્યાં (૨)
નામમંત્ર સંભળાવીયાં, ભવનાં બંધન કાપ્યાં, ભાગ્ય...

જેણે શ્રી વલ્લભસૂતને ઓળખ્યા, નયણે નિર્મળ દીઠા (૨)
તે દૈવી જીવ કહીએ સદા, ગુણ ગાય છે મીઠા, ભાગ્ય...

વ્રજની પરિક્રમા જે કરે, શ્રીગોવર્ધન નિરખ્યા (૨)
રમણ રેતીના ભોમિકા, હૈડાં બહુ હરખ્યાં, ભાગ્ય...

જે જન શ્રી જમુનાજીમાં ઝીલીયા, મરજાદા માણી (૨)
વ્રજરજ પરસી આ દેહશું, લીધો જન્મ સુધારી, ભાગ્ય...

શ્રીનાથજી નિરખ્યા નયણાં ભરી, તે પૂર્વની જો પ્રીતે (૨)
તે રે સેવાનાં ફૂળ જાણજો, સુખ સ્નેહની...રીતે, ભાગ્ય...

શ્રી વલ્લભ શ્રી વલ્લભ જે કરે, શ્રી વલ્લભ સુત વાણી (૨)
હરિદાસ ચરણ શોભા જોઈને, રાખ્યા પોતાનાં જાણી, ભાગ્ય...

❋ ❋ ❋

મારૂં મન રહો સદા શ્રી યમુનાજીની રેતમાં,
એમાં ઘનશ્યામનો રંગ દેખાય - પ્રિતમની પ્યારી કાલિંદાજા. ૧

રાધાના કાન્ત ગોપીનાથ વ્હાલાની,
એ રેતીમાં ઝાંખી થાય - પ્રિતમની પ્યારી કાલિંદજા. ૨

વેણુના નાદે ઘેલી થઇ વ્રજ ગોપીઓ,
એ વેણુનાદ રેણુમાં સંભળાય - પ્રિતમની પ્યારી કાલિંદાજા. ૩

માળા મધુરી રસિક પ્રિયા પ્રિતમની,
એની સુવાસ એમાં સોહાય - પ્રિતમની પ્યારી કાલિંદાજા. ૪

બાળ ક્રીડા પ્યારા નંદકુમારની,
એનાં ચિત્રો એ રેણુંમાં દેખાય - પ્રિતમની પ્યારી કાલિંદજા. ૫

પનઘટ લીલા રસિક નટવરની,
એ રકઝક એમાં સંભાળાય - પ્રિતમની પ્યારી કાલિંદાજા. ૬

નૃત્ય કર્યુ કાલિનાગના શિશ પર,
એની યાદ એમાં વર્તાય - પ્રિતમની પ્યારી કાલિંદાજા. ૭

ગાયોને વાછરાં ચરાવ્યાં પુલિંનમાં,
એમના હંભારવ એમાં સંભળાય - પ્રિતમની પ્યારી કાલિંદાજા. ૮

અનેક લીલા એ રસિક વિઠ્ઠલની,
દીનદાસને એમાં દર્શન થાય - પ્રિતમની પ્યારી કાલિંદાજા. ૯

❋ ❋ ❋

ચાલ, સખી! કરીએ શ્રીયમુનાનાં પાન,
મહારાણી યમુનાને કરીએ પ્રણામ.

ગોકુલ મથુરા વૃન્દાવન ધામ,
છોડી નિજ ધામ વ્રજ કર્યો વિશ્રામ,
પાવન કર્યા ચોર્યાસી કોસ, મહારાણી...

શ્યામ સુંદર રૂપ તમે ધરિયાં રે,
સદા વ્રજનાથ સંગ ફરિયા રે,
કૃપા કરી સહુ પૂરણ કરો કામ, મહારાણી...

ધન્ય યમુને! અજ્ઞાન અઘ દૂર ભાજે,
ધન્ય યમુને! સકલ સુખ દેનહારી,
નિર્ધનનાં ધન, આપો અભયદાન, મહારાણી...

પુષ્ટિ - જીવને શરણે લેવાનો,
ભવબંધનથી મુકત કરવાનો,
શ્રી યમુનામાએ કીધો છે નિરધાર, મહારાણી...

યમુને! દ્રઢ કરો ચરણ કમલમાં,
કૃષ્ણદાસ નેનન ગિરિધર દિખાવો,
મહારાણીમાનાં સ્નેહે કરો ગુણગાન, મહારાણી...

શ્રી યમુનાજીનો ધ્વની

શ્રી યમુને મહારાણીજી, શ્રી યમુને મહારાણીજી,
શ્રી યમુને મહારાણીજી, જય શ્રી યમુને મહારાણીજી. ૧

મથુરામાં મહારાણીજી, ગોકુલમાં મહારાણીજી,
સકલ સિદ્ધિનો સાજ સજેલાં, શ્રી યમુને મહારાણીજી. ૨

શ્રમ સરિતા મહારાણીજી, રસભારિતા મહારાણીજી,
નંદનંદનનો નેહ ભરેલાં, શ્રી યમુને મહારાણીજી. ૩

કુંજ કુંજ મહારાણીજી, પ્રેમપુંજ મહારાણીજી,
રાસરસીલાં, છેલછબીલાં, શ્રી યમુને મહારાણીજી. ૪

રસભર મહારાણીજી, મદભર મહારાણીજી,
કમલ - છડી કરકમલ લીધેલાં, શ્રી યમુને મહારાણીજી. ૫

દુઃખહર્તા મહારાણીજી, સુખકર્તા મહારાણીજી,
પ્રાણ પ્રિતમનું દાન દેનારાં, શ્રી યમુને મહારાણીજી. ૬

અતિ દુર્લભ મહારાણીજી, સ્નેહ સુલભ મહારાણીજી,
મદન મનોહર મનમોહનનનાં, પ્યારાં શ્રી મહારાણીજી. ૭

રાસ રસિક મહારાણીજી, કૃપા અધિક મહારાણીજી,
વ્રજ જનનાં વ્હાલાનાં, અતિશે વ્હાલાં શ્રી મહારાણીજી. ૮

મનહરણી મહારાણીજી, સુખકરણી મહારાણીજી,
વૃંદાવનની કુંજે કુંજે, રમતાં શ્રી મહારાણીજી. ૯

ચપલ - નયન મહારાણીજી, મધુર વચન મહારાણીજી,
કુમરિકાના કામ પુરન્તા, શ્રી યમુને મહારાણીજી. ૧૦

તુર્યપિ્રા મહારાણીજી, તરૂણ પ્રિયા મહારાણીજી,
મુકુટ કાછની સાજ સજેલાં, શ્રી યમુને મહારાણીજી. ૧૧

વ્રજેશ - પ્રિયા મહારાણીજી, રસેશ - હિયે મહારાણીજી,
નિજ ભકતો પ્રતિ કરૂણાળુ, શ્રી યમુને મહારાણીજી. ૧૨

મહારાણીજી, મહારાણીજી, મહારાણીજી, મહારાણીજી,
મહારાણીજી, મહારાણીજી, શ્રી યમુને મહારાણીજી. ૧૩

શ્રી યમુને, મહારાણીજી, શ્રી યમુને, મહારાણીજી,
શ્રીયમુને, મહારાણીજી, જય શ્રી યમુને, મહારાણીજી. ૧૪

શ્રી યમુનાજીની આરતી (મંગલા)

જાગો જાગો કમલાપતિ, રત્ન જડિત મંગલ આરતી ।
જાગો જાગો જગ કે ઈશ, તુમ જાગો જાગે તેત્રીસ ॥

તુમ જાગો જાગે સબ કોય, તીનો ભવન ઉજીયારો હોય ।
જાગે બ્રહ્મા જાગે ઈન્દ્ર, સહસ્ત્ર કલા જાગે રવિ ચન્દ્ર ॥

નારદ શારદ ચરણ ખવાસી, ચરણ પે લોટે કમલા દાસી ।
તાલ મૃદંગ બાજે ધનઘોર, શ્રીવૃંદાવન જુગલ કિશોર ॥

દ્વારિકામેં રાજ કરે રણછોડ, ભકત ત્રિલોચન અબ ભયો ભાર ।
તુ ઠાકુર હમ સેવા યોગ્ય, લે ભાઈ હરિનામ હરી કો ॥

કનક કી થારી આરતી ભરી, ચમર ઢુરે ગોપાલ મોરારી ।
ગોપી ગાવે મંગલ ચાર, કંસ જીત ઘર આયે મુરાર ॥

સબ દેવન મેં વાસ તુમ્હારા, સુમરન જનમન બારમ્બારા ।
મંગળ મુકુટ વેનુ બનમાલા, મંગળ સોહત શ્યામ કુમાર ॥

મંગળરૂપ રહે મન મોહિ, મંગળ જશોદા શ્રીમાખણ ચોર ।
મંગળ હૈ મુરલી કી ઘોર, મંગળ રાધે શ્રીજુગલકિશોર ॥

આરતી કરત સુરનર સુજ્ઞાત, શ્રીવિશ્રાન્ત સકલ સુખદાતા ।
કનક થાર બહુ ભાંતિ બનાયે, ધુપ દીપન વેદ સમ્હારે ॥

ઘંટા ઝાલર તાલ મૃદંગ, ગુણ ગાવે સુર ઊઠે તરંગ ।
દ્વારિકાકે તીરે નીરે હૈ હરદાસા, બ્રહ્મા અસ્તુત વેદત ભાળા ॥

કર જોરે ઔર પુષ્પ ચઢાવે, અન્ત સમય યમલોક ન જાવે ।
ચારો યુગમેં જો તપ કરે, સો ફલ યમુના કો ધ્યાન ધરે ॥

રવિ કોટિ તીરથ રાજધાની, યમુના કાલિન્દી પટરાણી ।
કંસ માર વ્રજ નિર્ભય કિયો, શ્રીયદુનંદનકો શ્રમ હરો ॥

મંગલ હોત જહાં નિસ ભોર, શ્રીપન સેવક નંદ કિશોર ।
યા વિધ મંગલ આરત કિ જૈ, મંગલ નૈન નિરખ સુખ લિજૈ ॥

મંગલ આરતિ મંગલ ચાર, મંગલ રાધે શ્રી મદનગોપાલ ।
ગૌર શ્યામ હિત મંગલ રાધે, મંગલ શાખ દંદુભિ બાજે ॥

મંગલ સિંધાસન ગૌ બિરાજે, મંગલ શિવ યોગી અવધુત ।
મંગલ ગૈરા રહે હજુર, મંગલ રામ - લક્ષ્મણ બલવીર ॥

મંગલ ભરત શત્રુઘ્ન શેણ ધીર, મંગલ રાવણ મારે જાય ।
મંગલ વિભિષણ અર્પે રાજ, મંગલ ગોપી મંગલ ગ્વાલ ॥

ઘડી ઘડી બાજે ઘડિયાલ, મંગલ જોત મંગલ પ્રકાશ ।
મંગલ સંતન ઝાંઝ બજાવે, મંગલ સમય પુષ્પ બરસાવે ॥

મંગલ સખી સબ મંગલ ગાવે, મંગલ મુખી દર્શન કો આવે ।
મંગલ નંદ જશોદા રાની, મંગલ ખીલાવે સારંગ પાણી ॥

મંગલ બ્રજ ચોરાસી કોસ, મંગલ હરજસ મંગલ હોય ।
મંગલ મથુરાજી આપ સ્વરૂપ મંગલ કેશવ દેવ સ્વરૂપ ॥

મંગલ જમુના શ્રીવિશ્રાંત, મંગલ પરિબ્રહ્મ ભગવાન ।
મંગલ રાધેશ્રી કૃષ્ણગોપાલ, મંગલ હૈ સન્તનકી ખાન ॥

મંગલ ચરન કરો પૂકાર, મંગલ શબ્દ કર જય જયકાર ।
મંગલ મહીકો કરો બુખાન, રાય રાય હિત કર ભગવાન ॥

કલિયુગ મેં તીરથ પયપાન, મંગલ જગમેં મુક્તિ જાન ।
શ્રીમાધવ ગિરધર મુરલીધર, રાધે મુખચંદ્ર ચકોરી કી જે ॥

ચહુ ઓર સે ગ્વાલ પૂકાર ઉઠે, વ્રજ દુલ્હે નંદકિશોર કી જે ।
ધન્ય યમુના નીર શીતલ, ગ્વાલ બાલ સબ સખા તરે ।
ધન્ય બાબા નંદ જશોદા, ગ્વાલ બાલ સબ સખા તરે ॥

શ્રી યમુનાજીની આરતી (સ્વરૂપ)

જય જય મહારાણી યમુના, જય જય પટરાણી યમુના

સુંદર સતવારી નાર, તપ કરી પ્રભુને આરાધ્યા,
પ્રિતે પરણ્યા મોરાર. જય જય...

સૂરજ દેવતાની દિકરી, વેદ પુરાણ વખાણ,
ભાઈને વ્હાલી રે બેનડી, પસલી આપી છે સાર. જય જય...

રૂપે રૂડાં જળ શામળાં, વેગે ચાલે ગંભીર,
તીરે તો રંગ ઓપતાં, વ્રજમાં વધ્યો વિસ્તાર. જય જય...

ચરણા ચોળી ને ચુંદડી, ઉર પર લટકંતા હાર,
કંકણ કુંડલ ને ટીલડી, સજયા માએ સોળ શણગાર. જય જય...

વૃંદાવન વિટળાઈ રહ્યું, મથુરા જળ સ્થળ આધાર,
ગોકુળ મહાવન પાસે વસ્યો, વ્હાલો મારો નંદકુમાર. જય જય...

જળ જમુનાનાં ઝીલતાં, તુટયા નવસર હાર,
મોતી સર્વે વેરાઈ ગયાં, હિરલો લાગ્યો છે હાથ. જય જય...

રામઘાટ શ્યામ ઘાટ ઠકુરાની ઘાટ, બીજા ઘાટ અપાર,
અજાણે અધર્મિ નાહી ગયો, તેનો માએ કર્યો રે ઉદ્ધાર. જય જય...

અઠ્ઠાવીસ કુંડ ઉજજડ થયા, ભાઈનો ભાગ્યો ભણકાર,
પરાક્રમે ગેલ ચલાવીયાં, વ્રજમાં કીધો વિસ્તાર. જય જય...

નાહ્યા ગાય પયપાન જે કરે, તેને જમનો નહિ ભણકાર,
કરજોડી કહે હરિદાસ, નાહજો વારંવાર. જય જય...

શ્રી યમુનાજીની આરતી (શણગાર)

જય જય શ્રી યમુના મા જય જય શ્રી યમુના
જોતાં જનમ સુધાર્યો, પાન કરતાં જીવને ઉગાર્યો
ધન્ય ધન્ય શ્રી યમુના મા જય જય શ્રી યમુના

શામલડી સુરતમા મુરત માધુરી મા (૨)
પ્રેમ સહિત પટરાણી પરાક્રમે પૂરા. જય જય...

ગેહરવન ચાલ્યા મા (૨) મા ગંભીરે ઘેર્યા,
ચુદંડીએ ચટકાળાં પહેર્યા ને લહેર્યા. જય જય...

ભુજ કંકણ રૂડાં મા (૨) મા ગુજરીયા ચૂડી,
બાજુબંધ ને બેરખાં પોંચી રત્ન જડી. જય જય...

ઝાંઝરને ઝમકે મા (૨) મા વિંછીંયાને ઠમકે,
નેપૂરને નાદે મા ઘુઘરી ને ધમકે. જય જય...

સોળે શણગાર સજયા મા (૨) મા નકવેસર મોતી,
આભરણમાં ઓપો છો દર્પણ મુખ જોતાં મા. જય જય...

તટ અંતર રૂડાં મા (૨) મા શોભિત જળ ભરીયાં,
મનવાંછીત મુરલીધર સુંદીરવર વરીયા. જય જય...

લાલ કમળ લપટયાં મા (૨) મા જોવાને ગ્યાતા,
કહે માધવ પરિક્રમા શ્રીવ્રજની કરવાને ગ્યાતા. જય જય...

શ્રી યમુનાજીની આરતી (સંધ્યા)

જય જય શ્રી યમુને, મા જય જય શ્રી યમુને,
ગોલોક નિવાસિની, વાસિની બ્રજ રમતે,
સુર ઉર સુતા જન્મી, જય જય અબ તરને. જય જય...

ઉત્તર દિશિ કર પાવન, પાવત તપ કરને,
પુર કલિન્દ મદ મર્દન, અર્દન રવી કરને. જય જય...

દહન દેખ તન ગિરવર, આરત સ્તુતિ કરને,
તિહ અપરાધ ક્ષમાકર, રસમય શ્રી પતતે. જય જય...

તજ નન તરિણ સમર્પિત, જમ્બુ તરૂ ગવતે,
છિન્ન ભિન્ન કર પાહન, દાહન અઘ તરને. જય જય...

બ્રજ લીલા રસ રંજિત, માધુર ફલ તરને,
શ્રી વિશ્રાન્ત વિહારિણી, તારણ દુઃખ હરને. જય જય...

શ્રી નવનીત પ્રિયા, ઉર આનંદ ચિત ચરને,
રાસ રસિકવર મંડિત, પંડિત ભવ તરને. જય જય...

સાયંકાલ કરે જો આરતિ, મન વચન કર્મ કરને,
હૈ યમકૂંદ નિવૃત્ત, વૃત્તિ પ્રભુ બરને. જય જય...

શ્રી યમુનાષ્ટકમ વિવૃત્તિ - શ્રીમદ્ વલ્લભાચાર્ય વિરચિતં

નમન જીવનના મનને મુકુન્દ તરફ રમણ કરવાના ગમનનું સાધન છે. સ્તુતિની ઈચ્છાથી નમન કરવાનો મુખ્ય આશય છે કે નમન દ્વારા દૈન્ય (દીનતા) પ્રકટ થવાથી વિશેષ અધિકારની પ્રાપ્તિ થાય છે અને દીનતા થવાથી સ્તુતિ અથવા પ્રાર્થના થઈ શકે છે.

શ્રી હરિરાયજી કહે છે કે ભગવાન પોતાનું રસાત્મક રૂપ અને રસાત્મક લીલાઓ પ્રકટ કરવા માટે સર્વાત્મક ભાવવાળા ભકતોમાં પ્રકટ થઈ તે વિવિધ લીલાઓ કરે છે. ત્યાં તે સ્વેચ્છાથી હંમેશા ભકતાધીન થઈ જાય છે અને ભગવાનની બધી કૃતિઓ ભકતની ઈચ્છા પૂરી કરવા થઈ જાય છે. આમ, ભકતાધીન થવાથી ભગવાનમાં સર્વ વસ્તુઓની અસ્કુર્તિ થાય છે. એટલે રસાત્મકતા નથી રહેતી. આ રીતે આ બધું ભગવાનના સહજ ઐશ્ચર્યનું વિરોધી છે. આ સ્થિતિમાં લીલા સૃષ્ટિમાં ઐશ્વર્યકાર્ય સામર્થ્ય (વિવિધ લીલા ઉપયોગી) સ્વામીની - ભગવત્સંબંધિની શ્રીયમુનાજીને આપી દે છે. આ રીતે શ્રીયમુનાજી ભગવદ્ ઐશ્વર્યયુકત હોવાથી ભગવાનની જેમ શ્રીયમુનાજીને જીવ નમન સિવાય કશું જ કરી શકતો નથી. જયારે શ્રી પુરૂષોત્તમજી એમ કહે છે કે આઠ ઐશ્ચર્યોના દાનની સમાનતા છે એટલે ભગવાનની માફક નમન સિવાય કશું જ શકય નથી. શ્રી પ્રભુ ચરણે પોતાની વિવૃત્તિમાં જે કહ્યું છે તે જ આશય અહીં છે, બીજો કોઈ હેતુ નથી એ સમજાવવા, શ્રીપ્રભુચરણના “ભગવતાડષ્ટ વિદ્યૈશ્ચર્ય કાલિંદ્યૈ દત્તમ્” શબ્દોનું તાત્પર્ય સમજાવે છે. કેમ કે ફકત આઠ શ્લોકથી સ્તુતિ કરી છે. આ આઠ ઐશ્ચર્ય પુષ્ટિમાર્ગીય છે, આ આઠ ઐશ્ચર્ય લીલા સૃષ્ટિસ્થ જીવો માટે છે. આધુનિક સ્વદાસ માટે શ્રી પુરૂષોત્તમજીના મત

પ્રમાણે યમુનાષ્ટકના પાઠથી શ્રી યમુનાજી એક અથવા બે ઐશ્વર્ય જ પ્રગટ કરી દે છે. શ્રીહરિરાયજીના મત પ્રમાણે આ બધા ઐશ્વર્યો લીલા સૃષ્ટિસ્થ જીવોના ફલદાન માટે છે. આધુનિક જીવોને તો બધું આચાર્ય ચરણો દ્વારા જ પ્રાપ્ત થાય છે. એમ કહ્યું છે. શ્રીપ્રભુચરણે સકલ સિદ્ધિઓનું વિવરણ આપતા "સાક્ષાત સેવાપયોગી દેહ" એમ કહ્યું છે ત્યાં સાક્ષાત પદથી સ્વરૂપની પરંપરાથી સેવન કરવાની અલૌકિક દેહની અપેક્ષા નથી પરંતુ નિવેદનથી - બ્રહ્મસબંધ સંસ્કારથી સંસ્કૃત લૌકિક દેહ છે, કારણ ત્યાં ભગવાન આવરણ સાથે - બિરાજમાન છે, એટલે જીવને સાક્ષાત સ્પર્શ સંભવ નથી જયારે, લીલાપ્રવેશ થવાથી ભગવદ્ દર્શન, સ્પર્શ વગેરે સુખનોઅનુભવ થાય છે એટલે અહીં સાક્ષાત સેવાપયોગી દેહની અપેક્ષા છે એમ સમજાય છે. આ રીતે પુષ્ટિમાર્ગમાં ભગવદ્લીલા અવલોકન પણ સિદ્ધિ છે. જેમ યોગીઓને પોતાના સામર્થ્યથી વસ્તુ દર્શનનું સામર્થ્ય પ્રાપ્ત થાય છે તેમ પુષ્ટિમાર્ગીયને પણ શ્રીયમુના સેવનથી (સ્નાન, પાન, સ્મરણ,ચિંતન) ગુણાતીત પ્રભુની લીલા અવલોકન કરવાની સિદ્ધિ પ્રાપ્ત થાય છે. સર્વાત્મભાવ પણ એક મોટી સિદ્ધિ છે અને એ માટે પણ શ્રીયમુનાજીની કૃપા આવશ્યક છે અને તેથી શ્રીયમુનાજીને જયારે નમન કરવામાં આવે છે તો તે "મુદા" કેમ ના હોય ?

આપણો નિર્મળ સ્નેહ, શુદ્ધ અંતઃકરણની પ્રફુલ્લતા, દીનતાભરી નમ્રતા એ શ્રીયમુનાજી પ્રત્યે ત્રિવિધ ભાવનો સંગમ છે. શ્રીમહાપ્રભુજી "મુદા" પદથી જવાનોને કહે છે કે જેની જુવાનીમાં વિવેક હશે તેની જ જુવાની વંદનીય બનશે. "મુદા" વિવેકનું સાચું પ્રતીક છે. માનવીને માનવમાંથી મહાત્મા બનવા માટે જ આપશ્રીએ યમુનાષ્ટકનું પ્રણયન કર્યુ છે. **જીવનમાં આકાશની સ્વચ્છતા જેવો નિર્મળ સ્વભાવ, નદીની પ્રસન્નતા જેવો સંપૂર્ણ પરમાનંદ અને સાગરની ગંભીરતા જેવી પ્રભુમિલનની - યમુનાદર્શનની ઉત્કટ ભાવના હોય તો જ મન સદા પ્રસન્ન રહે.** આવા શ્રી મહાપ્રભુજીને પ્રત્યક્ષ શ્રીયમુનાજીનો મેળાપ થતાં સ્નેહયુકત આનંદ કેમ ના થાય? શ્રીમહાપ્રભુજીના અંતરના દીનતા, પવિત્રતા અને વિવેક "મુદા" શબ્દથી આપણા જીવનમાં સદા ઉતરે એ જ "મુદા".

શ્રી મહાપ્રભુજીએ શ્રી સુબોધિનીજીમાં આજ્ઞા કરી છે કે "ભકિત હેતુસ્તુ યમુના" અર્થાત્ શ્રીયમુનાજી ભકિતના કારણ રૂપ છે. ભગવાન બાર શકિતથી આવૃત્ત છે એમાં "શ્રી" શકિત સ્વામિનીજી છે અને "પુષ્ટિ" શકિત શ્રીયમુનાજી છે. પુષ્ટિ એટલે કૃપા. શ્રીયમુનાજીની કૃપા સદા (સર્વ ઉપર) થાય તો જ "સકલસિદ્ધિ" સંપાદન થાય, માટે જ અહી સેવામાં મન રહે એ આશયથી શ્રીમહાપ્રભુજી યમુના (ફલાભકિત) ને નમસ્કાર કરે છે.

શ્રીયમુનાજીને સકલ સિદ્ધિ હેતુરૂપ કહ્યાં છે. પોતાના આધુનિક સેવકને તો છેલ્લા શ્લોક સુધીમાં કલેશ નિવૃત્તિ, તનુવત્વ, સ્વભાવવિજય ઈત્યાદિ વિવિધ ફલદાન કરાવી લીલાના અધિકારી બનાવે છે. "સકલ" શબ્દથી એવો અભિપ્રાય થાય છે કે શ્રીયમુનાજી પોતાના ભકતને અંશકલા સહિત શ્રીપુરૂષોત્તમની પ્રાપ્તિ કરાવે છે. શ્રીયમુનાજી ભકતોના અધિકાર પ્રમાણે લીલામાં અંગિકાર કરે છે. શ્રી યમુનાજીની કૃપાથી ભકતના અહંતા-મમતા દૂર થઈ ભગવત્સેવા યોગ્ય તનુનવત્વ, ભગવદ્લીલાના દર્શન અને ભગવત્પ્રાપ્તિ સુલભ બને છે. શ્રીયમુનાજી ખૂબ ઉદાર છે. જે જીવ એમને શરણે જાય છે તે જીવને દોડીને શ્રીયમુનાજી પોતાનો કરીને એ જ ક્ષણે અલૌકિક ઐશ્વર્યનું દાન કરે છે. અનાથ જીવને સનાથ કરવાનું સામર્થ્ય શ્રીયમુનાજીમાં છે. શ્રીયમુનાજી કૃષ્ણરૂપા, કૃષ્ણક્રિડાશ્રયા, કૃષ્ણપ્રિયા છે.

શ્રી ઠાકોરજી અને શ્રીયમનાજીના ધર્મો સમાન છે અને બધા ધર્મો હંમેશા પ્રગટ નથી. જરૂર પડે પ્રકટ થાય છે. જયારે કૃપાનો ગુણ નિત્ય પ્રકટ છે, માટે તેને સાગરની ઉપમા આપવામાં આવી છે. શ્રીયમુનાજી પ્રવાહ સ્વરૂપે શ્રી ગંગાજી સહિત સમુદ્રને મળે છે. જયારે મહારાણી સ્વરૂપે તો શ્રીપ્રભુના કૃપાસાગરમાં મળે છે અને શ્રીકૃષ્ણનું મિલન સાધે છે એટલે કે તેઓ સમાશ્રિત છે, એમાં મળીને તેઓ તદાકાર બની જાય છે. આ છે શ્રીયમુનાજીનું સ્વરૂપ. શ્રીયમુનાજીનો કૃપાસાગર શ્રીઠાકોરજીમાં દઢ સ્નેહ હોવાથી શ્રીયમુનાજી પણ કૃપાસાગર છે. જેથી શ્રીમહારાણીજીની કૃપાથી શ્રી ઠાકોરજીની કૃપા પ્રાપ્ત થાય છે, ને ભગવત્સંબંધ સ્થાપિત થાય છે. જીવાત્મા અને પરમાત્માનો સબંધ ભૂતલ ઉપર શ્રીયમુનામૈયાની કૃપાથી જ થાય છે. શ્રીહરિરાયજીના પ્રિયતમ શ્રીગોવર્ધનધર જે અણમોલ રત્ન સમા છે તે એમને શ્રીયમુનાજીની કૃપાથી સહેજમાં મળ્યા છે. પુરૂષોત્તમજીના મત પ્રમાણે અહીં "વૈરાગ્ય" ધર્મનો ભાવ પ્રકટ કર્યો છે. રાગમાં સ્વાર્થ હોય, વૈરાગ્યમાં કૃપા હોય. પોતાના ભકતો વગર મને અન્યમાં અનુરાગ નથી. ભકત વગર ભગવાનને સ્વયં પોતાના તરફ વૈરાગ્ય જ હોય છે. તેથી કૃપાસાગરની સમાશ્રિતા શ્રીયમુનાજીનો પણ આજ સ્વાભાવ છે.

૧. જીવોમાં જો દોષની અધિકતા હોય તો "દીનતા" આવતી નથી તો શ્રીયમુનાજી જીવના દોષોનું નિવારણ કરી દીનતાનું દાન કરે છે અને જીવ સ્તુતિ કરવાને યોગ્ય બને છે. એટલે જીવ નમન કરી પછી સ્તુતિ કરી શકે છે. આમ પહેલાં શ્લોકમાં "દોષ નિવર્તકત્વ" અને "ભાવજનકત્વ" રૂપ શ્રીયમુનાજીના બે ધર્મોનું નિરૂપણ છે.

૨. પ્રથમ ઐશ્વર્યમાં "દોષનિવર્તકત્વ" અને "ભાવજનકત્વ" આ બે ભાવને સહકારી બનાવી આગળ વધવાથી "ભાવ વર્ધકત્વ" બીજું ઐશ્વર્ય પ્રાપ્ત થાય છે. જેનું બીજા શ્લોકમાં વર્ણન છે. જેમ સૂર્ય અંધકાર વગેરે પ્રતિબંધોને દૂર કરી રસ સંચાર પૂર્વક કમળને ખિલવીને ભમરાનો નિરોધ કરે છે તેમ જીવના હૃદયપદ્મમાં ભગવદ્‌રસના સંચારપૂર્વક ભગવદ્‌ભાવનું વર્ધન કરીને, શ્રીકૃષ્ણને, જો હૃદય ગુહા (ગુફા છે તો ચિત્તવૃત્તિનો નિરોધાભ્યાસી યોગી બનાવી દે છે અને જો હૃદય કમળ છે તો લોભી ભમરાને ત્યાં હૃદયપદ્મમાં પ્રસ્ફુટ (પ્રગટ) થતાં જ નિરૂદ્ધ (કેદ) કરી દે છે. આ "મુકુન્દરતિ વર્ધિની જયતી" એટલે બીજું એશ્વર્ય "ભાવવર્ધકત્વ" છે.

૩. ત્રીજું ઐશ્વર્ય "ભુવનપાવનીત્વ" નું ત્રીજા શ્લોકમાં વર્ણન છે. યમુના ભુવન પાવની છે. જયાં જેવી જરૂર હોય એવું કરવાવાળી છે. ભુવનનો મતલબ છે લીલા-સૃષ્ટિસ્થ અને સર્વલોક, એમાં ભગવદ્-ભાવ સિવાય બીજા ભાવ હોય તો તેને દૂર કરવા અને ભગવદ્‌સેવા કરવાને યોગ્ય દેહનું દાન કરવ્ું આ જ ભુવનને પાવન એટલે કે શુધ્ધ કરવું છે. દેહ ભગવદ્‌ભાવ વગર બીજા કોઈ ભાવવાળો ના હોય અને ભગવત્ સેવા યોગ્ય દેહ હોય અથવા બની જાય તે શુદ્ધિ પણ પુષ્ટિમાર્ગીય છે. આમ શ્રીયમુનાજીનું સ્મરણ-ચિંતન આપણા હૃદયને પણ શુદ્ધ કરી ભગવદ્‌ભાવ ઉત્પન્ન કરી શ્રીઠાકોરજીને રહેવા યોગ્ય બનાવે છે. શ્રીઠાકોરજી પધારે તેવું બનાવે છે. આ રીતે ભગવત્ સંબંધમાં આવતા પ્રતિબંધોનું નિરાકરણ કરી ભગવદ્‌નુભવની યોગ્યતા થાય એવી શુદ્ધ સમ્પાદન કરવાનું સામર્થ્ય શ્રીયમુનાજીનું છે. આ (હૃદયરૂપી ભુવન ને પાવન કરવાનું) "ભુવનપાવનીત્વ" રૂપ ત્રીજા એશ્વર્યનું વર્ણન આ શ્લોકમાં છે.

૪. શ્રીહરિરાયપ્રભુના કહેવા પ્રમાણે તામસ ફલ પ્રકરણમાં ભગવાનના ઐશ્વર્ય વગેરે છ ગુણોનું વર્ણન છે. આમ છ ગુણ અને સાતમા પોતે આમ સાત રીતે સ્વરૂપનું વર્ણન છે, એવી રીતે ચોથા શ્લોકમાં પણ

(૧) અન્નતગુણ ભૂષિતે
(૨) શિવ-વિરંચીદે વસ્તુતે
(૩) ધનાધનનિભે
(૪) ધ્રૂવપરાશરાભિષ્ટદે
(૫) વિશુદ્ધમથુરાતટે

(૬) સકલગોપગોપીવૃત્તે આ છ વિશેષણ અને
(૭) કૃપાજલધીસંશ્રિતે

આ વિશેષ્ય છે. આમ સાત રીતે સ્વરૂપ વર્ણન છે. આ રીતે સર્વ ભગવદ્ગુણોથી યુકત શ્રીયમુનાજી છે. આમ શ્રીયમુનાજી ભગવત્ સમાન ધર્મોવાળા છે તો પછી **ગુણાતીત અને ભુવનપાવનીત્વ** હોવામાં આશ્ચર્ય શું ? આમ ભગવત્ સમાનધર્મતા શ્રીપ્રભુ અને શ્રીયમુનાજી બન્નેમાં સમાન રૂપથી પ્રયુકત થઈ શકે એ રીતે વિશેષણોનો પ્રયોગ અહીં કર્યો છે.

(૧) **ઈશ્વરનું ઐશ્વર્ય** એ છે કે જે જાણે તે તો પૂજે પણ જે ન જાણે તે પણ એટલે કે મૂઢ પણ પૂજે તો ચતુર વ્યકિત સમજી જાય છે કે અહીં **નિરૂપાધિક ઐશ્વર્ય** છે. શ્રીહરિરાયજી કહે છે કે એ જ ઐશ્વર્ય **"અનન્તગુણભૂષિતે"** થી કહેવામાં આવ્યું છે. એ અનન્તના નિત્યના અથવા રાસોત્સવ વગેરે સમય વખતે જેમણે બહુ રૂપ લીધા છે એવા ભગવાનના ભકતોના કાર્યને કરવાના વગેરે જે ગુણ છે તે ગુણોથી શ્રીયમુનાજી પણ વિભૂષિત છે. ભગવાન અને શ્રીયમુનાજીમાં પૂજનીય ગુણ છે. માટે "ગુણાઃ સર્વત્ર પૂજયન્તે" આ વાકયોકિત પ્રમાણે ભગવાન અને યમુનાજીની સર્વત્ર પૂજા થાય છે.

(૨) **બીજું વિશેષણ "શિવવિરંચિદે વસ્તુતે"** માં **વીર્ય** રૂપી બીજા ગુણનું વર્ણન છે. "વીર્યદેવેષુ" એટલે કે વીર્ય દેવોમાં છે આ વીર્યવાન દેવોમાં મુખ્ય **શિવવિરંચિ** છે. અને જયારે આવા પ્રમુખ દેવો દ્વારા પણ જો યમુનાજીની સ્તુતિ કરવામાં આવી હોય તો એમના વીર્યનું શું કહેવું ? આમ શિવવિરંચિદે વસ્તુ તેથી વીર્યનું વર્ણન કર્યુ છે.

(૩) **"ઘનાઘનનિભે"** આને ત્રીજું વિશેષણ માનીને ત્રીજા ગુણ **યશનું** વર્ણન કરતાં શ્રીહરિરાયપ્રભુ કહે છે કે અહીં સર્વવિસ્મારક (જેને લીધે અથવા જે જોવાથી બધું જ ભૂલી જવાય તેવું) સ્વરૂપ સૌંદર્ય અને વિશ્વજીવનત્વ વગેરે રૂપોનું નિરૂપણ છે. વિમૂઢ ગાયોને તૃણ (ગાસ) વગેરેમાં જે આસકિત છે તેને ત્યાંથી દૂર કરવી અને પિયુષ રૂપી પોતાના ધર્મનું ત્યાં યોજન (ધર્મને ત્યાં સ્થાપવો) કરવું એ જ તો ભગવાનનો યશ છે.
શ્રી પુરૂષોત્તમજી કહે છે કે આ વિશેષ્ય છે, તે "કૃષ્ણા" નામના રૂપમાં પ્રયુકત છે અને **"ઘનાઘનનિભે"** પદ આ કૃષ્ણા નામનું સ્મરણ કરાવે છે. આમ કૃષ્ણા, શ્યામા, ઘનાઘનનિભા એ બધા એક જ અર્થને (વસ્તુને) સમજાવે છે.

(૪) **"ધ્રુવપરાશરાભિષ્ટદે"** પદમાં શ્રીઆચાર્યચરણે **શ્રીનું** વર્ણન કર્યુ છે. અહિયા ધ્રુવ જેને શ્રીયમુનાજી દ્વારા ઐશ્વર્યની પ્રાપ્તિ થઇ અને પરાશરમુનિ જેને જ્ઞાનની પ્રાપ્તિ થઇ. આ રીતે એશ્વર્ય અને જ્ઞાનનો ભોગ કરવાવાળા સેવકોના ઉલ્લેખથી શ્રીયમુનાજીની મહત્તા-**શ્રીનું** વર્ણન સૂચિત કર્યું છે. શ્રીપુરૂષોતમજીના કહેવા પ્રમાણે ધ્રુવ-પરાશરને પણ અભીષ્ટ દાન શ્રીયમુનાજીએ કર્યુ છે અને આ જ એમનો યશ છે.

(૫) **પાંચમું પદ "વિશુદ્ધ મથુરાતટે"** માં **જ્ઞાનનું** વર્ણન કરે છે. અહીં વિશુદ્ધ પદથી જ્ઞાન સૂચિત થાય છે. શ્રીમદ્ આચાર્યચરણ જ્ઞાનનું લક્ષણ સ્વભાવ વિજયના રૂપમાં જુએ છે. સ્વભાવને જીતવો એ જ જ્ઞાનનું સાચું સ્વરૂપ છે. સ્વભાવવિજયથી વધીને કોઇ શુદ્ધિ નથી અને તે શુદ્ધિ જયારે શ્રીયમુનાજીના સાન્નિધ્ય માત્રથી મથુરામાં હોય તો એ સુસ્પષ્ટ છે કે **"વિશુદ્ધ મથૂરાતટે"** આ વિશેષણ જ્ઞાનોત્કર્ષનું દ્યોતક છે.

(૬) **"સકલગોપગોપીવૃતે"** આ પદમાં શ્રીહરિરાયજી **વૈરાગ્યનું** વર્ણન કરે છે. શ્રીમદ્આચાર્યચરણ આજ્ઞા કરે છે કે વૈરાગ્યનો ઉત્કર્ષ ત્યાં છે જયાં સ્વ સર્વસ્વ નિવેદન પૂર્વક ભગવદ્ ચરણોમાં પ્રીતિ હોય એટલે કે ભગવત્ સેવા હોય. પુષ્ટિમાર્ગમાં ભગવત્ સેવા જ વૈરાગ્ય છે. જો હરિનો પણ જીવ હરિ બની જાય તો ઉત્કૃષ્ટ વૈરાગ્ય કહેવાય છે. હરિ એટલે સર્વ દુઃખહર્તા. આ સર્વદુઃખ હર્તા નો એટલે કે પરબ્રહ્મનો જયારે હરિ બની દુઃખહર્તા બની જાય તે પુષ્ટિમાર્ગીય વિલક્ષણતા છે. બ્રહ્મ કોઇ વખત શ્રમિત તો કોઇ વખત ક્ષુધિત થઇ જાય છે. જેમ કે જયારે ભગવાનને તાપમાં ગાયો ચરાવતા મેઘે શ્રમિત જોયા તો એમની ઉપર વરસી પડયો અને એ ભગવત્ સેવારત થયો અને હરિનો પણ હરિ થયો. અને આજ પુષ્ટિમાર્ગીય વૈરાગ્ય છે. અને શ્રીહરિરાયજીના મત પ્રમાણે આ વૈરાગ્ય અહીં **"સકલગોપગોપીવૃતે"** માં વર્ણવેલ છે. શ્રીહરિરાયજી કહે છે કે શ્રીવ્રજેશ જ બધાંની બધા વિષયની (બધી વસ્તુની) અનુરકિતના યથાર્થ, સ્વભાવિક અને મહાન આલંબન થઇ શકે છે. જેને સાચેજ અનુરકિતનું (પ્રેમનું)આલંબન મળી જાય છે તે બીજા વિષયોમાં વિરકત થઇ જાય છે. આમ શ્રીહરિરાયજી પ્રમાણે અહીં વૈરાગ્યનું વર્ણન છે. અને શ્રી પુરૂષોતમજી અનુસાર આ શ્લોકમાં **"શ્રી"** નું વર્ણન છે.

(૭) છેલ્લું પદ **"કૃપાજલધિસંશ્રિતે"** શ્રી હરિરાયજીના મત પ્રમાણે **વિશેષ્ય** છે. શ્રીહરિરાયજી કહે છે કે આ પ્રમાણે છ વિશેષણોથી છ ધર્મોનું નિરૂપણ કરી હવે સાતમામાં **ધર્મી સ્વરૂપનું વર્ણન કરે છે**. આ પદમાં પુલિંગનો પ્રયોગ છે એટલે નિરવધિકૃપા(અંત વગરની કૃપા) યુકત પ્રભુનું સ્વરૂપ જ વર્ણવાયેલું લાગે છે. કારણ કે કરૂણા પ્રભુમાં હંમેશા પ્રકટ રહેવાવાળો ધર્મ છે. એટલે કે સ્વરૂપ મધ્યપાતી છે. બીજા (અન્ય) ધર્મો લીલામાં પ્રકટ થાય છે જયારે કરૂણા તો સદા પ્રકટ રહે છે. અને યમુનાજીના પક્ષમાં તો કૃપાસાગર રૂપ એટલે કે નિરવધિકૃપાયુકત, જે વ્રજેશ જેમાં શ્રીયમુનાજી સંશ્રિત છે એટલે કે અભેદરૂપથી બિરાજમાન છે, મુખ્ય સ્વામિનિની માફક, અર્ધનારીનરની માફક આ અર્થ સમજવો જોઈએ, એટલે શ્રીયમુનાજી પણ કૃપાના સાગર રૂપ છે.

શ્રી પુરૂષોતમજીના મત પ્રમાણે વિરકત જ કૃપાળુ હોય છે, રાગી નહીં કારણ કે રાગ લોભરૂપ છે. પ્રભુમાં જે વૈરાગ્ય છે તે વૈરાગ્ય શ્રીયમુનાજી ભગવત્ સંશ્રિત હોવાને લીધે શ્રી યમુનાજીમાં પણ આવી જાય છે. કારણ કે તેઓ અભેદથી બિરાજે છે. જેમ કે સમુદ્રમાં મળેલી નદીમાં સમુદ્રના ગુણો હોવા સ્વાભાવિક જ છે. આમ અન્તિમ ગુણ વૈરાગ્યનું વર્ણન થયું.

આ રીતે ચોથા શ્લોકમાં **"ભગવત્ સમાન ધર્મો હોવાને કારણે અનાયાસ-ભગવત્ સબન્ધ થવાનું સામર્થ્ય"** રૂપ ચોથા એશ્વર્યનું વર્ણન છે.

૫. શ્રીયમુનાજીનો ઉત્કર્ષ નિરવધિક છે એનો કોઈ અન્ત જ નથી તો એનું વર્ણન કયાં સુધી થાય. એટલે આ શ્લોકથી **"અન્યોત્કર્ષાવધિ"** (અન્ય +ઉત્કર્ષ+અવધિ)રૂપ વિષયાન્તર અહીંથી થઈ રહ્યું છે. શ્રીપ્રભુચરણ આજ્ઞા કરે છે કે ભગવદીયોનો ઉંત્કર્ષ પણ જયારે એમને લીધે છે તો એમના ઉંત્કર્ષનું વર્ણન કોણ કરી શકે ? શ્રી હરિરાયજી કહે છે કે સર્વાધિક ઉત્કર્ષ **"ભગવદીયતા"** છે અને આ ઉત્કર્ષ ભગવદ્ અનુગ્રહથી જ શકય છે. ભગવાન જેમાં ભગવદિયતા સંપાદન કરે છે એમાં શ્રીયમુનાજી કંઈક વધારે ઉત્કર્ષ પ્રદાન કરે છે. ચરણ પદ્મજા (અપ્રિયા) ગંગા પણ યમુનાજીથી સંગત થવાથી પ્રિય થઈ છે. ભૌતિક રૂપથી ચરણ પ્રક્ષાલન રૂપ જલ હોવાથી ગંગાને અપ્રિય કહ્યાં છે. આમ સકલસિદ્ધિદા યમુનાજીનું ગંગામાં આવિષ્ટ થવાથી જ ગંગા પણ ભગવત્ સેવકો માટે "સકલ સિદ્ધિદા" થઈ છે.

શ્રી હરિરાયજીના મત પ્રમાણે શ્રીયમુનાજી પુષ્ટિમાર્ગીય છે, સર્વાંગ-સબંધિની છે, ભગવાન મુરારીના ભકતોના અનેક જાતના પ્રતિબંધોનું નિવારણ કરવાવાળી છે, ઉપરાંત ભકતોના દુઃખહરણ કરવાના સ્વભાવ વાળા શ્રીહરિની પ્રિયંભાવુકા છે. શ્રીયમુનાજી સાક્ષાત સેવોપયોગી દેહનું સંપાદન કરી સેવકોની સૃષ્ટિ કરે છે અને એ સેવકો દ્વારા કરેલી સેવા પ્રભુને નિરતિશય પ્રિય છે. આમ શ્રીયમુનાજી બધી રીતે પ્રભુને પ્રિય લાગે તેવું કરે છે તેથી તે **"પ્રિયંભાવુકા"** છે. શ્રીયમુનાજી પુરૂષોતમની (ભગવાનની) પ્રાપ્તિનું દાન કરે છે માટે તે **"સકલસિદ્ધિદા"** છે. યમુનાજી સંબંધમાત્રથી (પોતાના) સ્વસમાન ગુણોનું સમ્પાદાન કરે છે. ભકતો માટે બીજાને પોતાની જેમ ઉપકારક બનાવી દે છે તો પોતે કેટલી ઉપકારક હશે ? એ આશયથી **"મનસી મે સદા સ્થિયતાં"** આ પ્રાર્થના છે. મન બધા જ ભાવોનો આધાર છે અને જો ધર્મવતી યમુનાની ત્યાં સતત સ્થિતિ હોય તો બધા મનોભાવ ના નિર્ષોદપૂર્ણ ગુણ થઇ જાય. આમ અહિં ભગવત્પ્રિય **"કલિનિવારકત્વ"** રૂપી પાંચમાં એશ્વર્યનું વર્ણન કર્યું છે.

૬. શ્રીપ્રભુચરણ કહે છે કે આવી યમુનાને **"નમન"** સિવાય કશું પણ કરી શકાય નહીં આ આશયથી "નમોસ્તુ" કહ્યું છે. શ્રીપુરૂષોતમજી કહે છે કે પ્રારંભમાં "નમામિ" કહી નમન કર્યું છે. પાછળથી **"નમત"** કહીને ઉપદેશ પણ આપ્યો છે. એનાથી નમનની દુર્લભતાનું સૂચન થઇ જાય છે.

શ્રીહરિરાયજી કહે છે કે યમુનાજી ભકતોના ઉત્કર્ષને વધારે છે, ભકતાનુગુણા છે અને એવી અવર્ણનીય અનુપમ મહિમાવાળી છે કે એ જે ઉપકાર કરે છે તેનો પ્રતિ ઉપકાર કરવો અસંભવ છે. હા, કદાચ વિલક્ષણ મહાત્મ્યનું જ્ઞાન થવાથી નમસ્કાર કરવાનું સૌભાગ્ય તો અવશ્ય પ્રાપ્ત થઇ શકે છે. જીવની (ભકતની) વિલક્ષણતા અનુસાર પ્રભુકૃપા થાય છે જેથી જીવને પોતાના વિલક્ષણ ચરિત્રનું જ્ઞાન થાય છે, એના પરમોત્કર્ષનું જ્ઞાન થાય છે, ત્યારે તો તે નમન કરવા પ્રવૃત્ત થાય છે, ત્યારે શ્રીયમુનાજીની કૃપાથી જીવ ભગવાનને વિશેષ પ્રિય થઇને ભગવાનના વિશેષ અનુગ્રહને યોગ્ય બને છે. બાકી **ભગવત્કૃપાંકુર વગર શ્રદ્ધાનો ઉદય થઇ શકતો નથી.** પુરૂષોતમજી કહે છે કે માટે નમન એક અતિદુર્લભ વસ્તુ છે. તેથી એના માટે ચોકકસ કૃપાની અપેક્ષા છે. હરિરાયજી કહે છે કે ભગવાન **"અદ્ભુતકર્મા"** છે. ભગવાનની એ અદ્ભૂતતા છે કે અસાધનને પણ સાધન બનાવી દે છે. પરંતુ અહીં તો

"તવચરિત્રમત્યદ્ભુતમ્" છે. કોઈ પણ જાતના ભાવ વગર અથવા તો કદાચ ફકત તરસ લાગવાથી જ જો યમુના જળ પીવામાં આવે તો અસાધન પયઃપાન ફ્લ સાધક થઈ જાય છે, છતાં સાધન નથી કહેવાયું આ જ અદ્ભુતતા છે. તરસ લાગવાથી કરેલા જલપાનમાં ભાવની પ્રધાનતા નથી હોતી તો પછી તેને સાધન કેવી રીતે કહેવાય ? પરંતુ ભાવરહિત, સાધન રહિત, અનન્ત જન્મોથી ભટકતા બધા જીવ્હોપસ્થ પરાયણ જીવ છે, જેમને શ્રીયમુનાજીના સ્વરૂપનું જ્ઞાન પણ નથી એવા ભૂલ્યા ચૂકયા તરસ્યા જયારે જળનું પાન કરે છે તો ભગવાનનો એના ઉપર ન્યૂનાધિકસ્નેહ થઈ જાય છે. આમ આટલી મોટી યોગ્યતાના સમ્પાદન માટે યમુનાજી ભાવની પણ અપેક્ષા રાખતી નથી એનાથી વધારે અદ્ભૂતતા બીજી કઇ હોઇ શકે ? યમુનાજી પુષ્ટિમાર્ગીય છે અને એમના સેવનથી, સર્વભાવથી એમને આધીન થવાથી અને ચિત્તને એમને આધીન કરવાથી જયારે જીવ એમનો થઇ જાય છે ત્યારે ભગવાન પણ એ વિચાર કરે છે કે આ જીવ યમુનાજીના આશ્રય પર છે તો પોતે પણ સ્નેહ કરવા લાગી જાય છે. આ પણ એક અદ્ભૂતતા છે. જેમ કે જયારે ગોપીઓ યમુના કિનારે આવી ભગવદ્ભાવથી ગાન કરવા લાગી ત્યારે તેમને નન્દનંદનના દર્શન થઇ શકયા. **"હરેર્યથા ગોપિકાઃ"** અહી "ગોપીકા" શબ્દ બહુવચનમાં છે. એટલે ચતુર્વિધ ગોપીકાઓમાં ભગવાનની પ્રીતિ યમુનાજીને કારણે થઇ એવી રીતે અન્ય સેવક પણ ભગવાનને પ્રિય થઇ શકે છે.

આમ શ્રીપુરૂષોતમજી અનુસાર અહીં **"ભગવત્ પ્રિયત્વ સમ્પાદકત્વરૂપ"** અને શ્રીહરિરાયજી તથા શ્રીદ્વારકેશજી અનુસાર **"ભગવદિયોત્કર્ષદાયકત્વરુપ"** છઠ્ઠા ઐશ્વર્યનું વર્ણન થયું.

૭. હે મુકુન્દ પ્રિયે! જરૂરી દૈહિક ધર્મનો પણ આપથી સબંધ થાય તો મુકિત થી પણ મહાન ભકિતની પ્રાપ્તિ થાય છે તો પછી યમ યાતના ન થાય એમાં શંકા શેની ? આવશ્યક દૈહિકધર્મ એટલે યમુનાતીરે વાસ,યમુના સેવન,યમુના જલપાન વગેરે. એટલે કે જેઓ સ્વાભાવિક રીતે જ ત્યાં રહેતા હોય, તેઓને પણ મુકિતને બદલે ભકિતની પ્પ્રાપ્તિ થાય છે. યમુનાજીનું સાદિધ્ય જ પ્પ્રાર્થનીય છે.શ્રી હરિરાયજી કહે છે કે જયાં દુષ્ટસદિધાન થી યમુનાજી પોતાના આધિદૈવિક રૂપથી તિરોહિત ન થયા હોય ત્યાં યમુના સદિધાનથી તનુનવત્વ થાય છે.તનુનવત્વ એટલે પૂર્વ શરીરની સર્વથા નિવૃતિ અને બીજા દેહની પ્પ્રાપ્તિ એ નથી, પરંતુ જેમા કાચા માટીના ઘડાને તપાવવાથી એનામાંથી

કચ્ચાપન હટી જાય છે અને પાણી ધારણ કરવાનું સામર્થ્ય આવે છે, તેમ યમુના સાદિધ્યથી દેહની પ્રાકૃતા એટલે કે સાક્ષાત્ ભગવદ્ દર્શન - સ્પર્શનની અયોગ્યતા હટી જાય છે. આને શ્રી દ્વારકેશજીએ એકદમ સુસ્પષ્ટ કર્યુ છે. તેઓ કહે છે કે ભાગવતમાં તૃતિય સ્કંધમાં કહ્યા પ્રમાણે નિત્યલીલાસ્થ જીવોને જેવો ભાગવત્ સંયોગ પ્રાપ્ત થાય છે, તેવો જ જેનાથી પ્પ્રાપ્ત થઇ શકે એવા નૂતનદેહની પ્પ્રાપ્તિની વાત છે. આ નૂતનતાની એ વિશેષતા છે કે આપ્રાકૃત દેહથી જે ભગવત્ સેવા થાય છે ત્યાં સેવ્યસ્વરૂપ સાવરણ (આવરણ સાથે) બિરાજમાન હોય છે. જયારે દેહ નૂતન થઇ જવાથી એટલે કે તનુનવત્વની પ્રાપ્તિ થી સેવ્ય સ્વરૂપ અને દેહની વચ્ચે કોઇ આવરણ નથી રહી જતું. શ્રી પુરૂષોતમજી 'મુકુંદપ્રિયે' સંબોધનનું સરસ તાત્પર્ય બતાવે છે. મુકુન્દ એટલે મોક્ષનું જે દાન કરે છે તે. અહી મોક્ષ પુષ્ટિમાર્ગીય મોક્ષ નથી. પણ શ્રી યમુનાજીના આગ્રહથી(અનુરોધથી) અલૌકિક સેવાપયોગી દેહનું ભગવાન દાન કરશે એવી આશા ફળીભૂત થાય એટલે સંબોધન કર્યુ છે. આ કારણથી જયાં સુધી આધુનિક શરીર અથવા એની લૌકિકતા નિવૃત ના થાય ત્યાં સુધી તનુનવત્વની પ્રાપ્તિ માટે સ્તુતિ કરવી જોઇએ એવી પ્રાર્થના છે.

આ રીતે શ્રી પુરૂષોતમજી અનુસાર **'તનુનવત્વ'** અને શ્રી હરિરાયજી અનુસાર **'ભગવત્ પ્રિયત્વ'** ના દાનનું સામર્થ્ય રૂપી ઐશ્વર્યનું સાતમા શ્લોકમાં વર્ણન છે.

૮. અહીં આઠમા શ્લોકમાં શ્રી હરિરાયજીના મત પ્રમાણે **'તનુનવત્વ સાધકત્વ'** અને શ્રી પુરૂષોતમજીના મત પ્રમાણે **'લિલાસામયિક પ્રભુશ્રમ-જલકણ સમ્બન્ધ સમ્પાદકત્વ'** રૂપી આઠમા ઐશ્વર્યનું વર્ણન છે.

આના પહેલાં કહેવામાં આવ્યું છેકે શ્રી યમુનાજી જીવને ભગવાનનો પ્રિય બનાવી દે અને 'તનુનવત્વ'નું દાન કરે છે અને એનાથી જીવને જે સામર્થ્ય મળે છે એનાથી કહેવાય છે કે એના ઉત્કર્ષનો કોઇ અન્ત નથી.

શ્રી હરિરાયાજી કહે છે કે રસરૂપ પરમાનન્દરૂપ પ્રભુની સ્તુતિનો અન્ત નથી થઇ શકતો કારણ કે એમનો મહિમા અનન્ત છે. સ્વયં શ્રુતિ પણ એજ કહે છે કે બ્રહ્મ(ભગવાન)નું વર્ણન કરતા કરતાં વાણીને પાછા ફરવું પડે છે. એજ વાત યમુનાજીના સંબંધમાં કહી શકાય છે.

સાતમા શ્લોકમાં ગંગાજીથી પણ અધિક મહાત્મ્યનું વર્ણન કર્યુ છે. એતો સમજી શકાય કે યમુનાજીનો ભગવાનથી ગંગાજી કરતાં વધારે સંબંધ છે. અને કયાંય પણ ભગવાનથી સબંધ ને લઈને જ સ્તુત્યતા આવે છે. અધિક સંબંધથી અધિક સ્તુત્યતા આવે છે. પણ લક્ષ્મીજી તો સ્વયં સ્વામિની છે છતાં એમના કરતાં અધિક 'સ્તુત્યતા' કેવીરીતે કહીશકાય ? એટલુ જ નહી પણ પાંચમા શ્લોકમાં 'અતિપ્રિયતા' પણ કહી છે.કારણ કે ભકતોનું માન દૂર કરેછે, તેમજ કલિનિવારણ સામર્થ્ય,આ બધાને લઈને પણ નિશ્રિત નિર્ધાર નથી થઈ શકતો કે લક્ષ્મીજીથી અધિક સ્તુત્યતાનો નિર્ણય કેવીરીતે કરવો એ સન્દેહ દૂર કરવા આ શ્લોકની શરૂઆત છે.

ગંગાજી લક્ષ્મીજી કરતાં વધારે જીવો પર ઉપકાર કરે છે. અને શ્રીયમુનાજીનું ગંગાજીથી અધિક મહાત્મય હોવાથી તેમનું લક્ષ્મીજી કરતાં વધારે મહાત્મય હોવાનું સીધુજ સિદ્ધ થઈ જાય છે. એ રીતે 'તનુનવત્વ'માટે યમુનાજીની સ્તુતિ અપેક્ષિત છે. ગીતાજીમાં કહું છે કે સર્વત્ર ઉત્કર્ષ ભગવાન સાથેના સંબંધને લઈને જ આવે છે. સ્થાવર વસ્તુથી લઈને બ્રહ્મા સુધી કોઈનો પણ ભગવત્સબંધ લક્ષ્મીજીથી અધિક નથી.કારણ કે હમેશાં પુરૂષોતમનું વક્ષ:સ્થળ કોને પ્રાપ્તિ છે? વ્રજલીલામાં ચતુર્વિધ સ્વામિનીઓને સર્વજાતના સુખોનો અનુભવ થાય છે પણ બાકીની બધી લીલામાં તો વિપ્રયોગાનુભવ જ છે. જયારે લક્ષ્મીજી તો વ્રજલીલામાં પણ સુખાનુભવ કરેછે. એ રીતે ગોપીગીતના **'શ્રયત ઈંદિરા'** ના વ્યાખ્યાનમાં પણ કહું છે કે લક્ષ્મીજી પણ કયારે અવસર પ્રાપ્ત થાય એવી આશાથી વ્રજભૂમિનું સેવન કરે છે.

યમુનાજી વ્રજમાં ચતુર્થપ્રિયાના રૂપમાં પ્રભુસંયોગ સુખનો અનુભવ કરેછે. જયારે બાકીની સ્વામિનીઓને તો એક વખત જ રમણ છે, જયારે યમુનાજીને સ્વામિનિ હોવાથી લક્ષ્મીજીની માફક સૌભાગ્ય હોવાથી હંમેશાં પ્રભુ સંગ રહે છે. આ રીતે લક્ષ્મીજીથી સમાનતા માટે જેમ લક્ષ્મીજીની સ્તુતિ ઉપલબ્ધ છે તેમ યમુનાજીની પણ સ્તુતિ થઈ શકે છે. એ શંકાના નિવારણ માટે મૂળમાં (પહેલેથી) યમુનાજીને **'કમલજાસપત્ની'** કહેવાય છે.

શ્રીદ્વારકેશજી કહે છે કે લક્ષ્મીજીથી વધારે શ્રી યમુનાજીનું પ્રિય થવું અવતારદશા અને અનવતાર દશા એ બંનેમાં અનવતર લીલા સબંધને લઈને જાણી શકાય છે. પ્રમાણભૂત વેદ વાકયોથી લક્ષ્મીજીનું માહાત્મ્ય વર્ણવી શકાય છે. જયારે

યમુનાજી તો પુષ્ટિલીલાસ્થ છે એટલે કે પ્રમેયાનન્દરૂપ છે જેથી 'યતો વાચો નિર્વતતે' આ વાકયમાં વાણીથી અગોચર મહિમાવાળા કહેવાયાં છે. એટલે કે તે પ્રમાણાતીત છે. આમ બંનેમાં સામ્ય હોવા છતાં પણ શ્રીયમુનાજી પ્રિયા હોવાને કારણે, લક્ષ્મીજીનાં દ્રષ્ટાંતથી એમના મહિમાનો વિચાર ના કરી શકાય.

લક્ષ્મીજીના બે રૂપો જાણીતા છે. એક તો સાલોકયાદિ મોક્ષ સુખ આપવામાં હંમેશાં ભગવાન સાથે બિરાજમાન રહે છે. અને બીજા પ્રભુથી અલગ કેવળ વિભૂતિ રૂપા. જે ભજન કરવાથી ધનાદિસમ્પદાપ્રદા છે.(ધન વગેરે સમ્પતિ આપનારાં)એમનું ના હોવું જ શ્રેયકર છે. શ્રીદ્વારકેશજી કહે છે કે આ ધન ભગવત્સ્મરણને ભૂલાવી દે છે આસુરાવેશ આવે છે. સંસારશકિત આવે છે અને છેલ્લે તે જીવ પ્રમત્ત(આઝાદ) થઈ જાય છે.એટલે મૂળમાં કહ્યું છે કે લક્ષ્મીજીનું ભજન તો મોક્ષનું પણ વિઘાતક છે., પ્રભુ સહિત લક્ષ્મીજીના ભજનથી સાલોકયાદિ મોક્ષની પ્રાપ્તિ થાય છે,પણ લક્ષ્મીજીની જેમ નિત્ય સંયોગ રૂપ સાયુજય મળતું નથી કારણ કે એ તો પોતે સ્વયં ભોગવે છે, જયારે શ્રી યમુનાજી તો એટલાં બધાં કૃપાળુ છે કે પોતાના સ્વામિ - પ્રભુનું પોતાના ભકતોને દાન કરી દે છે (સચમુચ) સાચે જ યમુનાજીની કથા અધિક છે,કેમ કે તે લક્ષ્મીજીની જેમ અનભીષ્ટ ફળ કમ સે કમ પુષ્ટિમાર્ગિયને તો નથી જ આપતાં. લક્ષ્મીજીની અપેક્ષાથી યમુનાજી**'જે ભગવાનના સકળ ગાત્રથી સબંધ રાખે છે'**ની કથા તો અધિક હોવી જ જોઈએ. એમનો આશ્રય કરનાર જીવને સકલગોપીકા સંગમ સ્મર શ્રમ જલાણુઓના માઘ્યમથી (જે જલાણુ સકલગાત્ર પર પ્રગટયા હતા.) પ્રભુનો સંગમ થઈ જાય છે,અને તેવા જીવના શરીરમાં ભગવદ્ રસાનુભવ ધારણ કરવાનું સામર્થ્ય આવી જાય છે એટલે કે **'તનુનવત્વ'** આવી જાય છે.એટલે લીલાસૃષ્ટિમાં કોઈપણ પ્રકારના આવરણ વગર પ્રભુના દર્શન,સ્પર્શ,શ્રવણાનુભવની યોગ્યતા આવી જાય છે. આ સુખ સાલોકયાદિમાં નથી. આજ શ્રી યમુનાજીનું મહાન આધિકય છે.

શ્રી દ્વારકેશજીએ આ બધી વસ્તુ ખૂબ સુંદર રીતે યથાક્રમ સમજાવી છે. એ કહે છે કે –

'સકલગોપિકાસંગમ'થી અંતરંગ ભકત હોય એમ બતાવે છે.

'સ્મરશ્રમજલાણુભિઃ' થી હંમેશા આ રસથી પૂર્ણ હોવું એમ બતાવે છે.

'સકલગાત્રજૈઃ'થી ભકતાનુગુણતા વિવક્ષિત(ચિતરાયેલી - વર્ણવેલી)છે.

'સંગમ'થી લીલામાં મધ્યપાતી હોવું બતાવે છે.

આમ લૌકિકની જેમ બંદે સપત્ની છે છતાં વિરૂદ્ધ સ્વભાવને લીધે શ્રીયમુનાજી ભકતોનોં ઉત્કર્ષ સાધે છે જયારે લક્ષ્મીજી સ્વર્ગ વગેરે લોભથી ભગવદ્ વિમુખ કરી દે છે. ભગવાની પ્રતિજ્ઞા છે કે **"મામેવ યે પ્રપદ્રયન્તે માયામેતાં તરન્તિ તે"** છતાં રસવિવશ પ્રભુએ પોતાના અષ્ટવિધ ઐશ્વર્ય યમુનાજીમાં સ્થાપિત કર્યાં છે એટલે ભગવત્પ્રિયા કલમજાસપત્ની શ્રીયમુનાજીની સ્તુતિનો કોઈ અન્ત હોઈ શકે જ નહિ અને તેઓની તો સ્વતંત્ર સ્તુતિ થઈ શકે છે. જયારે લક્ષ્મીજી તો હરિ સાથે ભજન કરવાથી જ મોક્ષ પર્યન્ત સુખ આપે છે.

૯. આ શ્લોકમાં ફળનું નિરૂપુણ કરેલું છે. આઠ-શ્લોમાં અષ્ટવિધ ઐશ્રર્યનું વર્ણન,યમુનાજીના ઉત્કર્ષનુ વર્ણન - એ વર્ણનની અશકયતા બતાવતાં કરવામાં આવ્યું છે.

હે સૂરસૂતે,(હે સૂર્યપુત્રી)આપની સ્તુતિ કરતાં ઘણા સ્તોત્રોબીજા દ્વારા રચેલા ઉપલ્બધ છે,પરંતુ આ સ્તોત્રનું જે વૈશિષ્ટ્ય (વિશેષતા)છે તે અસાધારાણ છે અને તે એવી રીતે છે કે આ સ્તોત્રના પાઠથી ભગવત્પ્રાપ્તિમાં પ્રતિબન્ધરૂપ જે જીવના દોષ છે તે નિવૃત થઈ જાય છે અને એ રીતે સકલદુરિતોનો (અવરોધોનો) ક્ષય થઈને ભગવાનમાં રતિભકિત (પ્રીતિ) ઉત્પન્ન થાય છે. આ ભકિત ખૂબ દુર્લભ છે. પણ શ્રીયમુનાજીની કૃપાથી સુલભ બને છે. બાકી સ્વયંપ્રભુ માટે પણ કહ્યું છે કે મોક્ષ કે દાતા મુકુન્દ પણ ભકિતયોગનું દાન સરલતાથી નથી કરતા. ટૂંકમાં તાત્પર્ય એ છે કે શ્રીયમુનાજીની સ્તુતિથી સંતુષ્ટ થઈને ભગવાન પણ પોતાનો સ્વભાવ છોડીને ભકિતનું દાન કરે છે, આમ યમુના સ્તુતિથી પાપોનો ક્ષય થવાથી ભગવાનમાં ભકિત થાય છે અને એ ભકિતથી આગળ વધતાં સર્વાત્મભાવ વગેરે બધી સિદ્ધિઓ પ્રાપ્ત થાય છે. મુરરિપુ ભગવાન સન્તુષ્ટ થાય છે. એટલું જ નહિં સ્વામિનીઓ પણ પ્રસદ થાય છે.કેમ કે લૌકિકમાં પણ પોતાની સ્તુતિ કરતા ને બદલે) પ્રિયજનની સ્તુતિ વધારે ગમે છે.

શ્રી દ્વારકેશજી અહીં એક બીજો આશય **"સકલસિદ્ધિ"** પદનો બતાવે છે કે સકલસિદ્ધિદા એટલે સર્વાત્મભાવ વગેરે નહિં પરંતુ ગોપિકાઓજ

સકલસિદ્ધિયાં છે. કેમ કે સકલનો અર્થ છે પોતાની કલાઓ સહિત જે સ્થિત છે એવા પુરૂષોત્તમ એમના રમણની સિદ્ધિ જેનાથી થાય તે **"સકલસિદ્ધિ"** કહેવાશે. પ્રભુના રમણની સિદ્ધિ ગોપીકાઓથી થાય છે એટલે ગોપીકાઓ (ચારેય યુથની સ્વામિનિઓ) અને પુરૂષોતમ બન્ને સંતુષ્ટ થશે.

શ્રીદ્વારકેશજી કહે છે કે **"મુરરિપુશ્ચ"** ના અન્તમાં જે **"ચ"** છે તેનું સુંદર તાત્પર્ય એ છે કે શ્રીયમુનાજી પ્રભુનું તાત્પર્ય સારી રીતે જાણે છે તેથી આ સ્તોત્રના પાઠથી બધા પ્રતિબંધો દૂર કરવાવાળા સંતુષ્ટ થાય છે અને જેવી રીતે યમુનાાતટ ઉપર કુમારિકાઓ ઉપર પ્રસન્ન થઈને સુખનું દાન કર્યુ એવી જ રીતે પોતાના આનંદનો કંઈને કંઈ અનુભવ પ્રભુ કરાવે જ છે. અને એટલું જ નહિ પરંતુ શ્રીયમુનાષ્ટકના પાઠથી પ્રસન્ન થવાથી કોઈપણ આવરણ વગરની પ્રભુની લીલામાં મધ્યપાતી જીવ પર સ્વામિનિઓ પણ પ્રસન્ન થાય છે. નહિ કે મુરલિકા માટે જેમ ઈર્ષાળુ હોય છે કે જે મુરલિકા ભગવાનને પ્રિય થઈને એમના (સ્વામિનિઓના) ભોગ્ય ફળમાં પોતાનો ભાગ પડાવે છે. એમ કહેવાય છે કે શ્રીયમુનાજી એ બધાના કલિનું (પાપોનું, દોષોનું) નિવારણ કરે છે કે જે ભગવાનનો પ્રિય છે, આમ બધા જ ભકતોની પ્રસન્નતામાં કારણભૂત છે. (કારણનું કારણ છે) આ રીતે મુકુન્દ ભગવાનનો સ્વભાવ બદલી એમને મોક્ષદાતાને બદલે ભકિતદાતા બનાવી દે છે. તો જીવનો સ્વભાવ બદલે એમાં નવાઈ જ શું છે ? વિધ્વન્મંડનમાં કહ્યું છે કે આનંદ અંશ તિરોધાન થવાથી જીવભાવ આવે છે. અવિદ્યાનો સંબંધ થવાથી જીવમાં ભગવાનથી બહિર્મુખતા આવે છે. તો શ્રીયમુનાજીનો પાઠ કરવાથી હૃદયમાં કૃપાથી પ્રભુ આવિભૂત થાય છે અને ત્યારે આંતરિક તનુનવત્વ સમ્પન્ન થઈને બહિર્મુખતા દૂર થાય છે અને શ્રીગોકુળના પ્રાણપ્રિય પ્રભુની સેવા જે જીવનો સહજ ધર્મ છે એમાં વિવિધ પ્રકારથી જય-ઉત્કર્ષ થાય છે તે પણ સ્વભાવ વિજય કહી શકાય છે.

શ્રી દ્વારકેશજીના કહેવા પ્રમાણે સ્વભાવ વિજય એટલે બહિર્મુખતા દોષની નિવૃતિ છે. શ્રીહરિરાયજીએ પણ સ્વભાવ વિજયના ત્રણ અર્થ બતાવ્યા છે. (ક) કામભાવ જે જીવનો સ્વભાવ છે તેની નિવૃતિ સર્વાત્મભાવની સિદ્ધિથી થાય છે. (ખ) સાત્વિક સ્વભાવ સ્વાધિન થાય છે જેથી લીલામાત્રમાં જેવી જરૂરિયાત હોય તેવી પ્રવૃતિ કરી શકાય અને તે ગુણાતીત થવાથી જ સંભવ છે. (ગ) ભગવદ્ ધર્મના પ્રવેશથી માન-અભિમાન વગેરે સ્વભાવોને આવી જવાની સંભાવના રહે છે એટલે દીનતા દૂર હટે છે, પુષ્ટિમાર્ગના વિચારથી

આવો સ્વભાવ દોષરૂપ છે. આમ મૂળ દુષ્ટ સ્વભાવવાળા ઉતમ સ્વભાવવાળા થઈ જાય છે. આવો આશય "સ્વભાવ વિજયોર્ભવેત" માં કહેવાનો છે. જીવની દીનતા જાઈને હૃદયમાં (અંતરમાં) પ્રભુનો પ્રાદુર્ભાવ થાય છે.

અહીં આપ્તતા બતાવવા માટે જ આચાર્ય ચરણે પોતાના નામનો ઉલ્લેખ કર્યો છે. આપ્ત પુરૂષ એ હોય છે કે જે **યથાદ્રષ્ટાર્થવાદી** હોય, એટલે કે જેવું જુએ તેવું જ કહે બીજું નહીં. અહીં આ વિષયની આપ્તતા શ્રીમદ્ આચાર્ય-ચરણની જ છે કે લીલાસૃષ્ટિસ્થ જીવોના ફળને જોઈને આપે સાધનનું નિર્ધારણ કર્યુ છે.

આ પ્રમાણે યમુનાષ્ટક ઉપરની વિવૃત્તિ સમાપ્ત.

(પૂ.પા.ગો. શ્રી શ્યામમનોહરજી મહારાજ મુંબઈ દ્વારા લિખિત સંસ્કૃત-હિન્દી વિવેચનમાંથી સાભાર)

-નયનાના ભગવદ્ સ્મરણ.

શ્રીયમુનાષ્ટકમ્‌ના સ્તોત્ર અનેક છે. પણ મનનીય અને સ્મરણીય સ્તોત્રોનો અત્રે સમાવેશ કરેલ છે.

શ્રી યમુનાષ્ટકમ્‌નો ભાવાર્થ - શ્રી રઘુનાથજી વિરચિતં

શ્રી ગુસાંયજીના પંચમકુમાર શ્રી રઘુનાથજી

શ્રીયમુનાજીએ પવનથી ચલાયમાન પોતાના જલપ્રવાહમાં ઉછળતાં તરંગબિંદુઓના મિષથી ભગવાનના ચરણકમલમાં ભકિતયુકત બની સુંદર રીતે માર્ગ આપ્યો અને ચંદ્રવંશમાં આવિર્ભૂત થયેલા શ્રીકૃષ્ણને બૃહદવન અર્થાત્ શ્રીગોકુલમાં પધરાવ્યા એવા કલિન્દનંદિની શ્રીયમુનાજી કલિયુગમાં અમારા પર અપાર કૃપા કરો. (૧)

અત્યંત પાપી મનુષ્યોને પણ જલપાન માત્રથી અત્યંત ભકિતયુકત ચિત્તવાળા કરનારાં અને પોતાના કૃપાલુ સ્વભાવથી ધર્મરાજ પાસે દોડી જઇને મહાન ભયમાંથી છોડાવનારાં એવા કલિન્દનંદિની શ્રીયમુનાજી કલિયુગમાં અમારા પર અપાર કૃપા કરો. (૨)

જેમના જલમાં વિહાર કરવાથી નંદનંદન શ્રીકૃષ્ણ સર્વ વ્રજસુંદરી જનોના વૃંદમાં આનંદથી અદ્‌ભૂત સ્વભાવને ધારણ કરતાં તથા સુંદર દ્રષ્ટિથી પરસ્પર અવલોકન કરવાનાં ઉંત્સાહને વધારતાં હતાં એવા કલિન્દનંદિની શ્રીયમુનાજી કલિયુગમાં અમારા પર અપાર કૃપા કરો. (૩)

જેમના પ્રફુલ્લ ચરણકમલ યુગલોનું સેવન કરવાના પ્રભાવથી સમસ્ત ભકતજનોના સંગ્રહરૂપ ત્રણે ભુવનોને સદા પવિત્ર કરે છે તે સુખપ્રદ ગિરિરાજધારી શ્રીકૃષ્ણના

સંગમનો બોધ કરતાં એવાં કલિન્દનંદિની શ્રીયમુનાજી કલિયુગમાં અમારા પર અપાર કૃપા કરો. (૪)

જેમનાથી સર્વ આપદાઓ દૂરથી જ નાશ પામે છે, સદા સંપત્તિ નિવાસ કરે છે, નંદનંદન શ્રીકૃષ્ણમાં દઢ રતિ ઉંત્પન્ન થાય છે અને જે સમસ્ત ઘોર પાપોનો સારી રીતે ક્ષય કરીને મહાન અષ્ટ સિદ્ધિઓ આપે છે, એવાં કલિન્દનંદિની શ્રીયમુનાજી કલિયુગમાં અમારા પર અપાર કૃપા કરો. (૫)

જેમના અંક (ઉત્સંગ) માંથી બહાર નિકળતો પાપી પણ તે શ્રીયમુનાજીની કાંતિથી યુકત એવી સુંદર શોભાથી ત્રણે જગતને વિશેષ મોહિત કરે છે, જે સારસ પક્ષીઓને પ્રફુલ્લિત કરનારાં ને રુદ્રદેવ વગેરેથી સ્તુતિ કરાયેલાં એવાં કલિન્દનંદિની શ્રીયમુનાજી કલિયુગમાં અમારા પર અપાર કૃપા કરો. (૬)

આપના જલમાં ક્રીડા કરવાથી લજ્જિત થયેલા ગોપિકાપતિ શ્રીકૃષ્ણ, જે શ્રીુયમુનાજીના ભકતજનના સેવનથી પ્રસન્ન થાય છે તેવા સમસ્ત કામનાઓનું દાન કરનારાં એવાં કલિન્દનંદિની શ્રીયમુનાજી કલિયુગમાં અમારા પર અપાર કૃપા કરો. (૭)

જેમના તટની રજ ભૂતલ પર ગૃહે ગૃહે નિવાસ કરે છે અર્થાત્ પધરાવવમાં આવે છે, તેની પાછળ પાછળ શ્રીહરિ પણ તે ભકતજનને ત્યાં પધારે છે, વળી જ્યારે ત્યારે સદા ભકતવૃંદથી વંદન કરાયેલાં એવાં કલિન્દનંદિની શ્રીયમુનાજી કલિયુગમાં અમારા પર અપાર કૃપા કરો. (૮)

હે હરિને પ્રિય શ્રીયમુનાજી! આપના આ અષ્ટકનો જે સદા પાઠ કરશે તેની બુદ્ધિ શુદ્ધિથી ગોકુલાધિપતિ શ્રીકૃષ્ણના શુભ સંગમને પ્રાપ્ત કરી સંયોગસુખનો અનુભવ કરશે તથા આપના તટ પર રાસમંડલમાં સ્થિત ત્રિભંગીમોહન શ્રીકૃષ્ણને અને તેમના રમણીય રમણોને ધારણ કરશે. (૯)

॥ ઈતિ શ્રીરઘુનાથજી વિરચિતં શ્રીયમુનાષ્ટકંનો ભાવાર્થ સંપૂર્ણમ્ ॥

(શ્રી રઘુનાથજી પોતાના યમુનાષ્ટકંમાં શ્રીયમુનાજીના સ્વરૂપ, મહાત્મ્ય, ગુણો વગેરેનું વર્ણન કરીને પ્રાર્થના કરે છે કે કલિંદનંદિની, કલિયુગમાં અમારા ઉંપર કૃપા કરો.)

શ્રી યમુનાષ્ટકમ્‌નો ભાવાર્થ - શ્રી દેવકીનંદનજી વિરચિતં

શ્રી ગુસાંયજીના પંચમકુમાર શ્રી રઘુનાથજીના જ્યેષ્ઠ લાલજી શ્રી દેવકીનંદનજી

જે શ્રીયમુનાજી શ્રીકૃષ્ણને મથુરાથી ગોકુલ પધરાવતી વખતે આનંદ વિભોર બની માર્ગ આપનારાં થયાં, પોતાના જળથી વસુદેવજીનું સન્માન કરતાં અને ભગવાનના ચરણકમલનો સ્પર્શ કરવા જે અતિ ઉછળતા તરંગવાળાં થયાં તે શ્રીયમુનાજી અમારા મનના અનેક (શત) મનોરથોને પૂર્ણ કરો. (૧)

જે શ્રી યમુનાજી શ્રીનંદનંદનની મુરલીના નાદ સંબંધી લીલાથી પ્રગટ થયેલા ભાવોના પ્રભાવ વડે ખરતાં અશ્રુઓ રૂપી પરાગથી યુકત એવા શ્રીકૃષ્ણના ચરણને, જે પ્રફુલ્લિત કમલ જેવા નયનવાળાં અને પોતાના તરંગરૂપી ભુજાઓથી સ્પર્શ કરતાં હતાં તે શ્રીયમુનાજી અમારા મનના અનેક મનોરથોને પૂર્ણ કરો. (૨)

જેશ્રીગોકુલેશ-શ્રીકૃષ્ણ દ્વારા ચીરહરણ કરવાથી, લજ્જિત અંતઃકરણવાળાં અને કંઠ સુધી જલમાં નિમગ્ન થયેલાં, નવીન આનંદયુકત વ્રજ કુમારિકાઓના શીતથી કંપિત થવાથી ઉત્પન્ન થયેલાં રોમાંચોને ધારણ કરતા, (ફલ પ્રાપ્તિના) વિલંબને ઈચ્છતાં નહતાં તે શ્રીયમુનાજી અમારા મનના અનેક મનોરથોને પૂર્ણ કરો. (૩)

જે શ્રીરાધિકાજીના અધરરસ તથા કુચકલશ (પયોધર)ની કામના રાખનાર શ્રીકૃષ્ણને માટે પોતાના (તરંગરૂપ) નિજહસ્ત વડે અતિ નિર્મલ અને લીલાને

અનુકૂલ થાય તેવી સુકોમળ રેણુયુકત ભૂમિ જેમાં રચેલી છે એવા નિકુંજ ભવનને કરનારા શ્રીયમુનાજી અમારા મનના અનેક મનોરથોને પૂર્ણ કરો. (૪)

રાસરસકેલિથી ઉંત્પન્ન થયેલા શ્રમને હરણ કરનાર જલક્રીડામાં વ્રજવનિતાઓ વડે ઊછાળાતો જેમનો જલનો સમુદાય જાણે પ્રભુને અભિષેક કરતો હોય તેમ નંદનંદનને સુખ ઉપજાવતો હતો એવાં શ્રીયમુનાજી અમારા મનના અનેક મનોરથોને પૂર્ણ કરો. (૫)

જે ચંચલ કુટિલ કટાક્ષવાળાં, ઉચ્ચ કુચપ્રદેશને ધારણ કરતાં અને લીલામાં ચકિત થતાં હોય એવા વ્રજસ્ત્રીઓને મંદ મંદ આલિંગન કરી યમુનાજીને કાંઠે લઈ જતા શ્રીકૃષ્ણને નિરખીને જે પ્રસન્ન થતાં હતાં તે શ્રીયમુનાજી અમારા મનના અનેક મનોરથોને પૂર્ણ કરો.(૬)

ગુંજારવ કરતાં ભ્રમરોની પંકિતઓ જેમાં વિરાજે છે એવા શ્રીવ્રજાંગનાઓના અંગસંગથી સંલગ્ન થયેલા અંગરાગથી સુંદર દીપ્તિમાન, દામમય (કમળની હારમાળારૂપ), નેત્રધારી તથા વ્રજસુંદરીઓના પદકમલની રજ વડે યુકત શ્રીઅંગનું દાન કરનાર શ્રીયમુનાજી અમારા મનના અનેક મનોરથોને પૂર્ણ કરો.(૭)

જે નિરંતર અશેષ ભકતજનો વડે સેવિત છે, વ્રજેશ શ્રીકૃષ્ણના ચરણકમલમાં સત્વર અતિશય રતિનું દાન કરેછે,તથા જેમની શિવ,બ્રહ્મા,મુનિજનો વગેરે સર્વદા સુંદર સ્તુતિ કરે છે તે શ્રયમુનાજી અમારા મનના અનેક મનોરથોને પૂર્ણ કરો. (૮)

હે સૂર્યસુતા! મેં કથન કરેલા આ અષ્ટકનો જે આપના વિશે મનને સ્થિર કરી આદરસહિત પાઠ કરશે તેને વ્રજપતિ પર અચલ રતિ પ્રગટ થશે. હે શ્રીયમુને! હું જે શ્રીદેવકીનંદન પર પણ આપ નિત્ય કૃપા કરો - પ્રસન્ન થાઓ.(૯)

ાા ઈતિ શ્રીદેવકીનંદન વિરચિતં શ્રીયમુનાષ્ટકંનો ભાવાર્થ સંપૂર્ણમ ાા

શ્રી દેવકીનંદજી પોતાના યમુનાષ્ટકમાં પહેલા સાત શ્લોકમાં શ્રીકૃષ્ણે(ભગવાને) શ્રીયમુનાજી કિનારા ઉપર જે જે લીલાઓ કરેલી તેને યાદ કરી તેનું વર્ણન કરેછે, આઠમા શ્લોકમાં શ્રી મહારાણીમાના મહાત્મ્યનું અને નવમાં શ્લોમાં ફળનું વર્ણન કરીએવાં શ્રીયમુનાજીને (એવાં એટલે શ્રીકૃષ્ણની લીલાઓના સાક્ષી) પોતાના મનના મનોરથોને પૂર્ણ કરવાની અને પ્રસન્ન થવાની વિનંતી કરે છે.

શ્રી યમુનાષ્ટકમ્‌નો ભાવાર્થ - શ્રી જીવનલાલજી વિરચિતં

હા,હા, શ્રી યમુને! હા હા શ્રીપ્રાણવલ્લભે! હા, હા, ભગવદ્‌ ભાવના રસમાં આવિષ્ટ (તન્મય બનેલા)હે શ્રીયમુનાજી મને આપનું દર્શન આપો.(૧)

હા, હા, કેશપંકિતથી યુકત મુખારવિંદવાળાં, હા હા અલૌકિક કામના નવીન અંકુરરૂપ, હા, હા,મધુરસ્વરૂપવાળાં (હે શ્રીયમુનાજી)મને આપનું દર્શન આપો.(૨)

હા,હા, આલસ્યથી પૂર્ણ નયનવાળાં, હા, હા, સ્વેદબિંદુના સમૂહવાળાં, હા,હા, મુકુન્દભગવાન શ્રીકૃષ્ણને હૃદયમાં ધારણ કરનાર(હે શ્રીયમુનાજી) મને આપનું દર્શન આપો.(૩)

હા,હા, મંદહાસ્યયુકત મુખકમલવાળાં, હા, હા, સંગીતના સાગર, હા, હા, (ભકતોના)મનના વિવિધભાવોને જાણનારાં (હે શ્રીયમુનાજી)મને આપનું દર્શન આપો (૪)

હા,હા, નિજભકતોના નયનરૂપ, હા, હા, ચંચલ ભ્રૃકુટિવાળા,હા, હા, ભગવદ્‌વિયોગના દુઃખને હરનારાં (હે શ્રીયમુનાજી) મને આપનું દર્શન આપો.(૫)

હા,હા, નિજ જનોના મનને હર્ષ ઉપજાવનારા, હા, હા, ભકિતરૂપી દયા કરનારાં, હા, હા, ગોપીજનોની શોભાયુકત મંજૂષા (પેટી) રૂપ (હે શ્રીયમુનાજી) મને આપનું દર્શન આપો. (૬)

હા, હા, પ્રાણપ્રિય શ્રીકૃષ્ણના પ્રાણરૂપ, હા, હા, કામદેવના મદને હણનારાં, હા, હા, પ્રસન્નવદનવાળાં (હે શ્રીયમુનાજી) મને આપનું દર્શન આપો. (૭)

હા, હા, જીવન (ગ્રંથકર્તા)ના (વૈષ્ણવોના અથવા ભક્તજનોના) સર્વસ્વરૂપ, હા, હા, કમલસમાન નેત્રવાળાં, હા, હા, દયાથી આર્દ્ર હૃદય (પ્રદેશ)વાળાં (હે શ્રીયુમનાજી) મને આપનું દર્શન આપો. (૮)

॥ ઇતિ શ્રીજીવનલાલજી વિરચિતં શ્રીયમુનાષ્ટકંનો ભાવાર્થ સંપૂર્ણમ ॥

શ્રીજીવનલાલજી મહારાજ પોતાના યમુનાષ્ટકમાં શ્રીયમુનાજીના સ્વરૂપ અને ગુણોનું પ્રાર્થનાના ભાવથી વર્ણન કરી દર્શનના દાન માટે વિનંતી કરે છે.

શ્રી યમુનાકષ્કમ્‌નો ભાવાર્થ
- પૂ.પા.ગો. શ્રીઇન્દિરાબેટીજી વિરચિતં

હે મન્મથ સાગર શ્રીમાધવનાં વલ્લભા, પોતાના અંતરંગ ભકત સિવાય સર્વને દુર્લભ, અમૃતનિધિ શુભસ્વરૂપ, પ્રગલ્ભ તેજનાં ભંડાર શ્રીકાલિન્દીજી! આપ સ્વક્રીય જન ઉપર કૃપા ક્યારે કરશો ? (૧)

પોતાના ભકતના મસ્તકને મંડિત કરનાર, બુદ્ધિને જગાડવામાં પરમવિદુષી, બુદ્ધિશાળી લોકોને આનંદ આપનાર, એમનાં અતિમાન અને મોહનું ખંડન કરનાર, તમાલના પાંદડા જેવા શ્યામ, સુમંગલ-સ્વરૂપા, યમનાં નાનાં બેનડી હે, કાલિન્દીજી! આપ સ્વકીય જન ઉપર કૃપા ક્યારે કરશો ? (૨)

વિશાળ ભાલથી શોભતા શુભ મુખવાળાં, સુલક્ષણવાળાં, વિકસેલા કમળ જેવાં નેત્રવાળાં, સ્મિત સભર મુખ ઉપર હાસ્યથી શોભતા, પ્રવાલમણિ જેવા લાલ અને સ્વચ્છ અધરવાળાં હે કાલિન્દીજી! આપ સ્વકીયજન ઉપર કૃપા ક્યારે કરશો. (૩)

સુંદર કમળના ફૂલને ધારણ કરનાર, મૃણાલની પાતળી દાંડીને કંકણ તરીકે પહેરનાર, શિરિષનાં પુષ્પોની માળાથી વિભૂષિત, (ઉષ્ણકાળમાં)કદમ્બ, મોગરા વગેરે પુષ્પાભરણોથી અલંકૃત હે કાલિન્દીજી! આપ સ્વકીય જન ઉપર કૃપા કયારે કરશો ? (૪)

કાલિન્દ પર્વતના મસ્તક ઉપર પડવાને લીધે ફીણવાળાં,જાણે શ્વેતવસ્ત્રો ધારણ કર્યા હોય તેવાં નિર્મળ અને ઉજજવળ,પોતાનામાં સમાઇ જાય તેવી શ્યામ રંગની રેતીથી જેમના ચરણ ખરડાયા છે તેવાં હે કાલિન્દીજી! આપ સ્વકીય જન ઉપર કૃપા કયારે કરશો?(૫)

સૂર અને અસુરથી સારી રીતે પૂજાયેલા, (બીજા સર્વથી)ના જીતાઓ તેવાં,જગતના જનોથી પૂજાયેલા, સમસ્ત કલ્યાણના સારરૂપ પુષ્ટિભકિતથી ભાવિત,પોતાના નામ-ગાનથી આનંદિત બનનાર,યશસ્તવન દ્વારા વંદિત શ્રીકાલિન્દીજી! આપ સ્વકીય જન ઉપર કૃપા કયારે કરશો ?(૬)

વેણુના ઊર્ધ્વ ગાન તથા તાનના રાગથી મોહિત,ખિલેલા કમળની માળા હસ્તમાં ઘારણ કરનાર,કૃપાયુકત, સ્મરશ્રમજળના સેવન માટે ભૂતળમાં પઘારેલાં હે કાલિન્દીજી! આપ સ્વકીય જનઉપર કૃપા કયારે કરશો ? (૭)

નવિનદેહઆપનાર,સ્વભાવદોષનોનાશકરનાર, મુકુંદભગવાનનાચરણકમલરૂપ ભકિતની શકિત વઘારનાર, તરંગના આવાગમનથી નિકુંજના ભાવોનું પોષણ કરનાર હે કાલિન્દીજી! આપ સ્વકીય જન ઉપર કૃપા કયારે કરશો? (૮)

સમગ્ર તાપ અને પાપના પુંજનો નાશકરનાર, પોતાની કૃપાના એક બિન્દુ દ્વ ારા અબળાના (ઈન્દિરાના)બળને વઘારનાર હે કાલિન્દીજી! આપના ઉભય ચરણકમલમાં આનંદથી આ યમુનાષ્ટક સમર્પિત કરૂ છું.

હું આપની દાસી છુ; હે સુર્યપુત્રી (મારી ઉપર)પ્રસન્ન થાઓ.

।। ઈતિ શ્રી ઈન્દિરાબેટીજી વિરચિતં યમુનાષ્ટકમ્નો ભાવાર્થ સંપૂર્ણમ્ ।।

પૂ.પા.ગો. શ્રી ઈન્દિરાબેટીજી પોતાના યમુનાષ્ટકમાં શ્રીયમુનાજીના સ્વરૂપ,શણગાર, મહાત્મ્ય અને ગુણોનું વર્ણન કરતાં કૃપા કરવાની શ્રીયમુનાજીને વિનંતી કરે છે અને છેલ્લે આ યમુનાષ્ટક માના ચરણકમલમાં સમર્પિત કરતા પ્રસદતાની (મહારાણીમાને પ્રસન્ન થવાની) વિનંતી કરે છે.

આ બઘા જ યમુનાટક પ્રસિદ્ધ ના કરતાં ખાલી ભાવાર્થ જ પ્રગટ કર્યો છે. જેવિનંતી રૂપે (મહારાણીમાને આપણે વિનંતી કરતાં હોઈએ તેમ)વાંચવા વૈષ્ણવ સમુદાયને પ્રાર્થના. આ બઘા યમુનાષ્ટક પ્રસિદ્ધ નહિ કરવા બદલ ક્ષમા યાચુ છું. પણ પ્રસિદ્ધ નહિ કરવા પાછળ આશય એજ કે વૈષ્ણવ સમુદાય ગૂંચવાઈ જાય કે કયું દરરોજ કરવું ને કયું ન કરવું. શ્રીમહાપ્રભુજીએ તો સાક્ષાત મહારાણીમાના દર્શન કરતાં કરતાં(અનુભવથી) રચેલ છે. જે તેની મુખ્યતા છે. માટે દરરોજ તે અષ્ટક કરવા વિનંતી.

-નયનાના ભગવદ્ સ્મરણ.

શ્રી યમનુા ચતુષ્પદીનો ભાવાર્થ - શ્રીમદ્‌ગોકુલોત્સવાત્મજ શ્રીજીવનેશજી વિરચિતં

સર્વદા શ્રીકૃષ્ણજેમના હૃદય કમલમાં બિરાજે છે અથવા શ્રીકૃષ્ણના હૃદય કમલમાં બિરાજનાર, સુર-સાત્વિક ભાવવાળાં, અસુર-તામસ ભાવવાળાં,મનુજ -રાજસભાવવાળાં જીવોમાં પોતાના મહાત્મ્યનું જ્ઞાન કરાવનાર અને પોતાની ચંચળ લહરીઓથી લોટતી,કલિના પ્રભાવવાળી જેમની કલેશવાળી મતિ છે એવા પતિતજનોની પંકિતને નરકમાંથી સારી રીતે ઉદ્ધાર કરવાની ઈચ્છા રાખનારાં એવા તરણિતનયા (સુર્યપુત્રી) શ્રીયમુનાજી નિરંતર જય પામે છે.(૧)

શ્રી લક્ષ્મીજીના નિવાસસ્થાન કમલ સમાન જેમના નયન છે એવા કમલનયન પ્રભુના નિત્યલીલાધામની વિશાલ,સુખદ અને પવિત્ર કેડીરૂપ શ્યામકાંતિ (નીલધામા) ને ધારણ કરનારા અને દેવતાઓમાં શ્રેષ્ઠ ઈન્દ્ર સંબંધી રત્ન અર્થાત ઈન્દ્રનિલમણી સમાન શ્યામ પ્રભાયુકત સ્વસ્છ જલમાં ઉત્પન્ન નવીન કમલોના 'મકરંદરસનું'પાન કરનાર મધુકરો વડે મનોહર દીસતા એવા શ્રીયમુનાજી સદા જય પામે છે. (૨)

પોતાના જલમાં સ્નાન કરનાર અને નમન કરનારાં ભકતજનોના મનનાં ભ્રમો તથા સંસારભ્રમણને હરનારાં,વમળરૂપ માલાથી શોભતાં અને તટ પરનિર્મળ જલના વેગથી ઉછળવાને લીધે તથા ફીણ વડે શ્વેત જણાતા છતાં આપ(શ્રીયમુનાજી) બે પ્રકારે શ્યામ છો.(૩) (અહી શ્રીયમુનાજીનું બે પ્રકારે શ્યમાપણું દર્શાવે છે. એક

તો આપ પ્રગટ જલરૂપે વર્ણથી સર્વદા શ્યામ છે. બીજું નિત્યલીલાનાં આધિદૈવિક સ્વરૂપે શ્રી ઠાકોરજીના ચતુર્થ યૂથાધિપતિ રૂપ પણ શ્યામ છે.)

પ્રતિદિન શ્યામ જલને વહન કરનારા અથવા શ્રીકૃષ્ણના જીવનરૂપ પ્રાણપ્રિયા આપ છો, માટે આપની અલૌકિક શોભાથી લક્ષ્મીજી સર્વદા લજ્જિત રહે છે. આપ અલૌકિક સુખ આપનારાં છો. ભગવાનના ચતુર્થ પ્રિયા છો. પોતાના મનમાં આ મારો (મારી) છે એમ વિચાર કરીને સંસારભયમાંથી મને બચાવો.

॥ ઈતિ શ્રીગોકુલોસ્વાત્મજ શ્રીજીવનેશજી વિરચિતં શ્રીયમુના ચતુષ્પદીનો ભાવાર્થ સમાપ્ત ॥

આપશ્રી જીવનેશજી મહારાજ ચતુષ્પદીમાં શ્રીયમુનાજીના સ્વરૂપનું વર્ણન કરી એમનો જય ગાય છે અને પ્રાર્થના (વિનંતી) કરે છે કે મને સંસારભયથી બચાવો.

શ્રી પંચામૃતની ભાવના-શ્રી યમુનાજીમાં

સામાન્ય રીતે પંચામૃત એટલે દૂધ, દહીં, ઘી, મધ અને સાકર એ ભાવ શ્રી યમનાજીમાં ધારણ કરીએ.

દૂધ - પયઃપાન
દહીં - સ્મરશ્રમજલાણુપ્રસ્વેદ
ઘી - મુકુન્દ, મુરારિ, હરિ, નારાયણ - રસોવૈશઃ
મધ - રતિ
સાકર - કૃપા

આમ શ્રીયમુનાષ્ટકનો પાઠ કરવાથી પાંચ ફલની પ્રાપ્તિ થાય છે.

૧) સર્વ પાપનો નાશ થાય છે.
"સમસ્તદુ રિતક્ષયો ભવતિ"
૨) મોક્ષ આપવાવાળા ભગવાનમાં ભકિત થાય છે.
"મુકુન્દે ભવતિ રતિઃ"
૩) એ ભગવદ્ ભકિતથી ઈષ્ટસિદ્ધિ થાય છે.
"સકલસિદ્ધિદા ભવતિ"
૪) દોષનું નિવારણ કરનાર પ્રભુ પ્રસન્ન થાય છે
"મુરારિપુશ્ચ સંતુષ્યતિ"
૫) સ્વભાવનો વિજય થાય.
સ્વભાવવિજયઃ ભવેત"

અધિદૈવિક અમૂલ્ય ઔષધ

યમુનાષ્ટકના ગહન વિષયમાં મારા જેવા શું સમજે ?
કંઈક સમજે તો શ્રીવલ્લભકૂલના સૂત સહુ સમજે.

હું તો મારા મનને હરિના નામથી આનંદ આપું છું,
ભકતો સાથે સાંધુ છું, યમુનાજીને પ્રભુથી બાંધું છું.

આવું ભાગ્ય કહો કયાંથી જે આપ કૃતિને નિહાળો!
ગ્રન્થનું યે ભાગ્ય, આપની અમીદષ્ટિ એના પર ઢાળો.

પણ હા, જરા સાચવજો, પરીક્ષામાં નપાસ ન થઈ જાઉં,
તમારા જ્ઞાન-સાગરમાં યમુનાકૃપાથી હું ડૂબી ન જાઉં.

સંસાર-સર્પથી ડસેલા માટે બતાવું છું ઔષધ,
અનેક ભવ-રોગથી પીડાતાને માટે બતાવું હું ઔષધ.

આંધળાને આંખડી, પાંગળાને લાકડી, નોધારાનો આધાર જે,
ગૂઢમાં ઘૂઢ એક જ સાધન, જગમાં જમુનાજીનું નામ જે.

બહુ તીર્થધામોમાં ફરી, પણ અંતરમાં શાંતિ ન આવી,
વૃદ્ધ થઈ ત્યાં સુધી ફાંફાં માર્યા, પણ મળી ન ચાવી.

આની ચાવી આપ જ છો, માડી! હૃદયનું તાળું ખોલી નાંખજો,
જા પર વલ્લભ કૃપા કરે, પ્રભુ! તા પર રીઝી રહેજો.

શ્રી યમુના નામ

શ્રીયમુનાજીનું નામ એક અમૂલ્ય રત્ન છે. એ નામ માત્ર યમુનાજીના ભકતો જ લઇ શકે છે અને નામરૂપી રત્નોનો હાર બનવી પોતાના હૃદય ઉપર ધારણ કરી રાખે છે. પરમાનંદદાસજીએ શ્રીયમુનાજીનાં **નામરૂપી** હાર બનાવ્યો છે.

કાલિંદી, કલિ કલ્મષ હરની, રવિ તનયા, શ્યામા, મહાસુંદરી, ગોવિંદ ઘરની વગેરે.

કુંભનદાસ કહે છે શ્રીયમુનાજીના નામનું ઘણું મોટું મહાત્મ્ય છે તેથી-

શ્રીયમુને પર તન, મન, ધન પ્રાણવારો,
નિસદિન નામ, મુખતે ઉચ્ચારો.

કુંભનદાસજી કહે છે શ્રીયમુના નામ પતિતને પાવન કરનારૂં છે. તેથી હું દ્રઢતાપૂર્વક તેમના ચરણ ગ્રહણ કરીશ - બીજે કયાંય પણ જઇશ નહીં.

પતિત પાવન કરન નામ લીનો તરન,
દ્ઢ કર ગ્રહિ ચરન કહું ન જાઉં.

કૃષ્ણદાસ તો કહે છે કે શ્રીયમુનાજીનું નામ ભવસિંધુ પાર ઉતરવા માટેની નૌકા સમાન છે.

કૃષ્ણદાસજી કહે શ્રીયમુને નામ નૌકા,
ભકત ભવસિંધુ તો યોંહિ તરીયે.

કૃષ્ણદાસજી વારંવાર કહે છે કે શ્રીયમુનાજીનું નામ લેવાથી બધા પાપો નાસી જાય છે અને તેમનું નામ તથા ગુણ સાંભળવા માટે શ્રીગિરિધરલાલ પોતે તે નામ

લેનારની સન્મુખ આવી બિરાજે છે અને પછી તો નામ લેનારનાં બધા કામ સરે છે. તેથી કૃષ્ણદાસજી કહે છે કે

કુષ્ણદાસનિ કહે તાહિ અબ કૌન ડર,
જાકે ઉપર શ્રીયમુને સી ગાજે.

જે ભકતના હોઠ ઉપર શ્રીયમુનાજીનું નામ ગાજે છે તેને કોનો ડર હોઈ શકે ?

સૂરદાસજી યમુનાજીના નામનો મહિમા વર્ણવતા કહે છે

નામ મહિમા ઐસો જુ જાનો,
મર્યાદાદિક કહે લૌકિક સુખ લહે,
પુષ્ટિકો પુષ્ટિ પથ નિશ્ચે માનો.

એટલે કે મર્યાદામાર્ગી જીવ યમુનાજીનું નામ લે તો તેને લૌકિક સુખ મળે અને પુષ્ટિ માર્ગીય જીવ લે તો તે પુષ્ટિપથ ઉપર નિશ્ચય પૂર્વક ચાલી શકે. આમ જેમ સ્વાતિ જલ જેવા પાત્રમાં પડે તેવા ગુણવાળું તે થાય છે. તેમ શ્રીયમુનાજીનું નામ તથા ગુણગાન પણ તેવું જ છે. પુષ્ટિ ભકતોને પુષ્ટિનું ફળ-સ્વરૂપાનંદની પ્રાપ્તિ, રાસલીલા રસનું પાન વગેરે ફળ આપે છે.

નંદદાસજી કહે છે લૌકિક છોડીને પુષ્ટિભાવે શ્રીયમુનાજીને ભજો. તેમ કરતાં શ્રીયમુનાજી તમને પરમ સૌભાગ્યનું દાન કરશે અને તમારો મિલાપ શ્રીગિરિવરધર સાથે કરાવી દેશે.

ભાગ્ય સૌભાગ્ય, શ્રીયમુને જુ દે ઇ,
બાત લૌકિક તજો, પુષ્ટિ યમુને ભજો,
લાલ ગિરિધરનવર, તબ મિલેઇ.

આમ જેમ યમુના નામનો મહિમા છે તેમ શ્રીયમુનાજીના દર્શન, સ્નાન, પાન, ગાન, ધ્યાન, તીરે વાસ, સ્વરૂપ તેમજ ગુણોનો પણ એટલો જ મહિમા છે. જે આગળ યમુના મહાત્મ્યમાં વર્ણવ્યો છે. પણ તેતો સાગરના જળમાંના એક બુંદ સમાન પણ નથી. આમ પણ શ્રીયમુના મહાત્મ્યના ઘણા પુસ્તકો મળે છે પણ એમની આરાધના, એમની ભકિત, એમનું નામ સ્મરણ કરી શકાય એવું સંકલન મળવું મુશ્કેલ હતું. માટે આ પુસ્તક પ્રકાશિત કરવાની પ્રેરણા થઇ, એટલે સંકલન મુખ્ય આશય છે. સદર પુસ્તકમાં શકય એટલા વિષય સમાવવાનો નમ્ર પ્રયાસ

કરવામાં આવ્યો છે. જેથી વૈષ્ણવ સમુદાય સહેલાઈથી શ્રીયમુનાજીનું સ્મરણ-ભકિત કરી શકે અને શ્રીયમુનાજીની એમના ઉપર કૃપા ઉતરે એજ પ્રાર્થના સહ.

-નયનાના ભગવદ્ સ્મરણ.

શ્રી યમુનાજીના અનુષ્ઠાનના પ્રયોગો

શ્રીયમુનાજીનું ચિત્ર સામે રાખી અગરબત્તી-દીવો પ્રગટાવીને પાઠ કરવા.

૧) શ્રીયમુનાષ્ટકમ્‌ના પાઠ ૪૧ દિવસ સુધી રોજ ૯ પાઠ અથવા ૪૧ પાઠ કરવા.

૨) શ્રીયમુનાજીના ૪૧ પદોનો ૪૧ દિવસ સુધી પાઠ કરવો.

૩) દ્રઢતાપૂર્વક ભગવદ્દાશ્રય સંપાદન કરવા"શ્રીયમુનાષ્ટકને" શ્રીકૃષ્ણાશ્રય સ્તોત્રનો સંપુટ આપી રોજ ૯ પાઠ કરવા.

૪) પ્રભુની કૃપા પ્રાપ્ત કરવા માટે "કૃપાજલધિસંશ્રીતે" નો સંપુટ આપવો અને એ પ્રમાણે રોજ ઓછામાં ઓછા નવ પાઠ કરવા.

૫) પ્રભુની સદિધિ પ્રાપ્ત કરવા અને કૃપા પ્રાપ્ત કરવા માટે "મમાસ્તુ તવ સન્નિધૌ" નો સંપૂટ આપવો.

૬) સર્વોત્તમજીના સંપૂર્ણ પાઠની આગળ અને પાછળ શ્રીયમુનાષ્ટકમ્‌ના પાઠ કરવાથી ઉભય સ્વરૂપની કૃપા પ્રાપ્તથાય છે.

૭) શ્રીયમુનાજીના ૪૧મા પદનો દરેક પદને સંપૂટ આપવાથી પ્રભુમાં પ્રીતિ અને સર્વ અનિષ્ટ દૂર થાય છે.

આ રીતે પ્રયોગ કરવાથી સંકલ્પસિદ્ધિ, સારો પતિ તથા પત્નિ મેળવવા, શુભકાર્યો કરવા, સ્વભાવ સુધારવા (દિનતા મેળવવા) સર્વ પાપની (અનિષ્ટની) નિવૃત્તિ તથા સવિશેષ ભગવદ્ ભકિત, ભગવદ્ કૃપા તથા ભગવદ્ પ્રેમ સંપાદન થાય છે.

www.ingramcontent.com/pod-product-compliance
Lightning Source LLC
LaVergne TN
LVHW050636051026
849532LV00002B/404